ரமணிகுளம்

கே.ஜே. அசோக்குமார்

தஞ்சை மாவட்டம் கும்பகோணத்தில் பிறந்தவர்; தற்போது வசிப்பது தஞ்சாவூரில். தனியார் ஐடி துறையில் பணி.

மின்னஞ்சல்: kuppa.ashok@gmail.com

ரமணிகுளம்

கே.ஜே. அசோக்குமார்

ரமணிகுளம்

காலச்சுவடு பதிப்பகம்

அன்பார்ந்த வாசகருக்கு,

வணக்கம்.

காலச்சுவடு நூலை வாங்கியமைக்கு நன்றி.

நூலின் உள்ளடக்கம், உருவாக்கம், அட்டைப்படம் இன்ன பிற அம்சங்கள் பற்றிய உங்கள் கருத்துகளையும் ஆலோசனைகளையும் காலச்சுவடு வரவேற்கிறது. தகவல், எழுத்து, வாக்கியப் பிழைகள் தென்பட்டால் கட்டாயம் தெரிவித்து உதவுங்கள். நூல் தயாரிப்பில் கடும் குறைபாடு இருப்பின் மாற்றுப் பிரதி உங்களுக்குக் கிடைக்கக் காலச்சுவடு ஏற்பாடு செய்யும்.

மின்னஞ்சல்: **publisher@kalachuvadu.com**

காலச்சுவடு நாகர்கோவில் அலுவலகத்திற்குக் கடிதம் அனுப்பலாம்.

தங்கள்
எஸ்.ஆர். சுந்தரம் (கண்ணன்)
பதிப்பாளர் — நிர்வாக இயக்குநர்

ரமணிகுளம் ♦ நாவல் ♦ கே.ஜே. அசோக்குமார் ♦ © கே.ஜே. அசோக்குமார் ♦ முதல் பதிப்பு ஜூலை 2023 ♦ வெளியீடு: காலச்சுவடு பப்ளிகேஷன்ஸ் (பி) லிட்,, 669, கே.பி. சாலை, நாகர்கோவில் 629001

காலச்சுவடு பதிப்பக வெளியீடு: 1195

ramaNikuLam ♦ Novel ♦ K.J. Ashok Kumar ♦ © Ashok Kumar K J ♦ Language: Tamil ♦ First Edition: July 2023 ♦ Size: Demy 1x 8 ♦ Paper: 18.6 kg maplitho ♦ Pages: 224

Published by Kalachuvadu Publications Pvt. Ltd.,669 K.P. Road, Nagercoil 629001, India ♦ Phone: 91-4652-278525 ♦ e-mail: publications @kalachuvadu.com ♦ Printed at Clicto Print, Jaleel Towers, 42 KB Dasan Road, Teynampet Chennai 600018

ISBN: 978-81-19034-21-5

07/2023/S.No.1195, kcp 4435, 18.6 (1) rss

என் ஆசிரியர்
திரு. இரெ. சண்முகவடிவேலுவுக்கு

முன்னுரை

எல்லாவற்றையும் கொட்டிவிடும் தவிப்போடு முதல் நாவலை எழுதத் தொடங்கினேன். பழக்கப்படாத கைகள் முதலில் இசைக்கருவியைத் தொடுவதுபோல இருந்தது. மெல்ல நடந்து நீரில் இறங்கி வேகம் கொள்ளும் ஆமைபோல இலக்கற்ற பயணத்தின் இனிய முடிவு. நான் மட்டுமே அறிந்த, இதுநாள்வரை அறிந்திராத சொற்கூட்டில் சேர்ந்துவிட்ட என் கனவுலகம். நிலத்தில் யானையின் நகர்வுபோலத்தான் ரமணிகுளம். தடுமாற்றம் தெரியும் அழகு. அறியாத ஆழத்து உவகை. தேனைச் சுவைத்த தேனீயின் பேருவகை. நிலத்தில் கால்பதித்த குழந்தையின் ஆர்வம். நான் பார்த்த, சுவாசித்த நிலம் மனத்தைச் சலனப்படுத்தும் மாற்றங்கள் அடைந்த நிகழ்வை அனைவருக்கும் தெரிவிக்கும் உவகையில் எழுந்தது ரமணிகுளம்.

என் எழுத்தார்வத்தின் தொடக்கப் புள்ளி பள்ளிக் காலத்தில் தமிழ் சொல்லித் தந்த என் ஆசிரியர் இரெ. சண்முகவடிவேல் அவர்கள்தான். சுஜாதா, எம்.எஸ். உதயமூர்த்தி, சுந்தர ராமசாமி, அசோகமித்திரன், தி. ஜானகிராமன், ஜெயமோகன் என்று நீளும் ஆசிரியர்மார்களுடன் பயணித்து வந்தாலும் தமிழ் வாசிப்பில் நான் அடைந்த பலன்களை அவரிடமிருந்தே தொடங்கினேன். தமிழ் ஆசிரியர்களுக்குரிய கடினமற்ற கண்டிப்பு, முகம் சுளிக்காத எதிர்வினை, நகைச்சுவையுடன் த்மிழைக்

கற்க முடிந்தது என் பாக்கியம். ஆசிரியர் இரெ. சண்முக வடிவேலுவுக்கு என் முதல் நாவலைச் சமர்ப்பித்துப் பெருமைகொள்கிறேன்.

இந்நூலை முதலில் வாசித்துக் கருத்துச் சொன்ன நாகரத்தினம் கிருஷ்ணாவிற்கும் சரவணன் மாணிக்கவாசகத்திற்கும் நன்றிகளைத் தெரிவித்துக்கொள்கிறேன். வாசித்து சில நல்ல மாற்றங்களைத் தெரிவித்த கடலூர் சீனுவிற்கும் ஜா. ராஜகோபாலனுக்கும் என்றும் என் நன்றிகள். நூலை மெய்ப்புப் பார்த்த எஸ். செந்தில்குமார் அவர்களுக்கும் அட்டை ஓவியத்துடன் அழகாக வடிவமைத்த பிரவீன் குமார் அவர்களுக்கும் என் நன்றி.

எழுதும்போது ஊக்கப்படுத்திய மனைவி ஸ்ரீதேவி, பிள்ளைகள் ஹரிணி, நந்தன் ஆகியோருக்கும் என்றும் என் அன்பு.

கே.ஜே. அசோக்குமார்

தஞ்சாவூர்
1-5-23

1

மீண்டும் அதே இடம். இதுவரைக் காணாத இடம்போல் தோற்ற மயக்கம்கொண்டிருக்கிறது. விரும்பும் இடத்தை, ஒரு அடையாளத்தைக் கொண்டு மனம் வகைப்படுத்தி வைத்துதான் இருக்கிறது. இந்த இடத்தில் பக்கவாட்டுத் திறப்புபோல உயர்ந்து செல்லும் படிக்கட்டுத்தான் முதலில் பார்த்ததும் நினைவில் வருகிறது. அதுவே சின்ன மின்னலாக இப்போதும் மனதில் மின்னியது. ஆட்டோவில் வந்திறங்கி முத்துவேலனிடம் முகவரி கேட்ட இடம். மனதில் எழுந்த மெல்லிய சிரிப்பை கஷ்டப்படுத்தி அடக்கிக்கொண்டார் ஜெயராமன். மீறல்களை விரும்பும் மனம் ஒன்று அதை ரசிக்கவும் செய்தது. அவசரமாகச் சட்டை வேட்டியைத் தூக்கிக் கட்டிக்கொண்டார். பெரும் நசிவை ஆழ்மனம் ஒவ்வொரு பகுதியாக ரசிக்கிறது. இல்லாத ஒன்றை நினைத்து ஏங்கும் மனமேதான், இருப்பதை இழப்பதில் மகிழ்ச்சிகொள்கிறது. ஜெயராமன் கால்களை உள்ளே வைக்கும்போது அங்கிருந்த சூப்பர்வைசர் "பெரியவரே மேலே கல்லு விழப்போவுது, கொஞ்சம் பாத்துப் போயிட்டு, சீக்கிரம் வந்துடுங்க" என்றார். திரும்பிப் பார்த்து மெல்லிய சிரிப்புடன் தலையசைத்தார்.

அடுக்ககம் கட்டப்படும்போது அருகில் இருந்து பார்த்தவன் அருண். கண்களில் ஒளிரும் சிறுஒளியுடன் எப்போதும் அந்த நிகழ்வுகளைப் பற்றி பேசுவான். இதில் வைத்துக்கட்டப்பட்ட ஒவ்வொரு செங்கலையும் அவனுக்குத் தெரியும். அஸ்திவாரத்திற்குக் கீழே தண்ணீர் தொட்டிக் கட்டும்போது வெளிப் பக்கத்திலும் சிமெண்ட் பூசவேண்டும் என பில்டரிடம் அடம் பிடித்தவன். அவன்கூட ராமமூர்த்தி பெரியவரும் இருந்திருக் கிறார். அவரிடமும் அவன் பல புதிய விஷயங்களைக் கேட்டு அதன்படி பில்டரைச் செய்ய வைத்தான். ஜன்னல்களுக்கு என்ன டிசைனில் கிரில், பால்கனிக்கு

என்ன மாதிரியான கிரில் என்று தேடித்தேடி அமைத்தான். பூஜையறையில் கதவுகளில் ஒலிக்கும் சிறுமணிகளுக்கு அரைநாளை செலவழித்து பாண்டிபஜார் வரை சென்று வாங்கிவந்தான்.

இதே கட்டிடத்தை இன்று இடிக்கும்போது, இதன் எந்தத் தகவல்களையும் மனம் அறியவிடாமல் மயிலாடுதுறையில் இருக்கிறான். இந்தக் கட்டிடம் குறித்து எந்த அக்கறையும் இனி கொள்ளப்போவதில்லையென அவன் இங்கிருந்து போனபோதே தெரிந்துவிட்டது. ஜேசிபி எந்திரம் உள்ளே வர, பிரதான இரும்புக் கேட்டைப் பெயர்க்க ஆரம்பித்திருந்தார்கள். அதன் ஒருபக்கச் சுவரில் பெரிய சுத்தியலால் இருவர் மாறிமாறித் தட்டிக் கொண்டிருந்தார்கள். அதன் ஓசை மடையின் உள்ளறைகளை தாக்கியது. சிரத்தையான வேலை, கொஞ்சம் கவனம் பிசகினால், அடுத்தவர் கையைப் பதம்பார்த்துவிடும் சுத்தியல். மெல்லிய தூசு மெலெழுந்து வந்தபோது அதில் கரப்பான்பூச்சி கழிவுகளின் வாசம் இருப்பதாக நினைத்துக்கொண்டார். மண்ணின் மட்கிய வாசனை அது. பல நாட்கள் ஊறவைத்தப் பொருள் அழுகும் நாற்றம்.

ஒருவருக்கொருவர் சத்தமாகப் பேசிக்கொள்வதிலிருந்து அவர்கள் இன்னும் வேலையில் முழுஈடுபாட்டில் தயாராக வில்லை என தெரிந்தது. சுவரை இடித்துக்கொண்டிருந்த கனமான மனிதன் நிறுத்திவிட்டு தலையில் கட்டியிருந்தச் சிவப்பு ஈரிழைத் துண்டை எடுத்து அக்குளில் துடைத்துக்கொண்டிருந்தார். மற்றவர் நின்று முதலாமவரை கவனித்துக்கொண்டிருந்தார். சட்டென ஓசைகளற்று அமைதியடைந்தது சூழல். அந்த ஓசையின்மையால் தன்னை மற்றவர்கள் கவனிக்கிறார்கள் என்ற எச்சரிக்கையுணர்வு கொண்டார்.

அவசரமாக மாடிப் படிக்கட்டிற்கு வந்தார் ஜெயராமன். அழகிய வடிவமைப்பும், வண்ணங்களையும் கொண்ட டைல்ஸ் கற்களை மண் மூடிகிடந்தது. கீழே தளங்கள் பெயர்க்கப்பட்டு மணலும் சிமெண்ட் கற்களும் குத்தின. மாடிப்படிகளின் சுவர்களில் கைவைத்து உருவான அழுக்குப் படித்த கருமை, படிகளின் உயரத்திற்குத் தகுந்து உயர்ந்து சென்றது.

மேலேறும்போது கால்களில் வலியில்லை. ஏறிமுடித்து நின்றதும் முட்டியில் வலி எடுத்தது. கொஞ்சநேரம் நின்றிருந்தார். கதவு, ஜன்னல்கள் நீக்கப்பட்டுப் பொக்கைவாய் மனிதனின் சிரிப்புபோல தெரிந்தது, அருணின் எப்2 வீடு. படிக்கட்டிலிருந்து இரண்டாம், மூன்றாம் தளங்களைத் தலைதூக்கிப் பார்த்தார். எல்லா கதவுகளும் ஜன்னல்களும் நீக்கப்பட்டதால் ஏதோ விசித்திர உருவத்தின் எலும்பு கூடு போலிருந்தன வீடுகள்.

அந்த இடம் முழுவதும் வெப்பமடைந்து லேசாக காற்றில் மிதப்பது போலிருந்தது. எங்கிருந்தோ தீயில் கருகும் பேப்பரின் வாசம் மூக்கு துவாரத்தைத் துளைத்தது. இனி இக்கட்டிடத்தை இடிப்பது சுலபம். தரைமட்டமாவதற்கு எல்லா சாத்தியங்களையும் கொண்டிருக்கிறது. இன்னும் சுலபமான வழிகளை அவர்கள் வைத்திருக்கக்கூடும். கருணைக் கொலை செய்ய தேர்ந்தெடுக்கும் எளிய வழிமுறைதான் இதற்கும் என நினைத்தார்.

உள்ளே நுழைந்து கூடத்தைப் பார்க்க, அங்கே யாரோ நிற்பது போன்றிருந்தது. அருண், கவிதா, ஸ்ரேயேஷ், ஸ்ரேயா நடந்த காலடி தடங்கள் வீடு முழுவதும் இருப்பதாக நினைத்துக்கொண்டார். அழுக்கடைந்து பழுப்பு நிறத்தைப் பெற்றிருந்தன சுவர்கள். ஏதுமற்ற வெறுமைகொண்டிருந்தது ஷோகேஸ். ஷோபா இருந்த இடத்தில் அதன் கால்தடம் பதிந்து, அழுத்தப்பட்டது போன்ற குழைவு. தீயை விழுங்கியதுபோல தயாரிப்புப் பொருட்கள் ஏதுமற்று இருந்தது அடுப்படி.

உள்ளே நுழைந்து பால்கனி வழியாக வந்து வெளியே பார்த்தார். கண்களைக் கூசுமளவிற்கு வெளிச்சம் பரவிக்கிடந்தது. புதிய மேம்பாலம் வீட்டின் சுவரை மிகஅருகில் தொட நினைப்பது போல் வளைந்து சென்றது. டிர்உர்கர் என்ற ஓசைகள் அந்தப் பக்கம் செல்லும் வாகனங்களின் வேகத்தைக் காட்டின. இடைவிடாத ஓசைகள் ரேஸ் கார்கள் கடந்துபோகும்போது ஏற்படும் ஓசைகளை ஒத்திருந்தன. வாகனங்களின் வேகம் சிறு அதிர்வை கட்டிடத்தினுள் கொண்டு வருவதாக நினைத்தார்.

பெயர்க்கப்பட்ட தரையின் மேல் நடந்து மெல்ல வெளியே வந்தார். படிகளில் இறங்கும்போது தரையிலிருந்த மண்ணும் அழுக்கும் முடிக்கற்றைகளையும் காண, செத்து அழுகிய விலங்கைக் காணும் அதிர்ச்சி தோன்றியது. கீழே வந்து நின்றபோது காற்று அதன் திசையை மாற்றி வீசத் தொடங்கியிருந்தது. தலைதூக்கி மேலே பார்த்தார். மாலையில் சூரிய சாய்கதிர்கள் கட்டிடத்தை வளைவாகக் காட்டியது. “என்ன பெரியவரே பாத்துட்டிங்களா” என்றான் ஒருவன். துரு ஏறிய கேட் பிரிக்கப்பட்டிருந்தது.

ஜேசிபி இயந்திரம் உள்ளே நுழைந்து, அதன் இடத்தை மிகசரியாக கண்டுகொண்டு நின்றது. அங்குமிங்கும் திரும்பி தன் ஆளுமையைக் காட்டிவிட்டு ஒற்றை கையைத் தூக்கி முதல் தூணை தன் நகங்களால் மென்மையாகக் கீறியது, இரண்டாவது கீறலில் தூண் கீழே விழுந்தது. மேல்தளத்தின் அடிபாகத்தை ஒவ்வொரு இடமாகக் கீற செங்கற்களும் சிமெண்டுமாகக் கீழே விழுந்தன. தூசிகள் பூச்சிகளின் படைகள்போல மேலெழுந்து எட்டுதிசைகளிலும் பரவியது. ஜெயராமன் நூறு அடி தள்ளி வந்து

நின்றார். தூரத்திலிருந்து பார்க்கும்போது மற்ற அடுக்ககத்தைவிட சிறுசாக அதன் பரிமாணம் வேறு மாதிரி இருந்தது. தூரத்தினால் உருகுலையும் அதன் சிதைவுகளை மனம் அறியாதிருக்கிறது. ஓசையின்மை நிகழ்விலிருந்து மனதை விலகி வைக்கிறது போலும். கீழே கட்டிட பாகங்கள் விழும்போது எழும் தூசியால் அடுக்கக நிறம் செந்நிறத்திற்கு மாறத் தொடங்கியது.

வீட்டின் முதல் தளத்தின் பால்கனியில் இருக்கும் சேரில் அமர்ந்துத் தெருவைப் பார்த்துக்கொண்டிருப்பார். நான்காம் தள குலசேகரன் கீழே வரும்போதெல்லாம் "குட்மார்னிங் சார்" என்று மேலே பார்த்து சொல்லிவிட்டுச் செல்வார். ராமமூர்த்தி வீடு வழியாக கடக்கும்போது "என்ன சாப்பாடு ஆச்சா" என்பார். மேலே பார்த்து. "ஆபிஸ்தான் போறேன்" என்று ஒரு அலுவலகத்தைக் குறிப்பிடுகிறார் என்றால் அங்கு புகார் அளிக்க போகிறார் என்று பொருள்.

பக்கத்து வீடுகளில் இருக்கும் நட்புகள் போலல்ல; அடுக்கக வீடுகளுக்குள் இருக்கும் வாழ்க்கையென புரிய சில காலம் ஆனது. அருணுக்கும் கவிதாவிற்கும் அன்றைய நாட்களில் பயப்பட வேண்டியிருந்தது. அன்று அவர்களின் சொற்களை மீறி செயல்படுவது குற்றம்போல வடிவமைத்திருந்தார்கள் அவர்கள். இரண்டாம் தள சிவபாண்டியனுக்கு, மூன்றாம் தள சீனிவாசனுக்கும் அதைவிட அதிகம் பயந்து இருக்க வேண்டியிருந்தது. சிவபாண்டியன் தன் சொந்த ஊரில் இருக்கும் நிலங்களைப் பார்க்க சென்றுவிட்டார். சீனிவாசன் என்ன ஆனார் என்றே தெரியவில்லை. குலசேகரன் வேறு புதிய பிளாட்டுக்குச் சென்றுவிட்டார். அருணும் கவிதாவும் சொந்த ஊரின் பழைய வீட்டில் இருக்கிறார்கள்.

அவர்கள் அறிந்த உலகத்தில் வளர்ச்சி ஒளிமயமானதாக இருந்திருக்கும். பல தலைமுறைகளைக் கொண்டதாக வீடு இருக்கும் என்ற எண்ணத்திற்கு மாறாக முப்பது ஆண்டுகளுக்குள் இடிக்கப்படுவதை எப்படி புரிந்துக்கொண்டிருப்பார்கள். அவர்களுக்குத் தெரியும், மற்றொரு வீட்டை வாங்கிவிட முடியும் என்று. ஆனால் ஒவ்வொரு அடியாக உருவாக்கிய, விரும்பிய வீட்டை உருகுலைக்க விடுவதை அவர்களால் ஏற்றுக் கொள்ளமுடியாமல் இருக்கும். மனிதன் பழகிய மிருகம், அவனுக்கு ஒரேவகை வாழ்க்கைதான் பழகியிருக்கும். அதை மாற்ற வேண்டும் என்பது அவனுக்கு இழைப்படும் கொடுமை.

பூங்காவாக இருந்து குடோனாக மாறி பின் திறந்தவெளி நிலமாக மாறியிருக்கும் இடத்திற்கு வந்தார். நான்குபக்கமும் ஒற்றைச் சுவர் எழுப்பப்பட்டிருந்தது. பெரிய கேட்டின் மேலே

திறந்தவெளி நிலம் என்று நீலபின்னணி பலகையில் வெள்ளை எழுத்துக்கள். உள்ளே குப்பைகளைச் சுமந்து செல்லும் சிறு தள்ளுவண்டியும், குப்பைத் தொட்டிகளும் காணப்பட்டன. உண்மையில் குப்பைகளைக் கொட்டும் இடம்தான். குடோனாக மாறியதும் ராமமூர்த்தி பல்வேறு முயற்சிகளுக்குப்பின் நிலம் மீண்டுவிட்டது. ஆனால் குப்பைகளைச் சேகரிக்கும் இடமாக இருக்கிறது. ராமமூர்த்தி இன்று உயிருடன் இல்லை. இருந்திருந்தால் இதற்கும் ஒரு மனுவை தயாரித்திருப்பார்.

நாகரீகத்தின் அடையாளமே இந்தக் குப்பைகள்தான். அவை இல்லாமல் நகரத்தை எப்படி கண்டுக்கொள்வது. உள்ளே இருந்த வண்டிகளில் ஒன்றை வெளியே எடுக்கும் முயற்சியில் கையுறையும் மழைக்கோட்டுப் போன்ற ஒன்றையும் அணிந்திருந்த ஒருவன் “ஏன் சார் அந்தப்பிளாட்டை இடிக்கிறாங்க” என்று கேட்டான்.

அவன் முகத்தில் அப்படி ஒன்றும் நிஜஅக்கறை இருப்பதாகத் தெரியவில்லை. சும்மா கேட்டு வைப்போம் எனக் கேட்கிறான். கேட்டு விட்டு கீழே கிடந்தக் குப்பைகளை அள்ளும் மும்முரத்தில் இருந்தான்.

ஒருபக்கம் முடிந்துவிட்டிருந்தது. தூசிகளில் அளவை வைத்து இன்னும் பாதிதான் இருக்கிறதென எண்ணினார். மிக சிரத்தையாக இடிக்கும் பணியில் இருக்கிறார்கள். யானையை அடக்கி அடிபணிய வைக்கும் ஆக்ரோஷம் தெரிந்தது. மண்ணில் மெல்ல யானை மண்டியிடுகிறது. முன்னங்கால்களை மடித்து வைத்து, துடிக்கையை மேல் நோக்கி சுருட்டி, தலையைக் கீழே வைக்கிறது. கடைசி துளியாகப் பல வண்ணங்கள் தீட்டப்பட்ட சதுரவடிவ முன்முகப்பு கீழே விழுந்தது. அதற்குமுன் சுவரில் வெல்டிங் செய்து பதித்த ‘ரமணிகுளம் பிளாட்ஸ்’ என்கிற கருத்த இரும்பு எழுத்துக்கள் கிழே தனித்தனியாக விழுந்தன. அவற்றை எடுத்து வைத்துக்கொள்ளவேண்டும் என நினைத்தார். குப்பைவண்டியைத் தள்ளிக்கொண்டிருந்த அந்த மனிதனின் கேள்விதான் நினைவில் இருந்தது.

2

சித்திரை மாதத்து வெய்யில்; காலையில் நீண்ட நிழல்களை வீசி அமைதியாக இருந்தது. தூசிகளில் மண் வாசனை, சிமெண்ட் வாசனை களுடன் பெரும் இரைச்சலும் நிறைந்திருந்த இடம் தற்போது ஓசையற்றிருப்பது சூழலுக்குப் பொறுத்தாமல் இருந்தது. வாழ்வதற்குரிய சூழல் உருவாகி வெளிறிய நீலநிற வானம் மேல்கூரையாக விரவிக்கிடந்தது. தெருவென்று சொல்ல முடியாத அமைதி. இரண்டு ஓட்டுவீடுகளைச் சேர்த்து மொத்தம் பதினைந்து வீடுகள், வீடுகளுக்கு இடையே பெரிய இடைவெளியுடன் ஒரு தளம் மட்டுமே கொண்ட, வளர்ந்த தென்னை, முருங்கை, வேம்பு மரங்கள் சூழ்ந்த சிமெண்ட் வீடுகள் வரிசையாக இருந்தன. மழையால் பச்சைவண்ணம் பூசப் பட்டது போன்று பாசிகளின் அடர்த்தி சுவர்களில் பரவியிருந்தது. அருண் காரை திருப்பியதும், இருவாரங்களுக்கு முன் வந்து பார்த்த இடம் இது என்பதை நம்பமுடியாமல் தவித்தான்.

அடைக்கப்பட்டதால் காரினுள் உருவான மென்வாசனையும் கூடவே காரின் ஓட்டத்தில் சிறுஅசைவுகளால் ஏற்பட்ட கிரீச் கிரீச் என்ற ஓசைகளும் மிகுந்த பெருமிதத்தை அளித்தன அவனுக்கு. இனி இப்பகுதி என்னுடைய இடம் என்று நினைத்தான். யாரும் அவ்வளவு எளிதில் வந்துவிடமுடியாத இடம். நவீன வாழ்க்கை என்னும் புதிய வார்த்தையில் இருக்கும் அடக்கிவிட முடியாத கிளர்ச்சி.

கருநீலவண்ண மாருதி 800 காரை விட்டுப் பொறுமையாக இறங்கினான் அருண் ராமன். ஓட்டும் போது கைகளில் வரும் லாவகம், இறங்கும்போது கால்களிலும் முதுகிலும் வரும் லாவகம் தனக்குப் புதுமோஸ்தராகக் குடிகொண்டிருப்பதை உணர்ந் தான். ஓசைப்படாமல் சாத்தினான். இறங்கி

வெளியே நின்று புதிய கட்டிடத்தை; தலைதூக்கி ‘ரமணிகுளம் அடுக்ககம்’ என்கிற ஒளிரும் பொன்னிற ஆங்கில எழுத்துக்களுடன் அலங்கரிக்கப்பட்ட யானை போன்றிருந்த கட்டிடத்தைப் பெருமையுடன் பார்த்தான்.

எதிரே வந்த முத்துவேலன், “சார், புதுகார வாங்கிட்டிங்க போல.”

“ஆமா, நல்லாயிருக்கா.”

“சோப்புடப்பி மாதிரி அழகா இருக்கு சார்.”

முத்துவேலன் சொன்ன உவமை அருணுக்குப் பிடித்திருந்தது. தன்னையும் அறியாமல் கார் தன் மனதில் சோப்புடப்பாவிலிருந்து காராக மாறும் கிராபிக் ஓவியமாகத் தெரிந்தது. சிரித்துவிட்டுப் படியேறினான் அருண். அவன் விரும்பிய தெற்குப்பார்த்த வீடு, சூரிய உதயம் தெரியும் முதல்தளம். அவன் ஜாதகப்படி மேற்கு பார்த்த வாசல் கொண்ட பிளாட். படிகளில் வேகமாக ஏறி வேலைப்பாடுகள் கொண்ட தேக்குமரக் கதவு பித்தளைப்பூன் போட்ட அழகிய கைப்பிடியைத் திருக்கி உள்ளே வந்தான்.

உள்ளே நுழைந்ததும் முதலில் ஒரு சிறுநடை, ஆரம்பத்திலேயே சுவற்றில் பதிந்திருந்த செருப்புகள் வைக்கும் சிறு செல்ப் இருந்தது. பிறகு பெரிய கூடம். முனையிலேயே தெற்குப்பார்க்க ஒரு அலமாரியும் கீழே பெரிய தொலைக்காட்சி பெட்டி வைக்க இடமும் இருந்தது. எதிரே இருந்த சுவரில் அவனுக்குப் பிடித்த முன்கால்களைத் தூக்கிய குதிரையின் மேல் அமர்ந்திருக்கும் நெப்போலியன் வண்ணப்படம். பக்கத்தில் குறிப்பிட்ட இடைவெளியில் அழகிய சட்டகம் கொண்ட ஃபோர்ட், ரஜனீஷ், அப்துல் கலாம் போன்றோரின் படங்கள். அதன் எதிரே பால்கனி. அழகிய தேக்குமர சோபா செட், பின்னால் கதவு போன்று இழுத்து மறைக்கும்படியான துளைகள் டிசைன்களாகக் கொண்ட மரவேலைப்பாட்டுத் தடுப்பு இருந்தது. அதன் பின்னே ஆறு நாற்காலிகளுடன் கூடிய சாப்பாட்டு மேஜை இருந்தது. அதன் நடுவே கத்தி, கரண்டி செட்டும், உப்பு, ஊறுகாய்களும் ஜாடிகளும் இருந்தன. மேஜைக்குப் பின்னே அடுப்படி இருந்தது, வலது பக்கத்தில் ஒரு பெரிய அறை, இடப்பக்கம் ஒரு சிறிய அறை. கூடத்தில் ஒரு கைகழுவும் இடமும் கழிவறையும் இருந்தது.

உடல்முழுதும் பவுடர் பூசப்பட்டு டயபரும் மேலே இளம் மஞ்சள் வண்ண கால்சிராயும் அதே வண்ணத்தில் பூவேலைபாடுகள் கொண்ட காலரில்லா உடையணிந்த எட்டு மாத குழந்தையான ஸ்ரேயேஷுக்கு நெற்றியிலும் கன்னத்திலும் கருப்பு பொட்டு வைத்துக்கொண்டிருந்தாள் கவிதா.

“ஏங்க, செல்லபுஜ்ஜுவுக்கு இந்த டிரெஸ்ஸு நல்லா இருக்கா பாத்து சொல்லுங்க.”

அவள் வேடிக்கையாகச் சொல்வது குழந்தைக்குப் புரியும் என்கிற பொருளில் கூறுகிறாள். அருகே சென்றதும் குழந்தை அப்பாவை அடையாளம் கண்டு சிரித்தது. அவள் கைகளிலிருந்து தாவி அவனிடம் வர எத்தனிப்பில் பரவசம் தெரிந்தது. வாங்கி முகத்தோடு முகம் வைத்து கொஞ்சினான். சிறகு முளைக்காத சிறுபறவையின் உடல்போலிருந்தான். கொஞ்சியதில் அவன் கன்னத்தில் பவுடர்கள் ஒட்டிக்கொண்டன. கவிதாவிடம் திருப்பி அளித்தான்.

இருவாரங்கள் முன்னால் கிரகப்பிரவேசம். அதிகாலையில் 4.30க்கு நிகழ்ந்ததாலேயே கனவில் நிகழ்ந்தது போன்றிருக்கிறது. இருளும் பனியும் சூழ்ந்த அதிகாலை. புகையுடன் தூக்க கலக்கமும் சேர ஸ்ரேயேஷ் இரவு தூங்காமல் நிகழ்வு தொடங்கும்போது தூங்க ஆரம்பித்தான். அப்பாவும் கவிதாவும் பக்கத்திலிருந்து இருவர் மட்டுமே கலந்துகொண்டார்கள்.

இன்று காலை பழைய வீட்டிலிருந்து வண்டியில் ஏற்றப்பட்டப் பொருட்களுடன் கவிதாவையும் ஸ்ரேயேஷையும் அழைத்துக்கொண்டு வந்தான். இறங்கிவைத்த சாமான்களை அந்தந்த இடங்களில் வைத்துவிட்டு வெளியே கிளம்பி பழைய கார்விற்பனை நிலையத்தில் சொல்லியிருந்த செகண்ட்ஹேண்ட் காரை ஓட்டி வந்தான் அருண்.

ஒரு வாரம் முன்பு பிடித்த காரைத் தேர்வு செய்து வைத்திருந்தான். பல்வேறு ரிப்பேர்களைச் செய்து அழகாக்கி யிருந்தான். குறிப்பாக வெளிர் வெள்ளை வண்ணத்திலிருந்து கருநீல வண்ணத்திற்கு மாற்றியிருந்தான். சூரிய ஒளியில் அதைப் பார்க்கும்போது புதிய கார்போன்றே இருந்தது. கற்பனையில் வளர்ந்திருந்த கார் போன்ற தோற்றத்தை அது அடைய சிலகாலங்கள் பிடித்தன. புது வீடு வந்த ஒரு வாரத்தில் கார் தயாரான நாளில் நல்ல நேரம் பார்த்து எடுத்துவந்தான்.

பொங்கிவரும் சோடா பானம்போல குதித்து அவனே வரவழைத்திருந்த உற்சாகத் துடன் “கீழ நம்ம வண்டி வந்துடுச்சு” என்றான். சற்று தாமதித்து புரிந்துக்கொண்டு அதிக உற்சாக ஊசலுடன் “அப்படியா வாங்க வாங்க. வாடா செல்லம் அப்பா வாங்கியாந்த கார பார்ப்போம்” என்று ஸ்ரேயேஷைத் தூக்கிக் கொண்டு மஞ்சள் சிவப்பு வண்ண சுடிதாரின் மேல் இளகிய கண்ணாடிபோன்ற மஞ்சள் வண்ண ஷாலைப் போட்டுக் கொண்டு வெளியே வந்தாள்.

"ஐயோ பாருங்க இவனுக்குச் சந்தோஷத்த" இடுப்பில் துள்ளிக் குதித்துக்கொண்டிருந்த ஸ்ரேயேஷைக் காட்டினாள். அருண் கதவைச் சாத்திக்கொண்டே ஸ்ரேயேஷைத் திரும்பி பார்த்து, "டே வாரேன்டா இருடா" என்றான். அப்பாவும் அம்மாவும் சந்தோசத்தில் மிதப்பது அவனுக்கும் தொற்றிக்கொண்டது. குழந்தை அருணிடம் வர எத்தனித்துக்கொண்டிருந்தான். அவனைச் சமாதனப்படுத்தி இறுத்திக்கொண்டிருந்தாள் கவிதா. படிகளில் தாண்டி கீழே வந்தபோது காரைச் சுற்றி கூட்டமாகத் தெருவாசிகள் நின்றிருந்தார்கள்.

அவர்கள் அதை ஆராய்ச்சி செய்யும் நோக்கில் பார்ப்பது போன்றிருந்தது. "என்ன முத்து, என்ன பண்றாங்க இவங்க" என்று சற்று அதிர்ந்தே கேட்டான்.

உண்மையில் அவர்கள் தங்களுக்குள் ஆழ்ந்திருந்தார்கள். மூடியிருந்த கதவின் வழியாக உள்ளே பார்த்து அவை என்னென்ன என்று விவாதித்துக்கொண்டிருந்தார்கள். அவர்கள் காரை கவனிப்பதால் ஏற்பட்ட சிறுபரவசம் அருணுக்குப் புதியதாக இருந்தது. வெளிப்படையாக மற்றவர்களின் பொருட்களைப் பார்ப்பதில் இருக்கும் அநாகரிகம் அவர்களுக்குத் தெரியவில்லை என நினைத்தான். அதேவேளையில் அதை ரசிக்கவும் செய்தான். "கொஞ்சம் நகர்ந்துகங்க" என்று ஒரு பெரியவரைப் பார்த்து சொல்ல வேண்டியிருந்தது. அவர் நகர்ந்ததும் பின்னால் இருந்த டிக்கியில் இருந்த பெரிய மாலையில் வெளியே எடுத்தான். ரோஜாப்பூ இதழ்கள் கொட்டும் அந்த மாலையை இரு கைகளாலும் தூக்கியபடி முன்பக்கம் வந்தான். "நல்லா நூல் வெச்சு கட்டுன மாலை இங்க கிடைக்கிறதே இல்ல சார்" என்றார் அந்தப் பெரியவர். மையமாக ஆமாம் என்று சொல்லி சிரித்தபடி சென்றான் அருண். முன்பக்கத்து பானட்டில் மாட்ட அவரும் உதவி செய்தார். கூடயிருந்த வேறு சிறுவர்களும் சிரித்தபடி நின்றிருந்தார்கள்.

"இதுல போனா மேலுக்கு வலிக்கவே செய்யாதாம்."

"ஊஞ்சல் மேறியா."

பலமாக சிலர் சிரித்தார்கள். பக்கத்தில் நின்றிருந்த இடுப்பில் குழந்தையை வைத்திருந்த சில பெண்கள் வெட்கப் படும் முகபாவனையில் சிரித்தாள். அவர்கள் சிரிப்பில் இருக்கும் வெகுளிதனம் அருணுக்கும் சிரிப்பை வரவழைத்தது.

கவிதா எதையும் ரசிக்கவில்லை. அவர்களைச் சந்தேகத்துடன் நோக்கினாள். அவள் முகத்தில் இருந்த சிறுகலக்கம் அருணை சற்று சிந்திக்க வைத்தது. கையில் குழந்தையை வைத்துக்

கொண்டு தனியாகத் தொலைவிலேயே நின்றிருந்தாள். அந்த தொலைவுகூட அவன் எதிர்பார்த்ததைவிட சற்று அதிகம் என்று நினைத்தான். முத்துவேலனின் அருகில் சென்று காதில் "அவங்கள அனுப்பிச்சுடுங்க முத்து" முத்து திரும்பிப் பார்த்து யோசிக்கும் கண்களை ஊகித்தான் அருண்.

சட்டென தன்னை உருமாற்றிக்கொண்ட முத்துவேலன், "சரி மக்களே, அப்படிக்கா போங்க, சார் கார எடுக்கணும்" என்று கணீரென கூறினான். அவர் வேறுயாரையோ சொல்கிறார் என்பது போல பேசாமல் நின்றிருந்தார்கள். இரண்டாம்முறை சற்று கடுமையாக முத்து சொன்னதும்தான் நகர்ந்தார்கள். அவர்களுக்கு அவனது வார்த்தைகள் எந்தக் காயத்தையும் ஏற்படுத்தவில்லை என்றதும் இன்னும் எதையாவது சொல்ல வேண்டுமென முடிவிற்கு வந்தவனாக, "சீக்கிரம் சீக்கிரம்" என்று அதட்டினான்.

கவிதா அவர்களில் யாரையும் கவனிக்கவில்லை. நேராக இறங்கி வண்டியின் கதவை திறந்து, குழந்தையை கையில் லாவகமாக பிடித்தபடி அமர்ந்தாள். அவள் பக்கம் வண்டி லேசாக சாய்ந்திருந்தது. அருண் முன்பக்க மாலையை சரிசெய்துவிட்டு கதவை திறந்து அமர்ந்தான்.

கார் பின்னோக்கி செல்லும்போது அங்கிருந்தவர்கள் கூர்ந்து கவனித்தார்கள். எந்த விளக்குகள் எரிகின்றன; எங்கிருந்து சத்தம் வருகிறதெனக் கூர்ந்து கவனித்தார்கள்.

கற்கள் துருத்தியபடி இருக்கும் பழைய தார்ரோடு, வண்டிகள் ஆடியாடித்தான் போகமுடியும். பொருட்களைக் கூவி விற்பவர்கள் இந்தத் தெருவிற்கு வரமாட்டார்கள் என்று கவிதா சொல்லிக்கொண்டிருந்தாள். சாலையில் யாரையும் காணவில்லை. தூசிகள் படர்ந்த தெருவில் நாய்கள் நிம்மதியாக உலாவிக்கொண்டிருந்தன. சில நாய்கள் சாக்கடையில் இறங்கிய அடையாளமாக பாதியுடல் கருப்பு மண் படர்ந்திருந்தது.

வண்டி போகும்போதுதான் கவிதா பேசத் தொடங்கினாள். அவள் கண்களில் கோபம் இன்னும் இருந்தது. "ஏங்க இவங்க இப்படியெல்லாம் பாக்குறாங்க" என்றாள். அந்தக் காட்சி அவள் மனதில் ஓடுவதுபோன்று நேரே இருந்தது அவள் முகம். அவன் அருகில் இருக்கிறான் என்பதை மறந்த நிலை. அவள் மடியில் அமர்ந்து முன் பக்க ரோட்டை பார்த்துக்கொண்டே வந்தான் ஸ்ரேயேஷ்.

அருண் உற்சாகமற்ற அவள் முகத்தை மாற்ற நினைத்தான். "கவி, இன்னிக்கு நல்ல முகூர்த்த நாள், நல்ல நேரத்த பார்த்து வண்டிய ஓட்டிக்கிட்டு வந்தேன், இனிமே ஒவ்வொரு நாளும்

மூனுபேரும் ஒரு ரவுண்டு போவோம். சனி, ஞாயிறுக்கு வெளியே கார்லதான் போறோம்" என்றான்.

அவள் தன் கவனத்தைக் கொஞ்சம் மீட்டுக்கொண்டாலும், முழுமையாக வெளிவரவில்லை. கார் இப்போது வீதிகளில் இருந்த மேடுபள்ளங்களில் அதிகமாக ஆடியது; அதன் ஆட்டத்தினால் வேகத்தை மிகவும் குறைத்திருந்தான். சில தெருக்கள் இன்னும் முழுமைபெறாமல் வயல்களில் சிலபகுதிகள் வந்தன. அப்படி வரும்போது காரின் கண்ணாடியை இறக்கி அந்த குளுமையை ரசித்தான். அவள் கண்கள் முடிவற்றப் பார்வையில் அவனை நோக்கியிருந்ததைக் கண்டு குழம்பியிருந்தான். அவள் மீண்டும் அக்கேள்விக்குப் பதிலை எதிர்ப்பார்க்கிறாள்; வேறு பதிலால் அவள் திருப்தியுற போவதில்லையென அறிந்திருந்தான்.

இருபக்கமும் சாக்கடைகள் ஓடும் தெருக்கள் வந்து கொண்டேயிருந்தன. அவற்றில் துர்நாற்றமும் வீசியது. சில பகுதிகளில் மிக நெருக்கமாக மனிதர்கள் வாழ்ந்தார்கள். அவர்களுக்கு அன்றாடம் பிரச்சினைகள் ஏதுமற்று இருப்பது போன்ற தோற்றம் தெரிந்தது. நகர் சட்டென முடிந்துவிட, பிறகு பொட்டல் திடல்களும், சிலவயல்களும் வந்தன. கவிதா இதை எதையும் கவனிப்பதாகத் தெரியவில்லை.

"ஏன் கவி, இந்த வீடு நமக்குப் போதும்தானே."

"இந்தக் கேள்விய நீங்க ஒரு வாரமாகக் கேட்டுக்கிட்டு இருக்கீங்க."

மௌனமாக உள்ளத்துள் சிரித்துக்கொண்டான்.

"எங்க போனா என்ன. எந்த ஊரா இருந்தாலும் எந்த வீட்டா இருந்தாலும் ஒரேவேலைதான் எனக்கு."

"இதையும் நீ சொல்லிட்ட."

"இவங்கலெல்லாம் எதுக்கு வந்து இப்படி பார்க்குறாங்க. சை எனக்குப் புடிக்கவேயில்ல. இன்னிக்குப் புள்ளைக்குச் சுத்திப் போடணும்" என்றாள்.

அங்கிருந்த அனுமன் கோயிலுக்கு முன் வண்டியை நிறுத்தினான். ஐயரிடம் சொல்லி வண்டிக்குப் பூசையிட்டு எலுமிச்சைபழத்தை வைத்து ஓட்டினான். அவன் கொடுத்த பணத்தில் ஐயர் மகிழ்ந்திருந்ததை அவர் முகம் காட்டியது.

3

சுற்றிலும் புதியதாக கேட் போடப்பட்ட ரமணிகுள அடுக்கக தரைதளத்தின் ஒரு முன்பகுதியில் கூரைவேய்ந்த சிமெண்ட் கற்களால் தற்காலிகமாக கட்டப்பட்ட ஒருஅறை மட்டும் கொண்ட வீட்டில் இருந்தான் முத்துவேலன். சோம்பலான கண்கள் நிலைத்திருக்கும் முகம். எதையோ மென்று கொண்டிருப்பது போன்று அசைவில் இருக்கும் வாய். வெளியே வந்து இருண்ட குளிரில் சோம்பல் முறித்தான். உள்ளிருந்த மகன் மணவாளன் சிணுங்குவது இளம் பூனையின் ஒலிபோல துல்லியமாக கேட்டது. திறந்த ஒற்றைக் கதவால் குளிர் காற்று அவனைத் தொந்தரவு செய்திருக்கும் என்று, பிவிசி கதவை அவசரமாக மூடினான்.

எப்போதும் அமரும் செங்கற்கள் அடுக்கி வைத்திருந்த இடத்தில் அமர்ந்து பல் துலக்க ஆரம்பித்தான். குளிர் இளகாற்று ஒன்று அவனைக் கடந்துபோனது. காலைநேர இளகாற்றும், பனியும், முதல் கதிரும் எப்போதும் ரசிப்பதற்கானது என நினைத்துக்கொள்வான் முத்துவேலன்.

இந்தப் பொட்டை திடலைப் பார்க்கும்போது தன் பால்ய காலத்தில் விளையாடிய வயல் வரப்புகள் என்பதை அவனால் நம்ப முடிவதில்லை. மண்ணிலும் நீரிலும் மட்கும் வாழைப்பழ, மரஇலைகளின் வாசனை இப்போது இல்லை. ஒருபகுதி குளமாக இருந்தது. நீண்ட பெரிய குளம். அதில் அம்மா துணி துவைத்திருக்கிறாள். தாமரைக் கொடிகள் மண்டிய பகுதியில் நீர் குளிர்ந்து கிடக்கும். நீச்சலடித்து அதன் இருகரைகளையும் தொட்டு வருவான். மீன், தவளை, பாம்பு, உடும்பு பலது ஓடிக்கொண்டிருக்கும்.

தூரத்துப் புதர்செடிகளின் சலசலப்பைக் கூர்ந்து கவனித்தான். மெதுவாக ஊர்ந்து செல்லும் அசைவை வைத்து அது எறும்புதின்னியென கணித்தான். அதன் நீண்ட வால் அது போகும்

கே.ஜே. அசோக்குமார்

திசைக்கு எதிரான திசையில் செடிகளை உரசிவிட்டுச் செல்கிறது. பின் தொடரும் எதிரியை பயமுறுத்துகிறது அல்லது குழப்புகிறது. எதிரியைப் பயமுறுத்துவது அதன் வால்தான். ஒருமுறை அதன் வாலால் தாக்குதலுக்குள்ளான விலங்கு அதனருகில் செல்வதில்லை. முகம் கழுவியபின் வேட்டியை இறுக்கிக் கட்டிக் கொண்டு இருட்டில் கால் வைத்தான். கற்கள் பரவிகிடக்கும் பாதையிலிருந்து விலகி சரியான பாதையை இருட்டிலேயே கண்டடைந்தான். வேங்கடரமணத் தெருவைக் கடந்து பின்பக்கத்து இருண்டு கிடந்த கோமதி தெருவைத் தாண்டி பெரிய பொட்டல்வெளியைத் தாண்டி வாய்க்காலை ஒட்டி யாரும் அறியாவண்ணம் உள்ளடங்கி இருக்கும் முள்காட்டினுள் நுழைந்தான்.

கருவேலம், வேம்பு, நொச்சி மரங்கள் அடர்ந்த, முன்பு குளமாக இருந்த, முள்காட்டு நிலம், கால் வைக்க பிதுங்கும் ஈரமண் கொண்ட இருண்ட பிரதேசம். கண்களால் துழாவி காய்ந்த மேட்டு நிலமாகப் பார்த்து அமர்ந்தான். காற்று அசைவால், அவன் முதுகில் கருவேல மரத்தின் இளமுட்கள் குத்தி விளையாடின. கொஞ்சம் கொஞ்சமாகக் குப்பைகள் சேர்ந்து குளம் நீர்வற்றி முழுதும் நிலமாகிவிட்டது. முடிந்ததும் மண்ணைத் தள்ளி மூடி, வாய்க்கால் நோக்கி சென்றான். நாளும் வாய்க்கால் நிறம் மாறிக்கொண்டிருக்கிறது. இன்று கருமை நிறத்தை மேல்பூச்சாகக் கொண்டிருக்கும் நீரைக் கைகளைக் கொண்டு தள்ளியதும் செந்நிறமாக மாறியது. கழுவிக்கொண்டு வெளியேறும்போது சூரியன் நன்கு உதித்துவிட்டிருந்தது.

முத்துவேலன், கோமதி தெருவழியே வரும்போது எப்போது பழக்கமான இடங்களைக் காணும் சலிப்பு மென்சோகமாக மனதில் உருண்டது. இருபத்திரண்டு ஆண்டுகளாக அவன் வாழ்ந்த வீடு இருக்கும் தெரு, இப்போது அம்மா மட்டும் ஓட்டடைகள் சூழ்ந்த இருண்ட அறைகள்கொண்ட வீட்டில் தனியே வாழ்கிறாள். வேகமாக கடந்து வெங்கட்ரமண தெரு வந்து சறுகலான சிமெண்ட் தளத்தில் கால்களைத் தேய்த்துக்கொண்டே வீட்டிற்கு வந்த போது, மாரியும் மணவாளனும் எழுந்துவிட்டிருந்தார்கள். அவர்களது மாறுபட்ட ஓசைகளை வைத்து கணித்திருந்தான். மேல்சுவர் கம்பில் சங்கிலிகளால் கட்டப்பட்ட வீட்டு உள்சுவரில் சாய்த்து வைத்திருந்த சைக்கிளை விடுவித்து வெளியே எடுத்து வைத்தான். அதன் ஸ்திரதன்மையை உறுதிபடுத்துவதுபோல சீட்டை இருமுறை தட்டிப் பார்த்தான். டயர்களில் காற்றின் அளவை சரி பார்த்தான். சைக்கிள் சீட் அடியில் இருந்த கந்தலான நைந்துபோயிருந்தத் துணியால் சைக்கிளின் முன் மட்காட்டில் நிறுத்தி வைக்கப்பட்டிருந்த அழகிய பிளாஸ்டிக் பூவிலிருந்து

துடைக்க ஆரம்பித்தான். தண்ணீரில் நனைத்த துணியால் தேய்த்து மேலே படிந்திருக்கும் தூசியையும் மண்ணையும் துடைத்தான். முன் சக்கரத்திலிருந்து சைக்கிளின் ஸ்டாண்ட் வரை துடைத்தான். தேவையான இடங்களில் எண்ணெய் விட, சீட்டின் அடியில் சின்ன பலகை போன்ற இடத்தில் வட்டவடிவ டப்பா இருந்தது. அதை எடுத்து டப் டப் என்று ஓசையுடன் அதிர எல்லா இடங்களிலும் விட்டான்.

சற்று சத்தமாக கையில் டீயுடன் வந்து “இந்தாங்க டீ” என்றாள் மாரியாத்தாள். வேலை மும்முரத்தில் டீயை மறந்துவிடக்கூடுமென எண்ணுகிறாள். அவள் அணிந்திருந்த பச்சை நிறப்புடவை கீழ்ப்பகுதி மட்டும் காற்றில் பலமாக ஆடியது. “சீக்கிரம் குடிங்க இந்தக் காத்துக்கு ஆறிடும்” என்று சொல்லிவிட்டு உள்ளே சென்றாள். காலைஉணவு வரை சைக்கிளைத் துடைப்பது, முகச்சவரம் செய்வது, குளிப்பதுதான் அவன் வேலை.

ஓரத்தில் நீலவண்ண பளபளப்பு குவியலாக நின்ற காரைப் பார்த்தான் முத்துவேலன். புதிய இடம் வந்து வெட்கப்பட்டு நிற்கும் அசைவற்றப் பெண்ணின் அமைதி போன்றிருந்தது. அதன் மினுமினுப்பு தன் உடல் குளிர்ச்சியை அதிகமாக்குகிறது என நினைத்துக்கொண்டான். உள்ளங்கையில் ஐஸ்கட்டியை வைத்தது போன்ற சிலிர்ப்பு. மகன் நேற்று பார்த்ததும் அடைந்த களிப்புதான் நினைவில் இருக்கிறது.

மகனுக்குக் கார்களின் பெயர்கள் தெரிந்திருக்கிறது. தனக்குத் தெரியவில்லை என்பதும் அவனுக்கு தெரிந்திருக்கிறது. காரை மேலே ஏற்றும்போது அதைக் கூர்ந்து கவனித்துக்கொண்டிருந்தான். அது பின்னோக்கி போகும்போது ஏற்படுத்தும் ஒலிகளை மீண்டும் ஒலிப்பு செய்து மகிழ்ந்தான். சுற்றி நின்ற மனிதர்களின் சிரிப்பொலிகள் அவனை எதுவும் பாதிக்கவில்லை. தன் சிறிய கால்களால் சிறுசிறு அடிகள் வைத்து காரைப் போன்று ஓடி உதடுகள் குவிய ஒலியெழுப்பினான். “அப்பா இதுக்குப் பேரு புஜ்ஜி, இது இப்பிடி போயீ மே...ல வந்து அப்படியே பறந்து போவும்பா” என்றான். கற்பனையில் அவனுக்குக் கார் பறப்பது மகிழ்வாக இருக்கிறது, முத்துவேலனுக்குச் சிரிப்பாக இருந்தது.

தரை தளம் வளைநெளிவாக கற்கள் அடுக்கி வைக்கப்பட்ட அழகிய தளமாக மாறியிருந்தது. அதன் வண்ண மாறுபாடு, சின்னச்சின்ன அழகிய பூ வேலைகள் தெளிந்தது போலிருந்தது. எதிரில் இருக்கும் ஓட்டு வீட்டு குழந்தைகள் இனி மதிய நேரத்தில் வந்து விளையாட முடியாது. மணவாளன் அவர்களுடன்தான் விளையாடுவான்.

அடுக்குக் குடியிருப்பின் பின்புற பொட்டைதிடலில் ஈச்சம் பாய்போல் விரிந்துகிடந்தது. எத்தனை நாட்கள் இங்கேயே இருப்பது என்கிற எண்ணம்; வளர்ந்துவிட்ட பிள்ளையைக் கண்ட அதிர்ச்சியைபோல மனதில் எழுந்தது. புதிய வீடு கட்டி சொந்த ஊருக்குச் செல்ல வேண்டும் என்கிற நினைப்பு நெஞ்சில் சிறுபாரமாக இருந்தது. தன் தஞ்சை நிலத்தில் வீடும் சுற்றி உயர் வகை மரங்களுடன் வெளியே நிற்க காரும், மாடுகளும், ஆடுகளும் சூழ வாழ வேண்டும். கற்பனை ஒரு திக்கில் வளர்ந்து கொண்டிருந்தது. அதை தடுக்க நினைக்கும்போதெல்லாம் அது அளிக்கும் சுகத்தால் பேசாமல் இருந்தான். கொடியில் இருந்த செக்யூரிட்டி பேண்ட் சட்டை உடைகளை எடுத்து அணிந்த போது தூசிகள் உடலை உறுத்துவது போலிருந்தது.

நான்காம் தளத்தில் இருக்கும் குலசேகரன் பரபரப்பாக கீழே வந்தார். கண்களின் மேல் தூக்கத்தை வைத்திருப்பது போன்றிருக்கும் முகம். காது ஓரத்திலும் பின்பக்கத்திலும் அரைவட்டமாக முடிவளர்ந்து, நடுவில் பளபளக்கும் வழுக்குபாறை போன்ற தலை. அவருக்கு அது குறித்து கூச்சம் பொதுவாக இருப்பதில்லை. நம் கண்கள் அவர் தலையை நோக்கி சென்றாலும் அவர் எதுவும் கவலைக்கொள்வதில்லை. முத்துவேலனிடம் எந்த அதிகார தோரணையுமற்று பேசுவது அவர் மட்டும்தான். நகரில் நடக்கும் அத்துணை விஷயங்களும் அவருக்குத் தெரிந்திருக்கும். ஏதாவது ஒரு பத்திரிக்கை அவர் கையில் இருக்கும்படிதான் அவரை பார்க்க முடியும். தெருவில் நடக்கும் மனிதர்கள் எல்லோரிடமும் "இன்னிக்கு என்ன விஷேசம்" என்று ஆரம்பித்து பேச்சை வளர்த்துவிடுவார். எல்லாரிடமும் பேசி நகரில் நடக்கும் முக்கிய விஷயங்களைத் தெரிந்துக்கொள்வார், சிலசமயம் தீர்வையும் சொல்லுவார். அப்படி அவர் தெரிந்து என்ன செய்யப் போகிறார் என தோன்றும். எப்போது கரண்ட் போகும், எப்போது சாக்கடைக்குக் குழி தோண்ட ஆட்கள் வருகிறார்கள் எல்லாமே தெரிந்திருக்கும். இன்று வெளியே செல்லும் அவசரம் அவர் முகத்தில் இருந்தது. பேண்ட் பாக்கெட்டில் அவசரமாக எதையோ நுழைத்துக் கொண்டு ஓடினார்.

சிறிது நேரத்தில் மூன்றாம் தளத்தில் இருக்கும் நெற்றியில் நாமம் போட்ட சீனிவாச நாராயணன் இறங்கி மேற்கு நோக்கி போனார். தூக்கிய கழுத்தில் அவரது கண்கள் நேராக இருக்கும், மற்றவர்களைப் பார்க்கிறாரா என தோன்றும். ஆனால் மற்றவர்களை, மிகச்சரியாக கவனிக்கிறார் என்பது அவனுக்குத் தெரியும். மற்றவர்கள் தம்மை கவனிக்க வேண்டும் என்பது

அவரது விருப்பம். அந்தக் குடும்பத்தில் இருப்பவர்கள் யாருடனும் பேசுவதில்லை. அவர்கள் அங்கே இருக்கிறார்கள் என்று அவர்களே வந்து சொன்னால்தான் தெரியும். ஏதோ பதுங்கு குழியில் வாழ்பவர்கள் போன்றிருந்தார்கள். எந்த சத்தமும் வெளியே வராது. ஒரு சிறுகுழந்தைகூட வீட்டில் இருக்கிறது. அது எப்போதாவது அழுமென நினைத்துக் கொள்வான் முத்துவேலன்.

தெருக் கடைசியில் இருக்கும் ராமமூர்த்தி ஐயர் அந்த பக்கமாக வந்தார். "என்ன வேலா எப்படி இருக்க, அம்மா எப்படி இருக்கு?" என்றார். வேகமாகத் தலையசைத்தான். "அப்பப்பப் போய் பேசு."

மெல்லிய காற்று வெளியே வீசிக்கொண்டிருந்தது. அந்த காற்றில் மட்கிய மணலில் துகள்கள்தாம் நிரம்பியிருந்தன. நாலுநிலம் தள்ளி ஒரு வீட்டில் ஓடுமாற்றும் வேலை நடந்துக் கொண்டிருக்கிறது. இரண்டு ஆட்கள் செம்மண் பரவிய வேட்டியில் மேலே ஏறி வேலை செய்துகொண்டிருக்கிறார்கள். ஓடு எடுக்கப்பட்டுச் சிமெண்ட் தளமாக மாற்றம் கொள்ளப் போகிறது.

கண்கள் கூசும் வெயில் கூரை மேல் நிற்பவர்கள் வெளிச்சப் புள்ளியாக மாறித் தெரிந்தார்கள். வெளியே வந்து எதிரே மணல் கொட்டப்பட்டிருந்த இடத்தில் சற்று நேரம் நின்றான் முத்துவேலன். நீலமும் இளஞ்சிவப்பும் கலந்த சுவர்களைக் கொண்டிருந்தது அடுக்ககம். புதிய கட்டிடம் என்பதை ஒவ்வொரு நிமிடமும் வெளிக்காட்டியது அதன் பளபளப்பு. மற்ற வீடுகள் பழைய பாணியில் அமைந்திருப்பதால் அதன் அழகு வெயிலில் அழகாக ஜொலித்துக்கொண்டிருக்கிறது. எவர்சில்வரில் பளபளக்கும் எழுத்துக்கள் கட்டிடத்தித்தின் வலது ஓரத்தில் இருந்தது. பெயரை பெரியவர் ராமமூர்த்தி கொடுத்ததாக குலசேகரன் கூறுவார்.

இரண்டாம் மாடியில் இருக்கும் சிவபாண்டியன் தன் நாயை அழைத்துக்கொண்டு கீழே அவசர வேலைக்கு வருபவர் போன்று வந்தார். எப்போதும் கண்களைச் சுருக்கித்தான் முத்துவேலனை பார்ப்பார். தனக்கு வந்த கடிதங்களைப் பத்திரமாக வைத்து உடனே தரவேண்டுமென மிரட்டுவார். "நேத்தே வந்திருக்குமே இப்ப தர்ற" என்று கேள்விகளை எதிர்கொள்ள வேண்டியிருக்கும்.

தெருவின் இருபக்கத்தையும் பார்த்துக்கொண்டது தன்னை கவனிக்கிறார்களா என்பதை உறுதிப்படுத்தத்தான். "ஏய்... நில்லு" நாயை அதட்டினார். அந்த அதட்டல் தெரு முழுவதும் கேட்டது. கண்களைத் தூக்கி அவரைப் பார்த்துவிட்டு சும்மா நின்றது. உண்மையில் அவர் நாயை அதட்டவில்லை,

தன் ஆளுமைத்திறனை மற்றவர்களுக்குக் காட்ட எண்ணியே அப்படி செய்தார். முத்துவேலன் வலது கையை உயர்த்தி “காலை வணக்கம் சார்” என்றான். அவர் கண்கள் சந்தித்தனவேயன்றி வேறு சலனங்கள் எதுவுமில்லை. லேசாக தலையாட்டி ஏற்றுக் கொண்டார். நாயை இழுத்துக்கொண்டு நடந்தார். டாபர்மேன் வகையைச் சேர்ந்த நாய், ஒவ்வொரு கால்வைப்பிற்கும் அதன் கீழ்தாடையாடியது. அதுவே அதன் கம்பீரம், இரண்டு தப்படிக்கும் ஒருமுறை திரும்பி தன் சுற்றத்தைப் பார்த்துக்கொண்டது. நல்ல உயரம், ஆரோக்கியமாகவும் இருக்கிறது; அதனால் எப்படி சும்மா வீட்டில் இருக்க முடியும் என தோன்றியது முத்துவேலனுக்கு.

நன்கு வசதி படைத்த மனிதர்கள் இங்கு வந்து கட்டிய வீட்டை வாங்குவது எதனால் இருக்கும் என யோசித்தான். இந்த பகுதி வளர்ச்சியடையும் என நினைக்கலாம். அல்லது நகரத்திற்கு அருகே அமைதியான இடம், நகரத்தின் வசதிகளையும் கிராமத்தின் அமைதியையும் ஒருங்கே பெற நினைக்கலாம்.

கால்வாயின் ஒற்றையடி பாலத்தைத் தாண்டி தூரத்தில் சூரியஒளியில் சட்டை மினுமினுக்க நடந்து வந்துகொண்டிருந்தார் ராஜேந்திரன் அண்ணன். அவரது மெதுவான வாத்துநடையே காட்டிக்கொடுத்தது. ராஜேந்திரனின் அன்பாக, துடுக்கானப் பேச்சுக்கு ஆவலாகக் காத்திருந்தான்.

4

ஒரு விவசாயின் தோற்றம் அப்படி இருக்க முடியாது என தோன்றும். ஆனால் அவரது மீசை, அவரை யாரென இனங்காட்டுகிறது. கண்களில் தெரியும் ஒருவித அமைதி அந்தப் பெரிய மீசையினால்தான். பேண்ட் சட்டையின் உள்ளிருக்கும் கிராமத்தானைக் காணும் சமயங்களில் ஆழ்ந்த தியான மனநிலையை உணர்ந்தது போலிருக்கும். நடந்துவரும் அவரது அழகு தன் ரசனையின் மீதானது என்பதை அவர் மற்றவர் களுக்கு உணர்த்தத்தான். அந்த நடையழகின் ரசனையை எங்கிருந்து பெற்றிருப்பார். தன்னை உணரும் ஒவ்வொரு சமயத்தையும் தன் நடையின் மூலமே வெளிப்படுத்துகிறார். சூழல் குறித்த பிரக்ஞை எதுவும் அவரிடம் இருப்பதில்லை.

மின்னும் வெள்ளிக்கோடு நூல்கள் நெடுக்காகச் செல்லும் ஆரஞ்சு வண்ண சட்டையும் கருப்பு வண்ண நீண்ட கால்சராயும் அணிந்து இன் செய்திருந்தார். இரண்டும் புதிதாக இருந்தன. கால்களுக்கு மட்டும் செம்மண் அப்பிய பழையதாகிப்போன பொருத்தமற்ற செருப்பு. தடிமனான மீசை, தாடியுடன் சேர்ந்து அகன்றிருந்தது. வாயின் கீழ்தாடை நன்கு சேவ் செய்யப்பட்டதால் பச்சைவண்ணம் பெற்று அவருக்கு அழகிய எடுப்பான முகமாகக் காட்டியது. தூக்கிவாரிய சிகை. மெதுவாக எல்லாவற்றையும் கிரகித்துக் கொண்டிருக்கும் சாந்தமான கண்கள். சொற்கள் மனதில் எழுந்து அப்படியே தங்கிவிட்டது போன்ற முகம். அனைத்தையும் அறிந்திருக்கிறேன் என்கிற உடல் பாவனை.

வீடுகளையெல்லாம் கடந்து நான்கு கால் மனிதனாக நிற்கும் அந்தத் தொகுப்பு வீட்டிற்கு முன் வந்து நின்றார். கண்களால் அளவெடுப்பதுபோன்று இடத்தை மெதுவாக எல்லாப் பக்கமும் பார்த்து

வலப்பக்கமாக திரும்பி மணலில் அமர்ந்திருந்த முத்துவேலனைப் பார்த்தார்.

“வாங்கண்ணே.”

“உன்ன நெனச்சுக்கிட்டேதான் வந்தன், நீ ஃப்ளாட்ல இல்லேன்னா இங்கதான் இருப்பன்னு நினைச்சேன்.”

“உட்காருங்கண்ணே” என்று மணலில் மேடாக இடத்தை உருவாக்கி கொடுத்தான்.

“போவணும்டா இன்னும் சாப்பிடல. காலைல நம்ம கம்பெனியிலேயே டீயும் பிஸ்கட்டும் வரும். அதோட வயிரு சும்மா கிடக்கு.”

“உட்காருங்கண்ணே போவலாம். நேரமாச்சுன்னா இங்கேயே சாப்பிட்டுடலாம்.”

“அதெல்லாம் வேண்டாம். எல்லாரும் போயாச்சா.” வலது பாக்கெட்டில் இருந்த கர்சீப்பை எடுத்து உதறி மணலின் மேல் விரித்து அமர்ந்தார்.

“கிட்டத்தட்ட போயாச்சு.”

“சிட்டிக்குள்ளப் போவனும்ல, நேராவும்.”

சிறிது நேரம் இருவரும் எதுவும் பேசவில்லை. எல்லாம் பேசி முடித்த திருப்தி.

“இன்னிக்கு மழவரும் பாரு” என்றார்.

இடது பக்க பாக்கெட்டில் இருந்து சவுத்தாள் பையை எடுத்தார். அதிலிருந்த வெற்றிலைப் பாக்கை வெளியே எடுத்தார். “சுண்ணாம்பு வேணுமாண்ணே” என்று எழ முயற்சிக்க, “இருக்குடா, விட்றா” என்று மேல் பாக்கெட்டிலிருந்து சின்னடப்பியில் இருந்த சுண்ணாம்பை எடுத்து வெற்றிலையில் வேகமாகத் தடவி வாய்க்குள் திணிக்க ஆரம்பித்தார்.

மெல்லமெல்ல பதம் ஒன்று கூடி வருவது அவர் முகத்தில் தெரிந்தது.

“நேத்து மழ வர்றமாதிரிதான் இருந்துச்சு. இன்னிக்கும் வராதுண்ணே. நல்லா காத்து அடிக்குதுல்ல. அதுவும் சாயங்காலம் மேனிக்குக் கடல்காத்து அடிக்கும்.”

“பேஞ்சுதுன்னா நல்லா பேயும், பெரிய வெள்ளம் வரும்.”

“நா இங்க இத்தன வருஷமா இருக்கேன். வெள்ளம் வந்ததில்ல.”

"இனிமே வரும்பாரு."

வாயைத் தூக்கி கீழ்தாடை முன்னோக்கி வர பேசினார். பேண்ட் சட்டையில் மீசை, வெற்றிலையுடன் அவரைப் பார்க்க; குடிசை வீட்டுக்குப் பால்கனி வைத்ததுபோல் வேடிக்கையாகத் தோன்றும் அவனுக்கு.

மீசைக்கு எண்ண போடுவீங்களாண்ணே ...

"பின்ன, கருப்புமைதான். டெய்லி சேவு பண்ணனும். சும்மா இல்ல."

பேச்சு வேறு இடத்தில் சென்றுவிட்டது தெரிந்ததும் பதறி சற்று ஆசுவாசபடுத்தி பின் தான் விரும்பும் இடத்திற்குக் கொண்டு வர நினைத்தார் ராஜேந்திரன்.

"இந்நேரம் ஊர்ல லேசா தூறல் போட்டிருக்கும். மழை பேய்ற கணக்கா இருக்கும். அதேவேள பேயாத கணக்காவும் இருக்கும். கிழவன் வெத்தல சாரல்மாதிரி வெயிலோடயே ஒரு தூறல் போடும். மழைவர்ற காலங்களுக்கு முன்னாடி அப்படிதான் செய்யும்."

"அதுக்கப்புறம் பெருசா போடுமாண்ணே ..."

"ம்ஹூம். பெருசால்லா எப்பயுமே பெய்யாது. இங்க அடிக்கிறது பேய்மழையில்ல... சன்னமா அடிக்கும், அப்படியே நின்னுடும், மக்கியாநாளு திலுப்பி என்ன, சன்னமா ஒரு அடி. இப்படி மழகாலம் முச்சூடும் அடிச்சுடும். ஒதுங்க வேண்டிய வேளையே இருக்காது பாத்துக. வேட்டி நனையும், கொஞ்ச நேரத்துலயே காஞ்சிபூடும், திலும்பியும் ஈரமாபூடும். ஆனா மூனு நாளு நாளைக்கு மட்டும் பெரிய மழ இருக்கும்"

"இந்தப் பொட்டலா மாறிட்ட இடத்துக்கு ஏண்ணே ரமணிகுளம்ன்னு பேர் வெச்சாங்க."

"அது நீ அந்த அய்யர்டதான் கேக்கணும், நீ சின்ன புள்ளைல பார்த்தில்ல அந்தக் குளத்தோட பேருதான் இது. அவருதான் இந்த பேர சொன்னாராம்."

"நானு இங்கதானே வளந்தேன். அப்பையே அங்கக் குப்பையாதாண்ணே இருந்துச்சு."

"ரமணிங்கற பேர்லேயே இன்னொரு பிளாட் கட்ட போயிட்டாரு இந்த ஓனரு தெரியுமில்ல."

"வேகாத வெயில்ல இங்க கிடக்கிறதுக்கு, ஊர்நாட்டு பக்கம் போயிடலாம்ண்ணே."

30 கே.ஜே. அசோக்குமார்

தஞ்சை மாவட்டத்தில் சரியாகப் பாதைகளே இல்லாத உள்ளூர் கிராமத்தில் அப்பாவுடன் வயலில் வேலைக்கு நின்ற காலங்கள் மனதில் நிழலாடின ராஜேந்திரனுக்கு. குடும்ப பிரச்சினையில் வெளியேறி ஓடியதும், வேறு ஊரில் சின்னச் சின்ன வேலைகள் செய்து பின் தான்மட்டும் பட்டணம் ஓடிவந்ததும், காலங்கள் ஓட பிறகு பழைய வாழ்க்கைக்குத் திரும்பவே முடியாமல் போய்விட்டது பற்றி யோசித்துக்கொண்டிருந்தார்.

பேச்சு தட்டுப்பட்டதும் பாம்பு வெளியேறும் நிதானத்து டன் கிளம்பினார் ராஜேந்திரன். சூரியனின் வெப்பம் சூடுபிடித்திருந்தது. மெல்லிய காற்று புழுதியுடன் அவனைக் கடந்து சென்றது. ராஜேந்திரன் சொன்னவைகளை யோசித்தபடி தரைதளத்தைச் சுற்றி வர ஆரம்பித்தான் முத்துவேலன்.

ரமணிகுளம் அடுக்ககத்தில் மொத்தம் நாலு வீடுகள். தீப்பெட்டிகள் எதிரெதிரில் அடுக்கி வைக்கப்பட்டது போன்று மெசனையில் எனும் அமைப்பில் கட்டப்பட முதல் மாடி பிறகு ஒன்னரை மாடி பின் இரண்டாம் மாடி, கடைசியில் இரண்டரை மாடி என்றிருந்தது. யாருக்கும் எந்த தொடர்புமில்லாமல் கட்டப்பட்டிருந்தன.

நான்கு குடும்பங்களும் நான்கு திசைகளில் இருப்பதாக முத்துவேலன் நினைத்தான். ஒவ்வொருவரின் குடும்பச் சூழல், பொருளியல் வாழ்க்கை, பழக்கவழக்கங்கள் வெவ்வேறு மாதிரியாக இருந்தது. அவர்களின் பேச்சுகள்கூட வேறு வகையானவை. வேறு அர்த்தங்களைக் கொண்டிருப்பவை. இதே தெருவில் இருக்கும் சிமெண்ட், ஓட்டுவீட்டு மக்கள் ஒருமாதிரி எண்ணங்களைக் கொண்டவர்களாகவும், வாய்காலைத் தாண்டி செல்லும் சாலையில் உள்ள குடிசை வீடுகளில் இருக்கும் சேரி மக்கள் மற்றொரு வகை எண்ணங்களைக் கொண்டவர்களாகவும் இருக்கிறார்கள். ஆனால் அவர்கள் தங்களுக்குள் ஒரு பொது நடத்தையைக் கொண்டிருக்கிறார்கள். விட்டுக் கொடுத்தலிலிருந்து பெற்றுக்கொள்வதுவரை சுமூக பாவனை நிகழ அனுமதித்தார்கள். இந்த பிளாட்டில் இருப்பவர்கள் அப்படியில்லையெனத் தோன்றியது.

வீட்டிற்கு வருபவர்களை மட்டுமல்லாது அந்த குடியிருப்பில் வேலைக்கு வரும் நபர்களையும் முத்துவேலன் கண்காணிக்க வேண்டும். காலையில் சங்கரி வந்து எல்லா இடங்களையும் பெருக்குவாள். பொது இடங்களை, படிகளை பெருக்குவது அவள்தான். வாரத்திற்கு ஒரு நாள் மொட்டை மாடியைப் பெருக்கிவிட வேண்டும். வேலையை அவள் நன்றாக செய்தாலும் நான்கு குடும்பங்களிலிருந்து யாராவது ஒருவர்

சரியாகப் பெருக்கவில்லை, இன்னென்ன பொருட்களை எடுத்து பெருக்கவில்லை என்று முத்துவேலனிடம் வந்து குறை கூறுவார்கள்.

“நீங்கதான் இந்த இடத்துல குப்பையை வைக்கக்கூடாதுன்னு சொன்னீங்க. அதான் அது எடுத்துட்டு போயிருக்கு.”

“எடுத்தா சரியா எடுக்கணும். பாதிய இந்தப்பக்கம் போட்டுட்டு, அந்த இடத்த சரியா கழுவாம விட்டுட்டுப் போறதா.”

அந்த இடத்தைக் கூர்ந்து கவனித்தான் முத்துவேலன். துடைப்பத்தால் ஏற்பட்ட தூசு கீறல்களாக சில இடங்கள் ஆகியிருந்தன. அதைத்தான் அந்த பெண்மணி குறிப்பிடுகிறார் என்று தெரிந்தது.

“சரிங்கம்மா அந்தப் பொன்னுகிட்ட சொல்லிடறேன்.”

ஒன்ரையாவது தளத்தில் பொதுவில் உள்ள ஒரு இடத்தில் ஒரு சின்ன கயிறு கட்டி அங்கு தன் துண்டைக் காயப்போட்டிருந்தார் சீனிவாசன். காயப்போட்டவர் இரண்டாவது மாடியில் இருப்பவர். அவரது வீட்டு வாசலுக்கு அருகில் அந்த இடம் இருப்பதால் காயப்போட்டிருக்கிறேன் என்கிறார். மூன்றாம் மாடி பெண் இதை அனுமதிக்க முடியாது என சத்தமிட்டுக் கொண்டிருந்தார்.

இந்தப் பஞ்சாயத்துகள் தீரப்போவதில்லை என்று நினைத்துக் கொண்டான் முத்துவேலன். ஒருவர் தன் சமாதானத்தை உடனே செய்துவிட்டால் அது தன் பலவீனத்தைக் காட்டுவதாக நினைத்து ஒவ்வொருவரும் விடாமல் சண்டையிட்டனர்.

ரமணிகுளம் அடுக்ககம் கட்டப்படும்போது இங்கு வேலை செய்தான் முத்துவேலன். முதலில் வாங்குவதற்கு ஆளில்லாமல் கிடந்தது. மூன்று வடநாட்டு சகோதர பில்டர்கள் “சென்னையில் புதிதாகத் தொழிலைத் தொடங்கி லாபம் பார்க்காமல் அனுபவம் கற்றுக்கொள்ள கட்டுகிறோம்” என்றார்கள்.

o o o

தெருவில் புதியதாக நான்கு விளக்குகள் போட நகராட்சி ஊழியர்கள் ஆயத்தமாயிருந்தார்கள். மணவாளனும் அவன் எதிர்சாரி நண்பனான குணாவும் காலையிலிருந்து கண்கொத்தி பாம்புபோல அந்த வேலைகளை வேடிக்கைப் பார்த்தார்கள். கீழ்பக்கம் அகன்றும் மேல்பக்கம் மெலிந்தும் இருந்த உயர்ந்த கல்லால்லான கம்பம் தெருவின் நடுவில் தேர்வடங்கள்போல வரிசையில் கிடந்தன. தெருவில் நடந்து போகிறவர்கள், சைக்கிளில்

செல்பவர்களுக்கு இடைஞ்சலாக இருந்தது, ஆனால் யாரும் குறை சொல்லவில்லை.

முத்துவேலன் வெளியே வந்து பார்க்கும்போதெல்லாம் அந்த ஓசைகள் தனக்குப் பழக்கமானதுதான் என்கிற நினைப்பு தோன்றியது. விஷப்பாம்பு போன்று மினுக்கும் நீண்ட சுற்றப்பட்ட முறுக்கிய கம்பிகள் ஒரு வீட்டின் வாசலில் புதிதாக கொண்டுவந்து போட்டார்கள்.

தெருவெங்கும் துண்டித்துப் போடப்பட்ட தேவையற்றத் துண்டுகளான மின்சாரப் பொருட்கள் சிதறி கிடந்தன. காக்கிகலர் கால்சராய் அணிந்த நால்வர் வந்து நின்றதும் வேலை வேகம் கொண்டது. அதில் நல்ல உயரமும் கனத்த குரலும் கொண்டவரை மணவாளனுக்குப் பிடித்திருந்தது. அவர் செல்லுமிடங்களிலெல்லாம் பின்னாலேயே சென்றான். வேகமான நடையோடு மற்றவர்களுக்குப் புதிய கட்டளைகளை இட்டுக்கொண்டிருந்தார். வேலையின் சூழிவும் அது சென்று சேரும் இடம் பற்றி அவருக்குதான் தெரிந்ததிருந்தது. அதற்கு தகுந்த அடுத்த வேலைகளை முன்னமே கட்டளையாகச் சொல்லிக்கொண்டிருந்தார். வேலை வாங்கும் கடுகடுப்பு இல்லை, லாவகமாகக் கிண்டலடித்து வேலை வாங்கினார். ஒரு இணைப்பை நீவிவிட்ட ஒருவனை “என்னடா கெழவனும் கெழவியும் தடவிக்கிற மாதிரி தடவிகிட்டு இருக்கே, நல்லா வெரசா செய்டா” என்றார். அருகிலிருந்தவர்கள் சிரித்து விட்டார்கள். லேசாக மழை தூறல் பெய்தபோதும் வேலை நடந்துக்கொண்டிருந்தது. மணவாளன் டிராயரை பிடித்தபடி “அண்ணே இத எப்படிண்ணே நிக்கும்” என்றான். “ஒன் ட்ராயரை அவுத்து பாருடா நிக்குறது தெரியும்” என அவிழ்க வருவதுபோல் கிட்டே வர விழுந்தடித்து ஓடினான். மீண்டும் சிரிப்பலை பரவியது.

திறந்த பிணத்தின் வாய்போலிருந்தது, பள்ளம் தோண்டப் பட்ட இடங்கள். இரு நாட்கள் இரண்டடி ஆழம் உள்ள பள்ளங்கள் மூடப்படாமல் சிறுவர்களுக்கு விளையாட்டு இடமாக மாறி இருந்தது. அதில் மரத்தின் சத்தைகளைப் போட்டு மூடினார்கள். பாலமுருகன் செத்த எலி ஒன்றைப் போட்டு மூடி வைத்தான். ஒரு நாள் மீண்டும் ஆட்கள் வந்து ஓரமாகக் கிடந்த கம்பங்களைத் தூக்க ஆரம்பித்தார்கள். பெரியபெரிய தாம்பூகயிறுகளைக்கொண்டு அப்படியே தூக்கி மிக லாவகமாக நிறுத்தினார்கள்.

மற்ற சில ஆட்கள் வந்து கிடைராடுகளை மேலே முறுக்கிய கம்பங்களைக் குழிகளில் வைத்து மண்ணைக் கப்பி கற்களைப்

போட்டு மூடினார்கள். காலையில் வந்த ஆட்கள் சாப்பிட்டு வந்த கையோடு முறுக்குக் கம்பிகளை எடுத்து தெரு முழுவதும் பரவவிட்டு நின்றிருக்க, மேலே ஏறிய ஒரு கும்பல் கம்பிகளை வைத்து முறுக்கினர்.

அவர் கொலுசணிந்த குழந்தையின் நடைபோல தெருவில் மேலும்கீழுமாக நடந்தபடி இருந்தார். அவரை பார்க்கும்போது சில அதிகாரிகள் பயந்து வணக்கம் வைத்தார்கள்.

"சார் சரியா இருக்கான்னு இப்பவே பாத்துகங்க, அப்புறம் குறை சொல்ல வேணாம்."

"குறை சொல்றமாதிரி செய்யாதிங்க, நல்லா செஞ்சுட்டு போங்க."

வெட்கமேதுமின்றி ஈயென இளித்தார் மாணிக்கம். அவர்தான் உயரதிகாரி என்று தெரிந்தது.

மதியம் எல்லா வேலையும் முடிந்துவிட்டது. அதுவரை மங்கலாக ஒரு குழல்விளக்கு இருந்தத் தெருவில், ஹாலஜன் பல்புகளால் தெரு மஞ்சள் நிறத்திற்கு மாறியிருந்தது. மூலை முடுக்குகளில் எல்லாம் வெளிச்சம் பரவி இரவு பகலாக மாறிவிட்டதாக நினைத்தான் முத்துவேலன். நவீனமாகிவிட்டது போன்ற தோற்றம் கொண்டுவிட்டது நகர். சென்னை பெரு நகரத்தில் இருப்பது போன்று பெரிய விளக்குகள் வந்திருப்பது மக்களிடையே பெரிய மிதப்பை உண்டாக்கியிருந்தது.

5

“ஊரில எவ்வளவுநாள் தனிமையில் இருப்பீங்க அப்பா, ஒரு மாற்றத்திற்கு இங்க கொஞ்சநாள் இருந்துட்டு போங்க” என்று அருண் அழைத்தது சற்று ஆறுதல் தரும் வார்த்தையாக இருந்தது. ரயிலேறி விட்டார் ஜெயராமன்.

கைக்குழந்தையான அருணைத் தூக்கிக் கொண்டு ஒருகல்யாணத்திற்கு சுகுணாவுடன் வந்தது, முப்பது ஆண்டுகளுக்குப்பின் இன்றும் அதே கூடடையும் நகரமாகதான் சென்னை இருக்கிறது என நினைத்தார். ஆனால் இந்த நகரம் தெருவாசிகளுக்கானது. திருடர்கள், குடிகாரர்கள், வம்பர்கள் மட்டுமே தெருக்களில் வாழ்பவர்கள். அவர்கள்தான் இந்த நகரத்தின் தெருக்களையும் சந்துபொந்துகளையும் அறிந்திருக்கிறார்கள். ரிக்ஷாக்காரர்களும் இந்நகரை அறிந்திருக்கிறார்கள். வீடுகளில் வாழும் மனிதர்கள் தங்கள் தெருக்களைத் தாண்டி மற்ற பகுதிகளை அறிந்தவர்கள் அல்ல. ஒவ்வொரு பகுதியும் ஒரு தனி ஊர்போல தான் அவர்களுக்குப் பொருள்படுகிறது.

சென்னை நகரம் வெடிக்க தயாராக இருக்கும் பெருத்த பலூனாகத் தோன்றியது. வீட்டில், தெருவில், பொதுஇடத்தில், வேலை செய்யுமிடத்தில் மிக நெருக்கமாக மனிதர்கள் இருந்தாலும், இம்மியளவு ஒருவருக்கொருவர் அறிந்தவர்கள் இல்லை.

டை அடிக்காத கருப்பு கலந்த வெள்ளை தலைமுடியும், பச்சை, அரக்கு வண்ண பெரிய கரை வேட்டியும், தும்பைப்பூ அரைக்கைச் சட்டையும், நெற்றியில் சந்தனமும் குங்குமமும் கொண்ட மனிதராக ஆட்டோவிலிருந்து இறங்கிய ஜெயராமனை, இதுவரைக் கண்டிராத புதிய உயிரினத்தைப் பார்ப்பதுபோலதான் பார்த்தான் முத்துவேலன். அருணின் அப்பா என்பதை நம்பமுடியாத கண்களை மாற்றி இயல்புநிலைக்கு

வந்து அவனே படியேறிவந்து வழிகாட்டினான். முத்துவேலனுடன் நட்பாகச் சிரித்து படியேறி வந்தது அருணுக்கும் கவிதாவிற்கும் பிடிக்கவில்லை என்பது அவர்களின் முகத்திலேயே தெரிந்தது. அவன் போவதற்குள் படார் என்று கதவைச் சாத்தினாள் கவிதா.

இரு நாட்களுக்குப்பின் ஜெயராமனுக்குச் சில விஷயங்கள் புரிந்தன. அவர் பேச முற்படும் போதெல்லாம் அவர்கள் அவசர வேலையாக எதையோ செய்துகொண்டிருந்தார்கள், அல்லது அவரைக் கண்டதும் செய்ய ஆரம்பித்தார்கள். குழந்தை ஸ்ரேயேஷையும் நாய் ஜூலியையும் கவனிக்க மட்டுமே தான் வந்திருப்பதாக உணர்ந்தார்.

பேசுவதை கலையாகவும், நட்பாகவும் இயல்பான ஊக்கமாகவும் பார்ப்பவர்கள் இங்கு யாருமில்லை. அவர்களுக்கு அது வேலையற்ற வேலையாகத் தோன்றுகிறது. ஒருவித சிடுமூஞ்சிப் பாவத்துடனே எதையும் எதிர்கொள்கிறார்கள். நகரத்தின் இயல்பே பேசாதிருப்பதுதான். அனுமன் கோயில் வாசலில் பூ விற்கும் லோகுவிடம் “இன்னிக்கு முகூர்த்த நாள், வியாபாரம் எப்படி ?” என்றார். தூங்கும் நாய் திடுக்கிட்டு எழுந்து கவனிப்பதுபோல திரும்பிப் பார்த்தான். “ம்ம் . . . போவுது சாரே” என்று சொல்லி வேகமாக நகர்ந்து விட்டான். எல்லோரும் பூக்கார் என்றே அசிங்கமாக அழைக்காமல் பெயர் சொல்லி அழைத்தது அவனுக்கு அதிர்ச்சியை அளித்தவிட்டது தெரிந்தது.

இந்த நகரையும் மனிதர்களையும் புரிந்துக்கொள்ள முயற்சிக்கக்கூடாதென தனக்குத் தானே சொல்லிக்கொண்டார். அகன்ற திண்ணை, நீண்ட நடை, கொல்லை மரங்கள் கொண்ட வீட்டில் இருந்து பழகியவருக்கு மடக்கிமடக்கி வைக்கப்பட்ட ஒழுங்கற்ற அட்டைப்பெட்டி போன்று தோற்றம் தரும் 1100 சதுர அடி அடுக்கு குடியிருப்பின் அவசியத்தைப் புரிந்துக்கொள்ள முடியவில்லை. மகனும் மருமகளும் வேலைக்கும், குழந்தை பள்ளிக்கும் சென்ற பின் வீடு சற்று அகன்று விடுவதுபோல தோன்றியது. இருட்டான அறைகள் கொண்ட இந்த அடுக்கு வீட்டில் எந்தப் பொருள் எங்கே இருக்கிறது என்பது மட்டும் தெரிவதில்லை. கூடத்தில் இருக்க வேண்டிய பொருட்கள் குளியலறையில் இருந்தன; குளியலறையில் இருக்க வேண்டிய பொருட்கள் பால்கனியில் இருந்தன.

கவிதா வளர்க்கும் ஜூலி, சிறிய பாமரேனியன்வகை நாய். காலையும் மாலையும் வெளியே சென்று சிறுநீர், மலம் கழித்தல் போன்ற வேலைகளைச் செய்து கொண்டது. மற்ற நேரங்களில் தூங்கிக்கொண்டேயிருந்தது. நடுவே ஒரு முறை பாத்ரூம் சென்று சிறுநீர் கழிக்கிறது. அதற்கான உணவு, மூடி

வைக்கப்பட்ட தட்டில் இருக்கும். தேவையான போது தள்ளிவிட்டு உண்ணவேண்டியதுதான் பாக்கி. மனிதர்களை மிகச்சரியாகப் புரிந்துகொள்ளும் உயிரினம் நாய் மட்டும்தான் போலும்.

வந்த புதிதில் அடுக்ககக் குடியிருப்பில் முதல் மாடியிலிருந்து கீழே விழுந்துவிடக் கூடும் என்கிற பயம் இருந்தது அவருக்கு. தரைதளம் மண்ணுக்குள் சென்று விடுவதுபோன்ற பிரம்மையும் இருந்தது. செப்டிக் தொட்டியின் மேல் வீடு நின்றிருப்பது மலத்தின் மேல் நிற்கிறோம் என்கிற எண்ணம் ஒவ்வொரு நாளும் உணவு உண்ணும் நேரத்திலும் மலம் கழிக்கும் நேரத்திலும் தோன்றி விடுகிறது.

வாசல் கதவை திறந்து வைக்க மகனும் மருமகளும் அனுமதி அளிப்பதில்லை. உள்ளே நடக்கும் விஷயங்கள் எதுவும் வெளியே தெரிந்துவிடக்கூடாது என்று நினைக்கிறார்கள். அவர்கள் சென்ற பிறகும் அதைத் திறக்க அவருக்கு மனம் வருவதில்லை. பெரிய கண்ணாடி ஜன்னல்கள் கொண்ட கதவைத் திறந்து முன்பக்க பால்கனிக்கு வந்தார். வளைந்த வேலைப்பாடுகள் இருக்கும் விளிம்புகள் கொண்ட பால்கனி கம்பியைப் பிடித்துக்கொண்டு வெளியே பார்த்தார். வலது பக்கம் மரக்கூட்டங்களுக்கு மேலே ஒளியில் துவளும் நீர்போல் வெயில் நடனமிட்டது. மனிதர்கள் சிறுவடிவங்களாக மாறி நடந்து சென்றார்கள். இன்னும் சாலை சரியாகப் போடப்படவில்லை. கடினமானக் கற்கள்கொண்ட மண்சாலை என்று அதன் ஓரங்களில் இருந்த பழமையானச் சிறுசெடிகளின் அடர்த்தியிலிருந்து தெரிந்தது. புதியதாக நிறுத்தப்பட்டிருந்த விளக்குக் கம்பத்தால் கிராமத்து அழகிலிருந்து மாறுபட்டு அந்த இடம் அன்னியமாகத் தெரிந்தது. கிராமம் நகரமாக மாறும் அழகு. எதிரே வரிசையாகப் பழைய பாணி மூன்று ஓட்டு வீடுகள் அதேசாரியில் சற்று தள்ளி மேலும் சில வீடுகள், கடைசி வீடு அங்கிருந்த முருங்கை, வேம்பு, நந்தியாவட்டை மரங்களின் அடர்த்தியில் மறைந்துகிடந்தது.

அவரிருந்த சாரியில் வீடுகள் குறைவு, அடர்ந்த முள்செடிகள் கொண்ட மனைகள் அதிகம். தெருமுனையில் இரு பக்கமாகப் பிரிந்து சென்றது. அதைத்தாண்டி கருமையான, கசாயம் போன்று தோற்றம் தரும் நீர், வாய்க்காலில் ஓடிக்கொண்டிருக்கிறது. இது நகரத்தின் தோற்றமல்ல. உண்மையான அடர்த்தியான வாகனங்களும் மனிதர்களும் வீடுகளும் கொண்ட இடம், இன்னும் சற்று தள்ளி வேறு ஒரு இடத்தில் இருக்கிறது. அங்கே நடக்கும் பல நிகழ்வுகள் இங்கேயிருக்கும் நகரத்திற்குச் சம்பந்தம் இருக்க வில்லை. விரைவில் அந்த பரபரப்பு இங்கு வந்துவிடுமெனப் பேசப்பட்டது.

மேற்கில் கொஞ்சம் தள்ளி கிழக்கே கடற்கரை சாலை எனப்படும் பெரிய சாலை. குழந்தைக்குப் பள்ளி வாகனமும், மகன் மருமகளுக்கு அலுவலக வாகனமும் குறிப்பிட்ட இடைவெளிகளில் வந்துவிடும். அங்கேயே ஏறிப்போய்விடுவார்கள். கார் அவர்களைப் பொருத்தவரை ஆடம்பரத்திற்குத்தான். சனி ஞாயிறுகளில் எடுத்துச் செல்வதாகச் சொல்வார்கள். ஒரு வாரம் எடுத்துச்சென்றால் அடுத்து நான்கு வாரத்திற்குச் செல்வதில்லை. அவர் மனதில் எப்போது அது குறித்த குழப்பங்கள் ஏற்படும். மாதத்தின் ஒருநாள் பயணத்திற்கு ஏன் தேவையில்லாமல் செலவு செய்ய வேண்டும்? தேவைப்படும்போது வாங்கிக்கொள்ளலாமே என சொல்லத் தோன்றும். ஒரு குற்றச்சாட்டாக எடுத்துக் கொள்வார்கள் என்பதால் சொல்வதில்லை.

நிலத்தில் வெண்மணலைக்கொட்டியது போன்று மதிய வெயில் தூர நிலங்களில் பிரதிபலித்தது. அந்தப் பக்கம் கரடு முரடான நிலங்களாக இருந்தன. தண்ணீரில் குழைந்து கிடந்த மண் நீரற்று கட்டியாக மாறி இறுகி கிடந்தது. வீடுகள் கட்டுவதற்குச் சரியான நிலமில்லை என்று தோன்றியது. எல்லா நிலங்களும் கைவிடப்பட்டது போல் பொட்டலாக கிடந்தது. சில இடங்களில் பிளாட் பிரிக்கப்பட்டு மஞ்சள் பெயிண்ட் பூசிய சிறிய பெட்டிப் போன்ற கற்கள் ஊன்றப்பட்டிருப்பது தெரிந்தது.

மனிதர்களுக்கு நிலம் ஒரு பெரிய கனவு. எப்படி தொழில் நுட்பங்கள் மீது அவர்களுக்கு ஆவலோ அப்படி. புதிய தொழில் நுட்பங்கள் பழையதைத் தூரயெறிந்துவிட்டுப் புதியவைகளைச் சேர்ப்பதில் இருக்கும் ஆர்வம். தொழில்நுட்பத்தை இழக்கும்போது ஏற்படாத துக்கம் நிலத்தை இழக்கும்போது வந்துவிடுகிறது. ஏன் அப்படி? தன்னைப்புதைத்துக் கொள்ளத் துடிக்கும் மண் மீதான கிளர்ந்தெழும் நம் ஆர்வம்தானா அது? பணமும், தொழில் சார்ந்த ஆர்வமும் இளம்வயதில் மட்டுமே வருகிறது. போட்டியும் பொறாமையும்கூட அப்போதுதான். வெற்றிபெறுவது இளவாழ்வின் முக்கிய தருணங்களாகக் கருதப்படுகின்றது.

"அப்பா தூங்குங்கப்பா, அவனுக்கு நாளைக்கு ஸ்கூல் இருக்கு, கதை சொல்றேன்னு அவன போட்டு படுத்தாதிங்க" என்றான் அருண். கூடவே "தாத்தாகூட என்ன படுக்கை, உன் ரூம்ல போய் தூங்கு" என்றாள். உலகம் வேறு வகையில் மாறிவிட்டதென எண்ணினார். இரண்டு மகள்களின் பிள்ளைகள் தன் மாயவரம் வீட்டில்தான் வளர்ந்தன. தினமும் கதைகேட்டு, விளையாடி, பிள்ளைகளும் கதை சொல்லி விளையாடின.

மாயவரத்தில் இருந்த சமயங்களில் காலையிலிருந்து மதியம்வரை திண்ணையில் அமர்ந்திருப்பார். காலையில்

கடையைப் பார்த்துக்கொள்வது தம்பிதான். மதியம் சாவதான மாக சாப்பாடை முடித்துவிட்டுப் போனால் மதிய சாப்பாட்டிற்குத் தம்பி அவன் வீட்டிற்குச் செல்வான். காலையில் கீரை விற்கும் கிழவி, பால்கொண்டுவரும் சரவணன், மதியம் பழம் விற்றுவரும் வெற்றிலையால் வாய் சிவந்த முருகன், வளையல், சீப்பு, ரிப்பன் தள்ளுவண்டியில் கொண்டுவரும் குமரேசன் என்று எல்லோரிடமும் பேச்சு கொடுத்துக்கொண்டிருப்பார். திண்ணை ஒட்டிய உள்மனையில் ஜன்னலை ஒட்டி இருந்த மேஜை நாற்காலியில் அமர்ந்து பழைய பாடல்களைக் கேட்டுக் கொண்டிருப்பார். இசையின் லயிப்பில் நடையில் சுகுணா அங்குமிங்கும் நடப்பதால் காலின் கொலுசு மெல்லியதாக ஒலித்துக்கொண்டிருக்கும்.

“சுகுணா, தண்ணி கொஞ்சம் கொடேன்.”

“இதோ வரேன்...” என்று அடுப்படியில் இழுப்பது கேட்கும்.

அருண், கவிதாவிடம் எந்த வேலையையும் சொல்லிவிட முடியாது. நகரத்துப் பழக்கம். நகரத்து உலகம் மனிதர்களை மிக அன்னியப்படுத்துகிறது.

தெருவிலிருந்து கொல்லைவரை திறந்துகிடந்த வீட்டில் காற்று விளையாடுவதை நினைத்துப் பார்த்தார். இங்கு ஒரு பக்க கதவு திறப்பு மட்டுமே அதுவும் வாசலுக்கு எதிரே வண்ண டைல்ஸ் கொண்ட ஆளுயர சுவர் ஒன்று இருக்கிறது. அழகுக்கான வீட்டை மறைக்க என்று சொல்லிக்கொள்ளலாம்.

பால்கனியில் தொங்கவிட்ட மோடாவில் அமர்ந்து வெளியே வேடிக்கைப் பார்த்தார். எதிரில் இருந்த புதர்களின் ஊடாக நாய் ஒன்று அவரைப் பார்த்துக்கொண்டிருந்தது. புதியவகையின மாகத் தெரிகிறது. குறிப்பாக வெளிநாட்டுவகையுடன் கலப்பினம் செய்யப்பட்டதாக இருக்கும். காதுகள், மூக்கு, கண்ணோரங்கள் எல்லாம் வெளிறி காணப்பட்டது. உடல் கருமையான பழுப்பு நிறம். சட்டென குனிந்து அமர்ந்துக்கொண்டது. ஏதோ வாசனை கண்டிருக்க வேண்டும். குனிந்தபடி சுற்றியும் பார்த்துக்கொள்கிறது, தன்னைப் பாதுக்காப்பதில் ஒரு தீவிரத்துடன். பெருத்த அதன் உடலில் காணப்படும் பயஉணர்ச்சி சற்று வேடிக்கையாக இருந்தது.

கழுத்தில் பட்டை கட்டப்பட்டிருந்தது. வீட்டு நாய்தான். ஆனால் அதற்குரிய கம்பீரம் இல்லாமல் மொன்னையாக இருந்தது. மீண்டும் அவரைப் பார்த்தது. கூர்ந்த பார்வையில் கண்களில் மேல்பகுதியிலிருந்த வெளிர்ப்பு பகுதி மட்டும் அசைவது தெரிந்தது. அமைதியைச் சமாதானத்தை விரும்பும் நாய். அதற்கு மூக்கை நீட்டி அவரை வாசனைப் பிடித்து நினைவில்

வைத்துக்கொள்ள ஆசைப்படுகிறது. அதற்கு இன்னும் வாசனைக் கிடைக்கவில்லை. அதனால் பரபரத்து, சுற்றிலும் தன்னைக் காபந்து செய்துக்கொண்டு நேர்பார்வையில் கீழே எங்கேயோ பார்த்தது. வாலில்லா அதன் பின் பக்கத்தை இதமாக ஆட்டி சுறுசுறுப்பாக நின்றிருந்தது. புதிதாக வாங்கிய அல்லது வேறு இடத்திலிருந்து அழைத்துவரப்பட்ட நாய் போலும். கீழிருந்து ஒருவர் கையில் மடித்து வைக்கப்பட்ட நீண்ட வார் போன்ற ஒன்றுடன் வெளிப்பட்டார். அருகில் வந்து அன்னிசையாக அதன் தலையைத் தொட்டுவிட்டு நடக்க, அவரை பின்தொடர்ந்து சென்றது. பெருத்த உடல்கொண்ட விலங்கு என்பது முழுமையாக வெளியே வந்தபின் தெரிந்தது. குழைவில் ஒரு நடுக்கம் இருந்தது. அதனாலேயே சரியாக நடக்க முடிவில்லை. மனிதர்களைக் கண்டு பயப்படுமளவிற்கு அறிமுகமின்மை பயமுறுத்துகிறது.

பலமுறை வீட்டிற்கும் கடைக்கும் நடந்த நடையில் வலிக்காத கால்வலி இங்கு வந்ததிலிருந்து அயர்ச்சியோடு கால்வலியும் ஏற்பட்டிருக்கிறது. ஒவ்வொரு நாளும் தேங்கிய நீர்க்குட்டை போல அடைந்துகிடப்பதனால் இருக்கும் அல்லது புதிய இடங்களையும் மனிதர்களையும் கண்டு பயப்படுகிறேனா? இந்த மனிதர்களின் எதிர்வினைக்கு அப்படி செய்ய வேண்டியிருக்கிறதா? அவ்வளவு எளிதாக என்னை மாற்றிக்கொண்டுவிட்டேனா?

சற்று நேரம் பாடல்களைப் பாடவேண்டும். அவர் அப்பா, தாத்தாவிடமிருந்து பெற்ற பாடல்களின் தொகுப்பு ராமநவமி சமயங்களில் பாடியிருக்கிறார். அவையெல்லாம் எங்கோ நிகழ்ந்தது போலிருக்கிறது. அப்பா எழுதி வைத்திருந்த நோட்டு புத்தகங்கள், தாத்தா காலத்தில் அச்சடித்து வைத்திருந்த பக்திபாடல்கள். புதிய உலகம் விருப்பமில்லாத இடத்தில் வலுக்கட்டாயமாகத் தன்னை முன்னிருத்துவதுபோலிருந்தது.

6

வேட்டியைச் சற்று தூக்கிப்பிடித்திருந்த வலதுகை கக்கத்தில் ஒரு ஃபைல் இருந்தது. இடது கையை வெறுமே ஆட்டியபடி "ஆறுமுகம் வந்துட்டாரா" என்று அங்கிருந்த பியூனிடம் கேட்டபடி வந்தார் ராமமூர்த்தி. உடலில் தளர்வு தெரிந்தாலும் உள்ளத்தில் எந்த தளர்வுமில்லை என்பது கணீரென்ற அவரது குரலில் தெரிந்தது.

அரசு ஊழியர்களைப் பார்த்து தயங்கும், அச்சம்கொள்ளும் சாதாரண மனிதர்களின் கண்கள் இல்லை அவருக்கு. பழகிய இடத்திற்கு வரும் யானையின் நிதானத்துடன் வந்தார். அங்கிருந்த ஊழியர்கள் ஒருமுறை தலைதூக்கி அவரைப் பார்த்துவிட்டு தம்வேலையில் மூழ்கினார்கள். உண்மையில் மூழ்கியதுபோல் நடித்தார்கள். அவர்களது உடல்மொழியில் அவர்கள் ராம மூர்த்தியைப் பார்க்காமல் கவனிக்கிறார்கள் என்று தெரிந்தது.

"சார் இன்னிக்கு சீக்கிரம் வந்துட்டிங்க" என்றார் கிளார்க் உதயராமன். தலைதூக்கி அவர் அப்படி சொல்லும்போது சிநேகபாவ முகத்தைக் கஷ்டப்பட்டு வரவழைத்துக்கொண்டு சிரித்தார் என தெரிந்தது. "என்னைய மித்த ஆட்கள அனுப்புறமாதிரி திரும்பி அனுப்பிச்சிடலாம்னு பார்க்குறீங்க, நா இன்னிக்கு ஆறுமுகத்தைப் பார்க்காமப் போவ போறதில்லை" என்றார். தலைகுனிந்து வேலையைத் தொடர்ந்தார் உதயராமன்.

சூப்ரண்டெண்ட் ஆறுமுகம் இடம் காலியாக இருந்தது. அவர் இடத்தை மிக சுத்தமாகத் துடைத்து அழகாக வைத்திருந்தார் பியூன். எதிரே இருந்த இரு மர நாற்காலியில் ஒன்றில் அமர்ந்து கொண்டார் ராமமூர்த்தி.

வெளியாட்களை யாரையும் அங்கு அமர விடமாட்டார்கள் ஊழியர்கள். எதையாவது சொல்லி அனுப்பி வெளியே இருக்கும் பெஞ்சில்தான் அமர வைப்பார்கள். பின் ஒவ்வொருவராக அவர்கள் அழைக்கப்படுவார்கள். அந்த அழைப்பு அவர்களது தேவை பொறுத்து இருக்கும்.

அங்கிருந்தப் பத்துக்கும் மேற்பட்ட அரசு ஊழியர்களுக்கு ராமமூர்த்தியின் இந்த நிதானம் ஆச்சரியமூட்டியது. அதை வெளிக்காட்டிக்கொள்ளாமல் இருந்தார்கள். எதையாவது சொன்னால் மேலதிகாரியிடம் போவேன், டிரிப்யூனல் போவேன் என்று பயங்காட்டினார். எல்லாவற்றையும் தாண்டி அவர் ஒழுக்கவாதியாக, அரசுதுறையில் பணியிலிருந்து ஓய்வு பெற்ற எல்லா விவரங்களையும் அறிந்தவராக, அதனாலேயே அவர் எதற்கும் மசியாதவராக இருந்தார் என தெரிந்தது.

“என்ன உங்க சூப்ரண்டெண்ட் பத்துமணியாகி இருவது நிமிசம் ஆவுது இன்னும் வரக்காணாம். இப்படி தான் ஒரு அரசு அதிகாரி இருக்குறதா? வாங்குற சம்பளத்திற்குக் கொஞ்சமாவது வேல செய்யவேண்டாமா? சொல்லுங்கோ சார்” என்று அருகில் அமர்ந்திருந்த கிளார்க்கிடம் கேட்டார்.

லேசாக சிரித்தார் அவர். “எனக்கு என்ன சார் தெரியும். சீக்கிரம் வந்துடுவாரு. இன்னிக்கு என்ன வேலையோ, பாவம்.”

“கேக்கத்தான் போறேன். ஆனாலும் மனசாட்சின்னு ஒண்ணு வேண்டாமா? லஞ்சம் இல்லாம வேல செய்யமாட்டீங்க. நேரத்துக்கு வரமாட்டீங்க. ஆனா சம்பளம் மட்டும் வேணும். என்னையா நியாயம் இது.”

“அவர்கிட்ட கேட்டுகங்க சார்” என்று அவசர வேலை இருப்பதுபோல வேறு இடத்திற்குச் சென்றுவிட்டார்.

இனி சூப்ரண்டென்ட் வரும்வரை உதயராமன் அவர் பக்கம் வரப்போவதில்லை. தன்னை யாரும் நெருங்காதபடி உதயராமன் போன்ற ஆட்களைப் பக்கத்தில் வைத்திருக்கிறார் ஆறுமுகம். உதயராமன் சல்லடையிட்டு வேண்டிய ஆட்களை மட்டும் அனுப்புவார். ஆறுமுகம் அவருக்கு மேல் இருக்கும் அதிகாரியைக் காணவிடாமல் செய்வதைத் தன் பகுதி வேலையாக வைத்திருப்பார். ஒரு பெரிய நெட் ஒர்க். அதை உடைப்பது எளிதல்ல என்பதைத் தன் அனுபவத்தில் அறிந்தவர் ராமமூர்த்தி. அதிலேயே ஊறிய அவருக்கு, அதை எங்கே உடைத்து உள்ளே நுழைவது என்று தெரியும்.

அரசு ஊழியர்களின் நினைப்பில் ஒன்றுண்டு, அது வரலாற்றில் தன்னை ஒரு முக்கிய ஆகிருதியாக நினைத்துக்

கொள்வது. எதற்கும் அஞ்சாமல் இருப்பவர் என்கிற பிம்பத்தை உருவாக்கிக்கொண்டுவிட்டால் போதும். தன்னிடம் வரும் சாதாரண மனிதர்களை எதையும் செய்துவிட முடியும் என்கிற எண்ணம் வந்துவிடும். தன் உடை, நடை, பேச்சு அனைத்திலும் அதை வெளிப்படுத்துவதில் அதிக சிரமம் இருப்பதில்லை.

பியூன் குருசாமி வயிற்றுவலி கண்டவன்போல வேகமாக ஓடி வந்தான். தன் கையில் கொண்டு வந்திருந்த ஃபைல்களை மேஜையில் வைத்து சாப்பாட்டுப் பையைப் பின்னால் இருந்த அலமாரியில் வைத்துவிட்டு, சேரைப் பின்னால் இழுத்துவிட்டு அவர் அமர்வதற்கு இடம் ஏற்படுத்தினான். கக்கத்தில் சதுரவடிவ தோள்பையுடன் தூரத்தில் ஆறுமுகம் வருவது தெரிந்தது. அவர் வருவது உடல்மொழியில் மட்டுமே அவசரம் இருப்பது போன்றிருந்தது. வந்திருந்த மக்களையும் தன்கீழ் வேலை செய்யும் ஊழியர்களையும் அவர் கண்கள் கவனித்தபடி வந்தன.

கண்களிலும் உதட்டிலும் அவ்வளவு வெறுப்பு, யாரோ அவரைத் தள்ளிவிட்டது போன்று தலையை இருபுறமும் திருப்பியபடி வந்தடைந்தார் தன் மேஜைக்கு. நன்கு ஷேவ் செய்த முகம். அயர்ன் செய்த உயர்ரக பேண்ட், உள்ளிருக்கும் வெள்ளை நிறத்து மென்காட்டன் பனியன் தெரியும்படி இருந்தது சட்டை. சட்டைப்பையில் உயர்ந்த ரக பேனா, அதை அவர் கையெழுத்திட மட்டுமே பயன்படுத்துபவராக இருக்கும். தூய்மையான மனிதராக மற்றவர்களுக்குக் காட்டுவதில் அதிக சிரத்தையோடிருந்தார். மேஜையில் அவர் கைப்பையை வைத்துவிட்டு கண்களைச் சுருக்கி எதிர்ப்பக்கத்தில் அமர்ந்திருந்த ராமமூர்த்தியைப் பார்த்தார்.

இவர் யார் என்கிற கோபமும், பயமும் சேர்ந்தே ஆறுமுகம் மனதில் எழுந்தது. திரும்பி கடுப்பாகக் குருசாமியைப் பார்த்தார்.

"இன்னும் ஏன் இந்த வேலைய முடிக்கல, எல்லோரையும் பார்க்குறதுதான் என் வேலையா, என்னைய்யா சொல்லுயா."

குருசாமி வேகமாக அவர் பக்கத்தில் பவ்யமாக நின்று, மற்றவர் காதில் விழாதபடி அவர் காதில் "சார் நேத்துலேந்து உங்கள பார்க்க காத்துகிட்டிருக்காரு, ஆபீஸ் சட்டமெல்லாம் அவருக்கு நல்லா தெரியுது. யாராலயும் அவர சமாளிக்க முடியவில்லை எதாவது கேட்டா அக்ட் அது இதுன்னு நீட்றாரு."

ஆறுமுகம் தன் முகபாவனைகளை மாற்றிக்கொண்டு அவரை எதிர்கொள்ள தயாரானார். சிலரை அப்படி எதிர் கொண்டிருக்கிறார். அவர்கள் செய்யும் ஒரு சிறுதவறைக் கொண்டு அவரை வெளியே அனுப்பிவிடுவார். "சார் சொல்லுங்க, உங்களுக்கு நான் என்ன பண்ணனும்" என்றார்.

வீட்டு வாசலில் டோனேஷன் கேட்டுவரும் மனிதரைப் பார்ப்பதுபோல பொறுமையாக அவரைப் பார்த்துவிட்டுப் பையில் இருந்த ஜெராக்ஸ் காப்பிகளை எடுத்து மேலே வைத்தார் ராமமூர்த்தி. அதற்குள் பொறுமையிழக்கும் முகபாவனையுடன் அவரை நிலைகுலைய வைக்க நினைத்தார் ஆறுமுகம். ராமமூர்த்தி அவரைப் பார்க்கக்கூட இல்லை. “இது எங்கத் தெரு புளூபிரிண்ட்டோட காப்பி. இது சார்பதிவாளர் அப்ரூவல் கொடுத்தது. இதெல்லாம் நகராட்சிக்கு வரி கட்டுன எங்க தெருவாசிகளோடு ஜெராக்ஸ் காப்பி. வேற எதாவது வேணுமா சொல்லுங்கோ” என்றார்.

“இத எதுக்கு எங்கிட்ட காட்டிறீங்க. நா என்ன பண்ணனும் அதமட்டும் சொல்லுங்க” என்று குரலை உயர்த்தி பேசினார்.

“இந்த புளூபிரிண்ட்ல கடைசியா இருக்குற இடம் பார்க்னு போட்டிருக்கு, போட்டிருக்கா, நாந்தான் முன்னாடி நின்னு இந்த புளூபிரிண்டையே வாங்குனேன். ஆனா இப்ப இங்க பார்க்குக்குப் பதிலா ஒரு குடோன் இருக்கு, இத ஜெயபால்ங்கிறவரு குடோனா கட்டி வாடகைக்கு விட்டிருக்காரு, கேட்டா அவரு ஒரு காப்பி வெச்சுருக்காரு அதுல அந்த இடம் காலிஇடம்ன்னு போட்டிருக்கு. அங்க அவரு வீடு கட்டியிருக்கிறதா சொல்றாரு”

ஆறுமுகத்தின் உடல்மொழி மாறியது. மேலும் ராமமூர்த்தி பேச்சை வளரவிடாமல் செய்ய, “சார் இருங்க இருங்க. இதெல்லாம் நாங்க பாக்க முடியாது. இத பிரிச்சு வித்த ரியல் எஸ்டேட்காரர போய் பாருங்க. இல்ல ரெவின்யூ டிபார்ட்மெண்ட போய் கேளுங்க.”

“அங்கெல்லாம் பாத்தாச்சு எல்லாரும் உங்களதான் சொல்றாங்க. எப்படி ரெண்டு விதமாகப் புளூபிரிண்ட் போட்டீங்க. ரெண்டுலயும் சீல் இருக்கு. எவ்வளவு பணம் இதுக்கு வாங்கினீங்க.”

வெளியே அமர்ந்திருந்த மனிதர்கள் அவர்களின் உரையாடல்களைத் தலைதாழ்த்தி கவனமாகக் கேட்டுக் கொண்டிருந்தார்கள். பொதுவெளியில் தன்னைப் பற்றி ராமமூர்த்தி கூறிய வார்த்தைகளைக் கேட்டதும் தன்னையும் அறியாமல் ஆவேசம் கொண்டார் ஆறுமுகம். தன்னைப் பற்றி சொல்லவில்லை என்றாலும் இதற்கு முன் இந்த பதவியில் இருந்த தெய்வசகாயம் செய்த வேலை. மற்ற நேரங்களில் ஆவேசம் கொண்ட வார்த்தைகள் வெளியானாலும் அதெல்லாம் அவர் வேலையில் பழக்கமான ஒன்று. மக்களைப் பார்த்து சத்தமிடும் போதும் அவர் வார்த்தைகளுக்கு மதிப்பிருக்கும். அதை எப்படி செய்தாலும் அதிகாரி என்கிற மேட்டிமையில்

மறைத்துக்கொள்ள முடியும். எதாவது கேள்வி கேட்டு வரும் மக்களிடம் "இப்ப போலீஸ் வரும் என்றோ அல்லது நீங்க கம்பி எண்ணப்போறீங்க" என்றோ எப்போதாவது மிரட்டியிருக்கிறார். அப்படி எதுவும் இப்போது சொல்லிவிட முடியாது என அவர் மனம் அறிந்திருந்தது. ராமமூர்த்தியின் கோபம் முகத்தில் தெரியவில்லை. மிக பழக்கப்பட்டவரின் வார்த்தைகள். எளிதில் அவரை அவமானபடுத்தி அனுப்பிவிடமுடியாது என அறிந்தார் ஆறுமுகம். தன் நிலையிலிருந்து ரொம்பவே இறங்கி வந்து அவரிடம் பேச வேண்டியிருந்தது. "நா அப்ப டியூட்டியில் இல்ல, இங்க இருந்த வேறு ஒரு அதிகாரி இத சாங்க்ஷன் பண்ணியிருக்காரு. நீங்க நல்லா செக் பண்ணி பாருங்க" என்று முகம் கீழிறங்கி மேல்கண்ணால் அவரைப் பார்த்தார்.

"இத மாதிரி சொல்றத யாராவது படிக்காத ஆளா பாத்து சொல்லுங்க. நீங்க அசிஸ்டன்டா இருந்து செக் செய்திருக்கி றேன்னு போட்ட சின்ன கையெழுத்தும் இருக்கு. அப்ப நீங்க இங்கதான் வேல பார்த்தீங்க. நீங்க வந்து அந்த குடோன மூட ஏற்பாடு பண்றீங்களா, இல்ல நா கோர்ட்டுக்கோ, இல்ல பத்திரிகைக்கோ பப்ளிஷ் பண்ண கொடுக்கட்டா."

இப்போது ராமமூர்த்தி அமர்ந்திருக்கும் விதத்தைப் பார்க்கும்போது அச்சமாக இருந்தது. சாதாரண எட்டுமுழ வேட்டி, பழைய அரைக்கை சட்டை மேலும் பட்டன் இடப்பட் டிருந்தது. சட்டையில் பாக்கெட்டின் கீழ் பகுதியில் இங்க் கறை. இவரை வார்த்தைகளால் காயப்படுத்தியோ, அல்லது அடித்தோ எதுவும் செய்ய முடியாது. கண்களில் இதை நான் செய்கிறேன் என்கிற பெருமிதம்கூட இல்லை. வேறுவழியே இல்லை. சட்டென இறங்கி வந்தார். இரு கைகள் சேர வணங்கியபடி, "சார் கொஞ்சம் டைம் கொடுங்க, நா நிச்சயம் இத பாக்குறேன். நாலுநாள் நா லீவு வேற. ஒவ்வொண்ணா பாக்குறேன். நீங்க வெள்ளிக்கிழம வாங்க, என்ன செய்யணுமோ செய்யலாம்."

அமைதியாக அவரைப் பார்த்தார் ராமமூர்த்தி. அப்படிப் பார்க்கும்போதும் அவர் எளிதாக இந்த விஷயத்தைவிட்டுவிட மாட்டார் என்று தோன்றியது. வெள்ளிக்கிழமை கெடு கொடுத்தது தானே மாட்டிக்கொண்டது தவறோ என்று எண்ணினார் ஆறுமுகம். மெதுவாக எழுந்து வேட்டியைக் கட்டிக்கொண்டு பையில் இருக்கும் பொருட்களைச் சரிபார்த்தபடி அவர் "சரி வெள்ளிக்கிழமை வாரேன்." எழுந்து செல்வதைப் பார்த்துக் கொண்டிருந்தார் ஆறுமுகம். அலுவலகம் ஒரு நிமிடம் அப்படியே ஸ்தம்பித்து நின்றிருந்தது. ஃபேன் சுழலும் ஒலிமட்டும் துல்லிய மாகக் கேட்டது.

கைகளில் சில பேப்பர்களுடன் வெளியே அமர்ந்தும் நின்றும் இருந்தது மக்கள் கூட்டம். அவர்களின் பெயர்களின் அழைப்பிற்காகக் காத்திருக்கிறார்கள். அவர்களில் சிலர் ராமமூர்த்தி வெளிவரும்போது அவருடன் நட்பு கொள்ள பிரியப்பட்டதுபோல சிரித்தார்கள். சிலர் கையுயர்த்தி காலை வணக்கம் செய்தார்கள். நின்றவர்களையெல்லாம் தள்ளிவிட்டு அவர் அருகில் வந்து நின்றார் ஜெயராமன்.

அவர் அருகில் நிற்பதை தன்பேறாக நினைத்துக்கொண்டார். அவர் முன்னால் திறந்த மனதுடன் அப்படிதான் நிற்க முடியுமெனத் தோன்றியது. அவரை நிறுத்தி தன்னைப்பற்றி கொஞ்சம் சொல்லிக்கொண்டார். குறிப்பாக உங்கள் வீட்டிற்குப் பக்கத்தில் புதிதாக வந்திருக்கும் ரமணிகுளம் குடியிருப்புவாசி என்று கூறிக்கொண்டார். ராமமூர்த்திக்கு அது பெரிய விஷய மாகத் தெரியவில்லை. "நா பாத்திருக்கேன் உங்கள, உங்க வீட்டு மேல் வீட்டுல குடியிருக்குற குலசேகரன்தான் உங்களப் பத்தி சொன்னாரு"

"சரி நா கிளம்புறேன். நீங்க பேசிட்டு வாங்க."

"இல்ல நானும் உங்க கூட வரேன். இந்த வேலைய அப்புறம் பாத்துக்கலாம்."

கடற்கரை சாலையைக் கடக்கும்போது அவர் கைகளைப் பிடித்து அழைத்து வந்தார். சிறிய காலடியாக வைத்து வந்தார். தன்னைவிட அவர் பதினைந்து வயது பெரியவராக இருப்பதும், தன்னைச் சிறியவனாக நினைப்பதில் இருக்கும் சந்தோஷமும் வெளிப்பட்டது ஜெயராமனுக்கு. வேட்டி தடுக்கும்போதெல்லாம் அதைத் தூக்கி பிடிக்க சிரமப்பட்டார் ராமமூர்த்தி. பயப்படாத நிமிர்வு வெளிப்படும் உடல்வாகுனால், அடுத்தவரைக் கவர்ந்திழுக்க எந்த பிரயத்தனமும் செய்யவில்லை. எதுவும் தன்னை நோக்கி வரும் என்கிற தெளிவு பிறந்த முகம்.

"உங்க பையன்தான் முதல்ல ரமணிகுளத்துல வீடு வாங்கினவருன்னு சொன்னாங்க."

அதைக் கேட்டதும் லேசாக வெட்கப்பட்டுக்கொண்டார் ஜெயராமன். "என்னமோ அவனுக்கு இங்கதான் வீடும் வாங்கணும்னு அடம். நிலம் வாங்காம இப்படி பிளாட்டா வாங்குவாங்களான்னு ஒரே சந்தேகம்தான். என்ன பண்றது அவன் அம்மா போய்ட்டதால கொஞ்சநாள் இங்க இருப்போன்னு வந்தேன்."

"நீங்க தஞ்சாவூரா?"

"ஆமா தஞ்சை மாவட்டம்."

தன் தஞ்சையில் ஆரம்ப நாட்களைப் பற்றி பேசினார். பிறகு இங்கு நடக்கும் பித்தலாட்டங்களைப் பற்றி பேச ஆரம்பித்தார் ராமமூர்த்தி. எப்படி வரி ஏய்ப்பு நடக்கிறது. எப்படி பொய்யான டாக்குமெண்ட்கள் கிடைக்கின்றன. எப்படி அரசு அதிகாரிகள் அந்தப் பொய்களை மறைக்கிறார்கள் என்பதைப் பற்றி சொல்ல ஆரம்பித்தார். சிறுநகரத்தில் வளர்ந்த ஜெயராமனுக்கு நகரத்தில் நடக்கும் இம்மாதிரியான விஷயங்கள் புரியவில்லை. எல்லோரிடமும் நேரடியாக நடக்கும் தவறுகளைக் குறித்து பேசக்கூடியவர் என்று தோன்றியது. ஒன்று இரண்டு சிறுதவறுகள் இருந்தால் விட்டுவிடலாமே என்பதுபோலத்தான் யோசித்தார் ஜெயராமன். கறாரான மனிதராக இருப்பதில் இருக்கும் சங்கடம்தான் அவரை குழப்பியது. எல்லோருக்கும் நல்லவராக இருந்துவிடலாம் என்பதில் இருக்கும் இன்பம் சுகமானதாக தெரிந்தது.

"ரொம்ப பார்க்க முடியாதுங்களே, அதிகாரிங்கன்னா அப்படிதான் இருப்பாங்க."

கோபமாக அவரை திரும்பிப் பார்த்தார். "உங்கள மாதிரி ஆளுங்க இருக்கிறதாலதான் மனுஷன் தப்பு பன்றான்" மையமாகச் சிரித்தார் ஜெயராமன்.

"அரசாங்கத்துல இருக்கிறவங்க தப்பு பண்ணினா அது காலத்துக்கு அந்த தப்பு தொடர்ந்துகிட்டுதான் இருக்கும். பக்கத்துல ஒரு நகர் பிளாட் போட்டிருக்காங்க, அதுல அவ்வளவும் பொய். பேப்பர்ல ஒண்ணு இருக்கு நேர்ல ஒண்ணு இருக்கு. யாருக்கு நட்டம். பியூச்சர்ல இத மாத்தணும்னு நினைச்சா முடியுமா?"

அதுவரை நடந்து வந்த பாதையை ஒரு முறை திரும்பி பார்த்தார் ஜெயராமன். சாலை குண்டும் குழியுமாக இருந்தது. சாலையில் துருத்தியபடி இருந்த கற்கள் மழையால் செம்மண்ணில் நனைந்து நிறமாக மாறியிருந்தன. சாலைக்கு அருகில் இருந்த கடைகளுக்குப் பின் சில வீடுகள், மீண்டும் நிலம். வெற்று இடங்கள் தாண்டியபின் அனுமன் கோயில் வந்தது. அதன் பின் வீடுகள் மீண்டும் தொடர்ந்தன. நடுவில் இருந்த நில உரிமையாளர்களுக்கு அவற்றை விற்க மனமில்லையெனத் தெரிந்தது.

ராமமூர்த்தியின் வீடு வந்துவிட்டது. விடை பெற மனம் வரவில்லை. அவர் செய்த அரசு வேலை, பொதுநலச் சேவைகள் என்று பலதையும் கேட்க ஆவலாக இருந்தது. தனியே சந்திக்க நேரம் கேட்டு விடைபெற்றுக்கொண்டார் ஜெயராமன்.

7

சாதாரண உயரத்தைவிட சற்று கூடுதலான உயரத்தில் இருந்தன புற்கள். அமர்ந்ததும், அதன் முனைகள் மழுங்கி மடிந்து தொடைகளிலும் புட்டத்திலும் மறைந்தன. சில சிலிர்த்தெழுந்து தொடைகளில் குத்தி தன் வேகத்தை காட்டின. கால்களை மாற்றி அமர்ந்தபோதும் இன்னும் வேகமாகக் குத்தி நிமிர்ந்தன. நிலத்தில் அமர்ந்து பார்க்கும்போது கட்டிடங்கள் மிகப் பெரியவையாகத் தெரிந்தன. கூடவே நிலமும் தன் எல்லைகளை மேலும் விரித்துக்கொண்டதுபோல பிரம்மை இருந்தது.

பூங்காவாக மாற்ற வேண்டிய நிலம், ஒழுங்கற்று சாமான்கள் வைக்கும் பெரிய குடோனாகக் கிடக்கிறது. ஜன்னல்களற்ற கட்டிடத்தினுள் பெரிய பெயர் தெரியாத விலங்கினங்கள் ஒளிந்திருந்து உறுமுவதாக நினைத்தார். ஜெயராமன் அமர்ந்திருந்த இடத்திலிருந்து சற்றுத் தொலைவில்தான் எதிர்சாரியில் அவர் தொகுப்பு வீடு இருந்தது. இங்கிருந்து பார்க்கும்போது அந்த கட்டிடம் பெரிய மாளிகையின் நவீன வடிவம் போன்றிருந்தது. ஆனால் இன்னும் முழுமையான நவீனத்தை அது பெறவிடாமல் தடுப்பது ஏதோ ஒன்றிருந்தது.

மடித்துக் கட்டிய வேட்டி. கக்கத்தில் பிளாஸ்டிக் ஃபைலுடன் நடந்து வந்தார் ராம மூர்த்தி. உருண்டையான உருவம், வளைந்த சிறிய தோள்கள், உப்பலான முகம், சிரித்து இருக்கும் உதடுகளின் சிறு இடைவெளியில் பளீரென்று தெரியும் பற்கள். திருநீறு பூசிய நெற்றியில் ஈரமாக வேர்வை.

"என்ன சார் எப்படியிருக்கீங்க" என்றபடி வந்தமர்ந்தார். அவர் மீதான பிரியம் தினம் வளர்ந்தபடி இருந்தது. "என்ன சாப்டீங்களா" என்று கேட்டார் ஜெயராமன்.

“அதென்ன, சாப்டாச்சு ரெண்டு இட்லி தானே ... நீங்க சாப்டாச்சா” என்றார்.

அமரும்போது கீழே என்ன இருக்கிறது என்கிற எண்ணமெல்லாம் இல்லாமல் அமர்ந்தார். ஜெயராமனின் முகப் போக்கை கவனித்து, “கீழே என்ன இருக்குன்னு பாக்கப்பிடாது, பூமித்தாயில்லையா. அதை நல்லா வெச்சுகிட்டாலே போதும், எல்லாம் நல்லா இருக்கும். கைகளைத் தேய்த்து மண்ணைத் தட்டிக்கொண்டபின், “நீங்க இந்த இடத்த தெரிஞ்சுக்கணும்னுதான் இங்க சந்திக்கலாம்னு சொன்னேன்.”

ஆழ்ந்து கவனிப்பவர் போன்ற பாவனையை ஜெயராமன் செய்ததும், ராமமூர்த்தியின் உற்சாகம் கூடியது. “நமக்கு ரெண்டுவழிதான் இருக்கு ஒண்ணு நிலத்தோட ஒத்துப்போறது, இல்லேன்னா அத எதிர்க்கிறது.”

“நிலத்த எந்த வகையிலும் சீர்கேடு ஆக்காம இருக்கிறதுக்கு அதை நாம துன்புறுத்தாம அது போக்குல விட்டுட்டாலே போதும், விவசாயத்துல யூரியாவ போட்டு அழிக்கிறதவிட அத பிளாட் போட்டு விக்கிறதுதான் இருக்கிறதுலேயே பெரிய துன்புறுத்தல் தெரியுமா?”

“ஒரு மாட்டையோ இல்ல ஆட்டையோ துன்புறுத்த முடியுதுன்னா அதுக்குக் காரணம் அதோட சாதுதன்மைதானே, அது எதுவும் சொல்லாம எல்லாத்தையும் ஏத்துகிறது மனுசனுக்குத் தன் அகங்காரத்துக்கு நல்ல சவாலா தெரியுது. அதேபோல நிலத்தையும் அது எதுவுமே சொல்லாததாலே அதன் மேல துஷ்பிரயோகம் செய்ய தூண்டுது. அதற்கானப் பின்விளைவுகள் பின்னாடி இருக்கத்தான் செய்யுது. புதுமைய ஏத்துக்கிட்டுதான் ஆகணும், இங்க, நிலம் பிளாட்டுகளா மாறிவிட்டா அதுக்கு என்ன வரைமுறையோ, என்ன பின் விளைவுகளோ அத பார்த்து செய்யணும்.”

“அதனோட பின்விளைவுகள பத்தி யோசன பண்ணிப் பாருங்க. நாம எப்படியிருந்தோம், இப்ப நாம எப்படி யிருக்கிறோம்னு தெரியும். இதுக்கு முன்னாடி நாம இப்படி ஒரு சீரழிவ இந்த நிலத்துமேல நாம செஞ்சதேயில்ல, இப்ப நாம ஏன் செய்யிறோம். முன்னாடி பெரிய நிலஅமைப்புகள், கார்ப்பரேட் இதெல்லாம் செஞ்சத இப்ப தனிமனித அல்லது சின்னகுழுக்கள செய்றாங்க.”

ஜெயராமனுக்குச் சந்தேகங்கள் வளர்ந்தபடியிருந்தன. அவர் அதைச் சொற்களாகக் கூட்டி சொல்ல நினைக்கும்போது அந்த வார்த்தைகளிலிருந்து சரியாக ஆரம்பித்தார்.

“நா பிடபிள்யூல வேல பார்த்தேன், உங்களுக்குத் தெரிஞ்சிருக்கும். நா வேலை பார்த்த இடங்களல்ல பலதவறுகள் பலமாறி நடந்துக்கிட்டே இருக்கும். அங்க மறைவா நடக்கும். இங்க கண்ணு முன்னாடி நடக்குது, பார்க்காம போறோம். நாம உட்காந்திருக்கோமே இந்த இடம் ஒரு பூங்காவா இருந்துச்சு. ஜெயபால்ன்னு ஒருத்தரு, இந்த இடத்துல ஏகப்பட்ட குளறுபடிகள செஞ்சு குடோனா லீசுல வாங்கி வெச்சுருக்காரு.”

“இதுல பாருங்க” என்று சின்ன பையில் இருந்து ஒரு பேப்பரை எடுத்தார். ஓரங்களில் பழுப்பு படிந்த ஜெராக்ஸ் காப்பி. சுட்டிக் காட்டிய இடத்தில் பார்க் என்று எழுதி இருந்தது. “ஆமா நேத்து பார்த்தேன்.”

நடப்புகள் குறித்து ராமமூர்த்தி ஆழமாகச் சொல்லும் சமயங்களில் அவர் மேல் பரிதாபம் ஏற்படுவதை உணர்ந்தார் ஜெயராமன். ஒருவர் தன்னை வாழ்க்கையில் இந்தளவிற்கு வருத்திக் கொள்வதால் வரும் பரிதாபம். நேர்மையற்ற ஒரு சொல்கூட அவர் சொல்ல முடியாது என்பது அவரது முகத்தில் தெரிந்த அப்பாவித்தனம் உணர்த்தியது. உண்மையில் ஜெயராமனுக்கு எந்த அக்கறையும் இருக்கவில்லை. அவர்கள் எதையாவது செய்துகொள்ளட்டுமே என்றுதான் நினைத்தார். ஆனால் அதை ராமமூர்த்தியிடம் கூற அவருக்குச் சற்று பயமாக இருந்தது.

அவர் குறிப்பிடும் விஷயங்கள் ஜெயராமனுக்குத் தெரிந்திருக்கவில்லை. சொன்ன விஷயங்களில் உள்ள சட்ட நுணுக்க விஷயங்கள் எதுவும் அறிந்திருக்கவில்லை.

“உங்க வீட்ல வந்து பார்க்கலாமா நீங்க எதோ புதுவகையா வீட கட்டி வெச்சிருக்கிங்களாமே.”

“தாராளமா வாங்க. எப்ப வேனா வாங்க. நா வீட்டுலதான் இருப்பேன்.”

ஆனால் அவர் சொன்னதை விடுவதாக இல்லை. “இங்க பாருங்க இது நம்ம பக்கத்து ஏரியா, இங்க ஒரு ரோடு இருக்கா. அதுல எத்தன அடி அகலம் போட்டிருக்கு. முப்பது அடி. ஆனா நடப்புல இப்ப போயி பாருங்க இருபத்தி ஐந்துதான் இருக்கு. நா நேர்மையானவனா இருந்ததால அப்ப எதுவும் பண்ண முடியல. இப்ப பாருங்க, எல்லாரும் தப்பு பண்ண பாக்குறாங்க. இத விடலாமா, நல்லதா, நேர்மையானதா, நீங்களே யோசன பண்ணுங்க.”

சில நாட்களுக்கு முன்பு அவர் சொன்ன விஷயங்கள்தாம். ஆனால் வேறு மாதிரியாக மனஅமைதியைக் குலைத்தது. அந்த இடத்தை நினைக்கும்தோறும் மனதில் பதற்றத்தை உணர்ந்தார்.

இந்த இடத்தை வேறு ஒரு மனிதன் எதற்காக அபகரிக்க வேண்டும் என்பது புரியவில்லை. அப்படி செய்ய எப்படி மனம் வருகிறது. இதை பார்த்துக்கொண்டிருக்கும் ராமமூர்த்தி எந்தவித கோபத்தையும் வெறுப்புணர்ச்சியையும் அடையாமல் சாதாரண மனநிலையிலேயே அதை எதிர்கொள்ள எப்படி முடிகிறது.

"ஏன் போலீசுக்கு இல்லைன்னா கோர்ட்டுக்குப் போகக் கூடாது?"

"அதுசரி, இதுவே இன்னும் புரூப் பண்ண முடியல, அதாவது ரெக்காடல இருக்குறது என்னென்னு அரசு அதிகாரத்துல இருக்குற எல்லோருக்கும் தெரியும். ஆனா உங்கள மாதிரி மக்களுக்குத் தெரியாதே. அத புரிய வைக்கத்தான் இவ்வளவு முயற்சியும்."

ஒருவகையில் சங்கடமாக இருந்தது ஜெயராமனுக்கு. "பேசாம நீங்க சொன்ன ஜெயபால்கிட்டேயே பேசி எல்லோரும் பார்த்தா என்ன" என்றார். அப்பாவியாக நினைத்து பார்க்கும் பார்வை அவர் மேல் பட்டதும் "இல்ல, அப்படி செய்ய முடியாதா நாம" என்றார். "பொதுவா இந்த மாதிரியான நபர்கள் நேர்ல நம்பகிட்ட முறைக்கிற மாதிரி பேசமாட்டாங்க அதேபோல உண்மையும் பேசமாட்டங்க. நா தப்பே பண்ணல, நீங்க பண்றத பண்ணுங்க அப்படின்னுதான் நம்பல கழட்டி விடுவாங்க. ஆனா அந்த ஆள் மிக மோசமான தவறுகளைச் செஞ்ச ஆளு. கூடவே நிறைய அடியாட்கள் அவருக்கு நிறைய உண்டு."

மனதில் சிறுஅச்சம் எழுந்தது. தன்னை முரட்டு ஜெயபால், ராமமூர்த்தியுடன் பழகுவதை அறிந்தால் வேறு வகையில் தொல்லை தரக்கூடும் அல்லது தனியாகச் செல்லும்போது தன்னைத் தாக்கக்கூடுமென நினைத்தார். தேவையற்றப் பாரங்களைத் தோள்களில் ஏற்றிக்கொள்வதுபோல சட்டென அவருக்குத் தோன்றியது. பின்னாட்களில் தன் மகன் அறியும்போது கோபப்படக்கூடும். சற்று இயல்புநிலைக்கு வந்திருந்தார் ஜெயராமன்.

யாரோ ஒரு மனிதர் யாருக்காகவோ எந்த சுயநலமும் இன்றி உழைத்துக்கொடுக்கிறார். மனித ஆதிகுடியின் தியாகத்தின் தொடர்ச்சிதான் இது என நினைத்தார். "எதாவது பண்ணனும் சார் நாம, சும்மா இப்படியே விட்றக்கூடாது. இந்த இடம் பூங்காவா இருக்கிறத தன் நிலமா மாத்தி குடோனாக்கி இங்க இருக்கிற மக்கள தொல்ல பண்றது சரியில்லை."

வார்த்தைகளில் தெரிந்த அர்த்தத்தைக் கூர்ந்து கவனித்தவ ராக இருந்தார் ராமமூர்த்தி. அவர் அவசரப்படவில்லை,

அவரது வார்த்தைகள் நிதானமாக வெளிப்பட்டன. "இது நம்ம நிலம் மட்டுமல்ல, நம் சந்ததியரின் நிலம். அவங்களுக்கு நாம் எப்படி கொடுக்கிறோம் அப்படியிங்கறது முக்கியம். நம்ம குழந்தைங்கள் வாழ்க்கையில நல்லா இருக்கணும்னு தேடித்தேடி ஒவ்வொன்னா செய்யும்போது இதையும் செய்யத்தான் வேணும். மத்த சந்ததியினரும் நம்ம குழந்தைங்கதான். அவங்களுக்கு நல்லது கெட்டது நாம சொல்லித்தரணும்."

'பெரிய இழப்புகள் சிறுதவறுகளிலிருந்து தொடங்குகின்றன' என்று எங்கோ அவர் படித்தது நினைவிற்கு வந்தது ஜெயராமனுக்கு.

"பொருள சம்பாதிக்கிறது ஒரு வாழ்க்கைனா, அத பாதுகாக்கிறது இன்னொரு வாழ்க்கை இல்லையா? கொஞ்ச நாள் முன்னாடி வந்த ஒரு செய்தி. நூறு வருஷத்துக்கு முன்னாடி இருந்த மக்கள் தங்களுக்குப் பிடிச்ச பொருளெல்லாம் ஒரு பெட்டியில போட்டுப் பாதுகாப்பா நிலத்துல புதைச்சு, நூறு வருடம் கழிச்சு இத தொறக்கணும்னு எழுதி வெச்சுட்டு போயிட்டாங்க. 100 வருஷம் கழிச்சு தொறந்து பார்த்தா."

ஜெயராமன் ஆர்வமாக எச்சிலை விழுங்கியபடி பார்த்தார்.

"அதுல இருந்த பொருட்கள், சிலது ரொம்ப சில்லித் தனமாகவும், சிலது பொக்கிஷமாவும் இருந்துச்சு. யோசிச்சு பாருங்க, மனுஷனோட ஆர்வம் அதை தான் பயன்படுத்துனதுல மட்டுமில்ல, அதை சேமிச்சதும், அடுத்த தலைமுறைக்கு அதை கொடுக்கிறதுலையும்தான். எத நாம சேமிச்சோம் எத நாம பொக்கிஷமா நினைச்சோம்னு அது சொல்லி கொடுத்துடுச்சே. இல்லையா?"

ராமமூர்த்தியின் கண்கள் ஒளி கொண்டன. இளம்பறவையின் சிறகு துடிப்புபோல கண்களைச் சிமிட்டிக்கொண்டிருந்தார். மீண்டும் அதே வேகம் அவருள்ளிருந்து கண்களின் வழியாக பாய்ந்தது.

"சிலதுங்க இதெல்லாம் முக்கியம் இல்லைன்னு இந்த தலைமுறைக்குப்பட்டிருக்கும். ஆனா, காலத்துக்கு முக்கியம்னு சிலது இருக்கு அத மாத்த முடியாது. அதுல முக்கியமா இந்த நிலம். நல்லா விளைச்சல கொடுத்த நிலத்த, பாழாக்கி அதுல தண்ணிய உறிஞ்சி, மண்ண எடுத்து, சத்துக்களை காலிபண்ணி தரிசா கொடுக்கிறது எந்த வகையில நியாயம்னு சொல்லுங்க. குளங்கள்ல இருக்கிற உயிரினங்களைக் கொன்னு, மூடி பிளாட்டா மாத்தினதை எப்படி ஏத்துக்க முடியும். இந்த நிலம் நாம செத்தாலும் இருக்க போவுது, நம்மையும் புதைச்சுட்டு, வரும் சந்ததியினரையும்

இங்கதான் புதைக்கப் போறாங்க. இதுக்கு முன்னாடி எத்தனையோ தலைமுறைங்கல இங்கப் புதைச்சி இருக்காங்க."

எல்லாம் பேசியாகிவிட்டதென அமைதியானார் ராமமூர்த்தி.

"குடோனில் அப்படி என்ன சாமான் இருக்கு."

"இங்கேந்து தெக்கே அஞ்சு கிலோமீட்டர் தள்ளி ஒரு ஃபாக்டரி இருக்கு. ஃபாக்டரிக்குத் தேவையான மூலப்பொருட்கள் இங்கதான் சேமிச்சுவெச்சுருக்காருன்னு சொல்றாங்க, ஃபாக்டரியின் பாதுகாப்புக்கும், அரசு அதிகாரிக்கும் பயந்துதான் அங்க வெக்கவில்ல. அப்படின்னா அவ்வளவு பாதுகாப்பு இல்லாத பொருட்களா இருக்குன்னு பாருங்க, எனக்கு தெரிஞ்சு கெமிக்கல் பொருட்கள், எளிதா தீப்புடிக்கிற பொருளெல்லாம் இங்க இருக்குதுன்னு தெரியுது."

வாங்க என்று நடந்து செல்ல ஆரம்பித்தார் ராமமூர்த்தி. தெருவின் ஒரு முனையில் இருந்த பார்க் எனப்பட்ட குடோனில் இருந்து நடக்க ஆரம்பிக்க பயணத்தில் மரங்கள் கடந்து செல்வதுபோல வீடுகள் அவர்களைக் கடந்தன.

"அரசாங்க வேல பார்த்து என்ன புண்ணியம். ஊர்ஊரா சுத்துனதுதான் மிச்சம். என் மனைவிக்கு இதுல வருத்தம். கொஞ்சம் அட்ஜஸ்ட் பண்ணிக்கோங்கோன்னு சொல்லிகிட்டேயிருப்பா. ஆனா என்னால இருக்க முடியல. எல்லோரையும் பகைச்சுக் கிட்டேன். என் குழந்தைகளை வளர்த்தது அவதான். அவதான் நல்லவ, அவ மனசுல இருக்குற கஷ்டங்களைக் கேட்டு வளர்ந்ததாலயோ என்னவோ, என்னைய நல்லது செய்யாத அப்பாவா பாக்குதுங்க."

ராமமூர்த்தி சுவாரஸ்யமான அவரது வாழ்க்கைப் பயணத்தைக் கூறுவதைக் கேட்க ஆவலாக இருந்தது. சட்டென முழுமையாகத் தன்னை ஆட்கொண்டுவிட்டார். இனி அவரை விட்டு விலக்குவது கடினம் எனத் தோன்றியது. அவரிடமிருந்து விலகுவது தன்னை தன்னிடமிருந்து விலகிக்கொள்வதற்கு சமம். எவற்றையும் கடந்தவராக தெரிந்தார். அவர் யாரையும் எதையும் நம்பி செயல்படுபவர் அல்ல. சின்னதாகவேனும் புதிதாக எதையாவது முயற்சித்துக்கொண்டேயிருப்பவர். தோல்விகளே வாழ்க்கை முழுவதும் கொண்டவராகத் தெரிந்தாலும் அவர் தன்னை வெற்றியாளனாகத்தான் நினைக்கிறார். இந்த நகர் அமைந்ததே அவரது வெற்றிகளில் ஒன்றுதான். குறிப்பாக அவர் அடையும் பயன்கள் என எதுவுமில்லை. தொடர்ந்து உழைக்கிறார் அதனாலேயே வாழ்க்கிறார். உழைப்பின் பயன் எதையும் அறியாமல் அவர் இறக்கக்கூடும். ஆனால் உலக சமூகம்

தன் போக்கை ஒரளவேனும் சிந்தித்து மாற்றிக்கொள்ள அவர் உதவுவார் என்பதைத் தவிர அவர் அடைவது ஒன்றுமேயில்லை. உலகம் தோல்வியடைந்த மனிதர்களால் நிரம்பியிருக்கிறது. வெற்றியாளர்கள் இந்த உலகை வேறுவகையில் தன் அனுபவத்திற்கு மட்டுமானது என நினைக்கிறார்கள். தோல்வியாளர்கள் இந்த உலகை அப்படியே விட்டுவைக்க நினைக்கிறார்கள்.

மேகங்கள் அடர்ந்த வானம். லேசான குளிர்ச்சியோடு இருந்தது சூழல். மழை வருவது போன்றிருந்தது. ஜெயராமனுக்கு உடம்பு சிலிர்த்துகொண்டது. ராமமூர்த்தி போன பின் ஜெயராமன் தன் அடுக்கக கட்டிடத்தின் முன் நீண்ட நேரம் நின்றிருந்தார்.

8

முத்துவேலன் தெருவை, வீட்டை சரியாகக் கண்டுபிடித்து மாடியேறி வந்துபார்த்தபோது வீடு பூட்டியிருந்தது. இன்னும் அவர் வந்திருக்கவில்லை என்பது சற்று அயர்ச்சியாக இருந்தது. திரும்பிச் சென்றுவிடுவோம் என்கிற நினைப்பு சிறுபிள்ளைத்தனமான அவசரம் என்று தன்னைக் கட்டுபடுத்திக்கொண்டான். காத்திருப்பின்போது அவரின் உருவம் மனதில் உருவாகி வந்தது ஆச்சரிய மாக இருந்தது. பிரத்யேகமாக ஒருவரைக் காணக் காத்திருக்கும்போது நமக்கு அவரைத் தவிர மற்றவர்கள் பொருட்டாகத் தெரிவதில்லை போலும்.

ராஜேந்திரனின் வாழ்வு நீண்ட போராட்டம் கொண்டது என்பதனால் அவர்மேல் ஒரு ஈர்ப்பு ஏற்படுகிறது என நினைத்துக்கொண்டான். அவரது வெற்றிகளைவிட தோல்விகள் அவரது மனதில் மகிழ்ச்சியாகப் படிந்திருக்கிறது. அதைக் கூறும்போது அத்தனை உவகையோடே அவைகளை நினைவுக் கூறுவார். காலை ஏழு மணிக்கே தன்வீடுவழியாகக் கடந்து சென்றுவிட்டார். இன்று ஒன்பது மணி ஆகியும் இன்னும் தன் வீட்டை அவர் அடையவில்லை. டீ குடிக்கச் சென்றிருக்கலாம். அல்லது மற்றவர்களுடன் அலாவச் சென்றிருக்கலாம். தன்னைத்தவிர மற்றவர்களுடன் அவர் பேசுவது முத்துவேலனால் ஏற்றுக்கொள்ளமுடியவில்லை.

சிறுஇடைவெளியுடன் கூடிய ஒரு பகுதியைக் கடந்தால் மொட்டைமாடியை அடையலாம் என்று தோன்றியது. அங்கு நின்றிருந்த பெண்மணி, “அங்கேயே இருங்க. இதோ வந்துட்டேன்” என்றாள். அப்போதுதான் தெரிந்தது அது ராஜேந்திரனின் மனைவி என்று. துணிகளைக் காயவைத்துவிட்டு சிறுபடியேறி மேலே வந்தார். மஞ்சள் பூசியிருந்த

முகத்தால் சிறுபள்ளங்கள் தெளிவாகத் தெரிந்தன். பலநாட்களுக்கு முன்பு பார்த்ததன் எதிரொலி சிறு சிநேகபாவத்தை உதட்டில் காட்டியிருந்தார்.

“வாங்க தம்பி. அவரு டீ வாங்க வெளியே போயிருக்காரு. உட்காருங்க வந்துடுவாரு” என்று முந்தானை நுனியில் முடிஞ்சிட்டு வைத்திருந்த சாவியால் மரச்சட்டங்களால் மூடியிருந்த கதவை திறந்தார். தனியாக இருக்கும் மொட்டைமாடி, நாலு பக்கமும் சின்னசுவர் எழுப்பி அதன்மேல் கூரை வேயப்பட்டிருந்தது. சுற்றிலும் தட்டி வைத்து மறைக்கப்பட்டிருந்தது. வீட்டில் இருந்த பொருட்கள் வெளியே தெரிந்தன. திறந்த காற்றோட்ட இடம். அதை வீடு என்று சொல்ல முடியாது. ஆனாலும் அந்த அமைப்பு நன்றாக இருந்தது.

உள்ளே நுழைந்தபோது ஒரு நாய் படுத்துக் கிடந்தது தெரிந்தது. அது புதியவரை தாக்கும் எண்ணமேதுமில்லாமல் அமைதியாக கண்களைத் திறந்துப் பார்த்துவிட்டு மீண்டும் மூடிக்கொண்டது. இரண்டு பூனைகள் வேறு அங்கு நடமாடிக் கொண்டிருந்தன. அவை எந்த எல்லையும் கொண்டிருக்கவில்லை, வீட்டில் எல்லா இடத்திலும் தாவி ஏறி சென்றது. வீட்டின் வலது பக்கத்தில் ஒரு தடுப்பு இருந்தது. அந்தப்பக்கம் சமையலறை. கறிபடிந்த சுவர்களும் கூரையும் அதை உறுதி செய்தன. நாயிருக்கும் வீட்டில் எதற்குப் பூட்டு என்று தோன்றியது. வழியில் ஒரு சின்ன தடுப்பில் அமர்ந்துக் கொண்டான் முத்துவேலன்.

ராஜேந்திரன் நடந்து வரும் ஓசைகள் கேட்பதாக நினைத்துக் கொண்டான். புதிய இடத்தில் காத்திருப்பதில் ஏற்படும் சங்கட மனநிலை எந்த வயதிலும் எப்போது மாறப்போவதில்லை போலும். இந்த இடம் பெரும் பணக்காரர்கள் தங்குமிடம். மொட்டைமாடியில் இருக்கும் இந்த சின்னபகுதி மட்டும் அவசரத்திற்கு ஒட்டுவேலை செய்தது.

பாத்திரங்கள் உரசும் ஒலிகள் கேட்டன.

“அட… வா வேலா, எப்ப வந்த?”

“இப்பதாண்ணே.”

“நான் கூப்டாக்கூட வரமாட்டியே. எப்படி மனசு வந்துச்சோ போ.”

“அதெல்லாம் இல்லண்ணே.”

“உட்காரு உட்காரு. இதோ வந்துட்டேன். இந்தா காமாச்சி இத ஊத்தி கொடு, எல்லோரும் குடிப்போம்.”

முத்துவேலன் உட்கார்ந்ததும், "வீடு நல்லா இருக்குண்ணே ..." என்றான்.

"அட போப்பா, அவசரத்துக்கு வந்தோம், வேற எங்கேயும் போக முடியல. இந்த பில்டிங் ஓனரு நல்லவரு. எனக்கு நீ இருக்குறது ஒத்தாசைதான் இங்கேயே இருப்பான்னாரு. சரி போவட்டும்னு இருந்துட்டோம். அது ஆயிபோச்சு இருவத்திரண்டு வருஷம்."

இதே வீட்டில் இருபது ஆண்டுகளுக்கு மேலாக இருக்கிறார் என்பதை அந்த வீட்டின் சுவர்களில் இருந்த கரைகளும் தட்டிகளில் கைபடும் கருப்புகளும் காட்டிக்கொடுத்தன.

தேநீர் கொடுக்க வந்த காமாட்சி அக்கா, அண்ணன் அருகில் நின்றபோதுப் பார்க்க அவரைவிட முதியவர்போல் தெரிந்தார். இரவெல்லாம் கண்முழித்து வேலை பார்த்துவிட்டு வந்திருக்கும் கலைப்பு முகத்தில் தெரியாமல் அந்தக் காலை வேளையிலும் முழுமையாக இன் செய்த சட்டை பேண்ட்டுடன் அண்ணன் இளமையாகத் தெரிந்தார்.

"சட்டைய மாத்திட்டு வாங்கண்ணே" என்றான் முத்துவேலன்.

"இருக்கட்டும் இனிமே மதியம் ஒருவாட்டி குளிக்கும்போது மாத்திக்கலாம்."

தேநீர் ஒருமாதிரி கசப்பாக இருந்தது. அதை கொண்டுவந்த மிகப்பழைய பாத்திரத்தால் அப்படி இருக்கலாமெனத் தோன்றியது.

அவரிடம் நீண்ட நாளாக கேட்க வேண்டுமென நினைத் திருந்த கேள்வி ஒன்று மனதில் இருந்தது. அதை ஒவ்வொரு சமயமும் ஒத்தி போடுவதும் பின் தயங்குவதுமாகக் கழிந்தது. இன்று வாயிலிருந்து வந்துவிட்டது. "அண்ணே ஏண்ணே ஊருக்குப் போகாம இங்கேயே இருக்கீங்க." கேட்டது தவறோ என ஒருநிமிடம் தயங்கி அவரைப் பார்த்தான் முத்துவேலன்.

அவர் கண்கள் ஒருமுறை சந்தித்து மீண்டன. "இல்லண்ணே சும்மாதா கேட்டேன், எங்களுக்குதான் இங்க வழியில்ல, உங்களுக்கு அப்படியில்லல்ல."

அவர் கையில் இன்னும் டீ டம்ளர் இருந்தது. அதை உற்று கவனித்து, "வாழ்க்கைங்கிறது வெறும் பணம் சம்பாதிக்கிறது மட்டும்தான்னு நினைக்கிறியா" என்று சொல்லிவிட்டு தலைதூக்கி முத்துவேலனைப் பார்த்தார். இல்லை என்பதுபோல மையமாகத் தலையசைத்தார் முத்துவேலன்.

"நூறுரூவா சம்பாரிக்கிறவனும் இங்க இருக்கான். ஆயிரம்ரூவா சம்பாரிக்கிறவனும் இங்கிருக்கிறான். நா வேலபாக்குற ஐடி

கம்பெனியில ஆளுவோளுக்கு ஒருநா சம்பளம் எவ்வளவுன்னு பார்த்தா அசந்துடுவே, சரி அவுங்கள்ளாம் நிம்மதியா இருக்காங்களான்னா அதுவும் இல்ல. நா பணம் சம்பாதித்து சேமிச்சு எல்லாம் இழந்தவன்தா. ஊர்ல நான் யாருன்னு சொல்லிகிறதுக்கு ஒரு வேர் வேணுமில்ல. அந்த வேரு நல்லதா பழுதில்லாம இருந்தா நமக்கு ஒரு பிடிமானமா இருக்கும். இன்னாரு மகன் இவன்னு சொல்லிக்கிறதுக்கு யாரும் இப்ப அங்கல்ல, ஊர்ல போயி நா ஜெயிச்சுட்டேன்னு நிக்கணுமா சொல்லு.”

“அப்படியில்லண்ணே. நமக்கு ஊருதான்னே ஒரு பாதுகாப்பு. நட்ப. இல்லையாண்ணே.”

“எனக்கு அப்படி தோணல, யாரும் பெருசா அங்க வாழ்ந்துடல. கிழடுகளோட அங்க இருக்கிறதவிட, நாலு கெட்ட மனுசங்களா இருந்தாலும் இங்க இருக்குறதுக்கு கொஞ்சம் நிம்மதியா இருக்கு.”

அவர் மனைவி காமாட்சி மென்விரிவுகளான உதடுகளுடன் பெருமித பார்வையாக ராஜேந்திரனை கவனித்தாள். அவள் ஏதோ வேலையில் இருப்பது போன்றிருந்தது. ஆனால் மரத்தின் உச்சியில் அமர்ந்திருக்கும் பறவைபோல அவர்களை முழுவதும் அவள் கவனித்துக்கொண்டிருக்கிறாள்.

வெளியே சூழல் மாறிவிட்டதைக்கொண்டு, பேச்சு சுவாரஸ்யத்தை நிதானித்துக்கொண்டார் முத்துவேலன். வெளியே சற்று வெப்பம் கூடியிருந்தது. அதிக ஒளியுடன் வீடுகள் புதிதாக தெரிந்தன.

“இந்த ஏரியாவுல இருக்கிறது, நமக்கே ஒருமாறியா இருக்கும்ணே, எல்லாம் பணக்காரஊடுங்க.”

“அதுவேண்ணா வாஸ்தவம்தா. ஆனால் பாரு, யாருக்கும் நின்னு பேசறதுக்கு நேரமில்ல. நா அவுங்களுக்கு ஒரு துணைவனா இருக்கேங்கிறது அவுங்களுக்கே நல்லா தெரியும். இல்லேன்னா, ஓனரு இங்க இருக்க வுடுவாரா சொல்லு. என்னா ஒத்தாசைன்னு நீ கேட்கவேயில்லையே.”

“என்னா ஒத்தாசண்ணே.”

“நா எங்கம்பெனிக்கு மட்டும் செக்யூரிட்டி இல்ல. இந்த பிளாட்டுக்கும்தான். இந்த ஏரியா வீட்டு இபி பில்லுலேந்து, தண்ணிவரி, வீட்டுவரி எல்லாமே நாந்தான் கட்டணும், இந்த பிளாட்டுல இருக்கவங்க கலெக்ட் பண்ணி எங்கிட்ட கொடுத்துடுவாங்க, நா போயி கட்டிடுவேன். அதுக்கு சம்பளம்

தனியா வந்துடும். என்னைய கேக்காம ஒருவிஷயமும் நடக்காதுன்னா பாத்துக்கயேன்."

"அவங்களே இதெல்லாம் செய்யமாட்டாங்களாண்ணே."

"சில பேரு கட்டுவாங்கதான். பணம் சேரச் சேர ஒரு மிதப்பு வந்துடுது. சேவை செய்றதுக்கு நாலுபேரு இருக்கும்போது அத பயன்படுத்திக்கத் தோணும்தானே? ஓர்ருவா கொடுத்து ஒரு காரியத்தைச் செய்ய ஒராளுக்குக் கிடைக்கும் போது பத்துருவாக் கொடுத்து பத்தாளு வேலைய செய்ய தோணுது. மக்கள் பணத்துக்கு அலையுதுன்னு தெரிஞ்சோன்ன, வேலை செய்ய தோணுமா சொல்லு. இதே இடத்துல வெள்ளமோ பூகம்பமோ வருதுன்னு வை, அப்ப வேல செய்யாமல் இருக்க முடியும், குண்டி காஞ்சுபோயிடும்ல."

"அண்ணே, எங்கப்பா வழியில நா தஞ்சாவூருகாரன். அங்க போனா எதாவது வேலை கிடைக்கும்தானே?" என்றான். இந்த கேள்வியை அவர் எதிர்ப்பார்க்கவில்லை என்பதை அவர் முகமே காட்டியது. சற்று அதிர்ச்சியுடன் முத்துவேலனைப் பார்த்தார். வேடிக்கையாகக் கேட்ட கேள்வியில்லை என்பதை புரிந்துக் கொண்டு, "போலாம், ஆனா முதல்லேந்து ஆரம்பிக்கிற மாதிரி இருக்கும்", அங்கிருக்கிறவங்க வேலைக்கு இங்கதான் வர்றாங்க, கொஞ்சம் வேடிக்கையாக இருந்தாலும் அங்க போறது ஒன்னும் தப்பில்ல. "ஓம் பொஞ்சாதி ஒத்துப்பாளான்னு பாரு" என்றார். "அவ கிடக்குறா" என்று முத்துவேலன் சொல்லிக்கொண்டாலும், அவர் மனம் தீவிரமாக அதை சிந்தித்துக்கொண்டிருந்தது. "ஒருநா நாம போவோம்ணே" என்றான். அவசரமாக லேசாக சிரித்து தலையசைத்தார்.

அதிக நேரமாகிவிட்டதை உணர்ந்து, "சரி நா வரேண்ணே, வாரண்ணி" என்று சொல்லிவிட்டு வேகமாக வெளியேறினான். மொட்டை மாடி கைப்பிடியிலிருந்து கீழே பார்த்தான் முத்துவேலன். வரிசையான மரங்களின் அடர்த்தியும் குளிர்ந்த மரங்களின் குளுமையும் தெரிந்தது. அந்த மேல்மாடி மட்டும் வெயிலில் அநாதையாக நின்றது போலிருந்தது. பள்ளிக்குச் செல்லும் குழந்தைகள் வெளியே கிளம்பிருந்தார்கள். அவர்களின் முகங்களில் புதிய துளிர்ப்பின் செழுமை இருந்தது. கால்கள் பரபரக்க ஓடினார்கள். தெருவே பூங்காவைப் போன்றிருந்தது. சிவப்பு இலைகளும் பூக்களும் தெரு முழுதும் சிதறிக்கிடந்தன. பணக்காரக்கலை அதில் தெரிந்தது. சில வயதான கிழவர்களும் கிழவிகளும் குச்சியூன்றி நடந்து நேரத்தைக் கடத்தினார்கள். பணம் சம்பாதித்தபின் நாட்களும் வருடங்களும் அவர்களுக்காகக் காத்திருந்தது.

இருவரது பார்வையும் தன் முதுகில் நிலைத்திருப்பது கோபத்தைக் கிளறியது. வேகமாகப் படிகளில் இறங்கினான். செங்குத்தான படிகள் இறங்குவது அவனைக் கீழே தள்ளிவிட எத்தனிப்பதுமாக இருந்தது. முடிவுறாமல் இறங்குவது போன்ற வெறுமை கூடியது. ரோட்டிற்கு வந்தபோது வெறுப்பு மேலும் கூடியிருந்தது. அவன் அம்மாவை நினைக்கும் தோறும் வெறுப்பு வளர்வதைக் கண்டிருக்கிறான். இப்போது அப்படிதான். வராமல் இருந்திருக்கலாம் என நினைத்தான்.

பணம் சம்பாதிப்பதும் சேமிப்பதும் குறித்த எண்ணம் வாழ்க்கைப் பற்றிய பயத்தை உண்டுபண்ணுகிறது. பிள்ளைகளுக்கு எதுவுமே சேமிக்கவில்லை என்பதையும், அப்பா சேமிக்காமல் அகாலத்தில் மறைந்ததையும் ஒருசேர நினைத்துக்கொண்டான். தூரத்தில் எழுந்துவரும் புகைமண்டலத்தைப் பார்த்தபோது, அந்தப் பெரிய சாலையின் சந்திப்பில் வாகனங்களின் பெருக்கம் அதிகரித்துவிட்டதைக் காட்டுகிறது. இந்த பரபரப்பு எப்போதும் அவனைப் பயங்கொள்ள வைக்கிறது. இந்த நகரம் பாதுகாப்பானதா என்கிற எண்ணம் தோன்றியதும் மனதின் மூலைமுடுக்குகளில் நகரமும் அதன் மனிதர்களும் ஒரு சின்னச் சின்ன புள்ளியாகத் தோன்றி விரிந்து வளர்ந்து நிறைந்து நின்றது. எறும்புகளின் கூட்டம்போல, கரையான்களின் கூட்டம்போல நிறைவது மனதில் அருவருப்பு கூடியது. சிறுவயதிலிருந்து பார்த்த ஊர்தான்; அப்போது இருந்த ஊரை சூழ்ந்திருந்த அமைதி இப்போது இல்லை. எதிர்ப்பார்த்த பகற்கனவின் விரிவை அது தடுத்துவிட்டது. சொற்களில் விரியும் அர்த்தம், வாய்தவறிய வார்த்தையால் பொருளிழப்பது போன்றிருந்தது.

ஆனால் நகரம் வேறோருவகையில் பகற்கனவுகளைக் கொண்டு வருகிறது. அசதியை நிறைக்கும் தூக்கம்போல நகரம் மனிதர்களை அவர்கள் சொற்களின் கூறுகளைச் சூடேற்றுகிறது. அடுப்பின் மேல் அமர்ந்த மனிதர்களைப்போல, கொதித்துக் கொண்டிருக்கிறார்கள். நாளும் மனதில் சொற்களோடு அலைகிறார்கள். முன்னே செல்லும் மனிதனைப் பிடரியை அல்லது பின்பக்க சட்டையைப் பிடித்திழுத்து கீழே தள்ளி முன்னேறத் துடிக்கிறார்கள். வெற்றிப் பெறுவதை ஒரு பயிற்சியாக நினைக்கிறார்கள். நகரத்து பள்ளிகளில் சொல்லித் தருவது இதைத்தான். அங்கே கற்க தவறியவை அல்லது விடுபட்டவைகளை இந்த அவசர சமூகம் சொல்லிக் கொடுத்துவிடுகிறது.

எதையோ இழந்ததுபோன்ற வெறுமை. எங்கே நிற்கிறேன், எங்கு செல்லயிருக்கிறேன் என்கிற வெறுமை. காணாத தேசத்தில் நுழைந்து விழிபிதுங்கும் வெறுப்பு. தொடர்ச்சியாக

மனிதர்கள் நடந்தும் ஓடியும் கொண்டிருக்கிறார்கள். யார் எங்கே செல்கிறார்கள் என தெரியவாய்ப்பில்லை. ஏதோ ஒரு இலக்கு அவர்களின் கண்களில் இருக்கிறது. ஒருவன் ஓடிவருவதைக் கண்டு அவன் தன் மேல் மோதிவிடுவான் என நினைத்து ஒதுங்க, அவன் பரபரப்பான சாலையைக் கடந்து எதிரில் மெதுவாக ஊர்ந்துகொண்டிருந்த பேருந்தில் ஏறினான். நகரத்திற்கு உள்ளே செல்லும் பேருந்து. அதைவிட்டால், அவன் மீண்டும் நீண்ட நேரம் காத்திருக்க வேண்டியிருக்கும்.

உடலில் வெப்பம்கூடி வேர்த்துக் கொட்டியது. மனிதர்களின் ஓட்டத்தைக் காணும்போதெல்லாம் வேர்த்துக்கொட்டுகிறது. ஆசுவாசமாக எங்கும் நிற்க முடியாமல், காலியிடங்களற்ற கான்கிரீட் கட்டிடங்களின் வரிசை அருவருப்பாக இருந்தது. நகரம் கிருமியைபோல தொற்றிக்கொண்டேயிருக்கிறது.

அவனுக்கு என்ன மாதிரியான அவசரம் இருக்கும். இன்று நேர்முகத்தேர்வாக இருக்கும் அல்லது எப்போதும்போல அலுவலகம் செல்லவேண்டியிருக்கும். நகரத்தின் நெரிசலான பாதைகளில் பயணித்து ஒருவரைஒருவர் மோதிவிடாமல் தன் இடத்தை அடைந்து தனக்கான வேலைகளைச் செய்ய வேண்டியிருக்கிறது.

கிழக்குக் கடற்கரைச் சாலையைக் கடந்து மேற்குப் பக்கம் சென்றதும்தான், சற்று ஆசுவாசமானது. தேவையற்ற பதற்றங்கள் என அவன் நினைப்பவை குறைந்துவிட்டது என நினைத்துக் கொண்டான். வீடுகள் சற்று தள்ளித் தள்ளி இருக்கும்போது சுவாசிக்க முடிகிறது. மரங்களும் பொட்டல்வெளிகளும் தேவையாக இருக்கின்றன. நாய் ஒன்று குழைந்த வாலாட்டலுடன் அங்கு நின்றிருந்தது. அதன் நாசியை முன்நீட்டி அவசரமாக முகர்ந்து மகிழ்ந்தது. நட்பான மனிதனைப் பார்த்துவிட்ட பரவசம் உடல் முழுவதும் மீட்டிய தந்திபோல அதிர்ந்து பரவியது. கற்கள் வெளியே தெரியும் கரடுமுரடான சாலை. இன்னும் போதுமான மனிதர்களை அது சந்திக்கவில்லை, மழையும் வெயிலும் அந்த சிறுகிளைச் சாலையில் படர்ந்ததோடு சரி. இந்தச் சாலைகூட தூரத்து பச்சைவெளியைப் பார்த்து இருந்தது. அவற்றில் மனிதர்கள் இன்னும் குழுமிவிடவில்லை. இடுப்புயர புதர்கள் மண்டிய பிரதேசம் வந்தபோது பலவகை இலைகளின், பூக்களின் நறுமணம் பச்சையாக வீசியது. பாதங்கள் மென்புல்வெளிகளைத் தொடுகையில் இளம் பனி மேல் பாதங்களைத் தொட்டு குளிர்யூட்டியது. நீண்ட பாதை, இரண்டு கிலோமீட்டராவது இருக்கும்.

கிழக்குச் சாலைக்கும் வாய்க்காலுக்கும் இடையே அமைதியான பகுதியில் தென்னை, பனை, அரசு, வேங்கை மரங்கள் அதிகமாக இருந்தன. சில இடங்களில் சவுக்குமரங்கள். வாழைமரங்கள் தோப்புகளாக இருந்தன. ஆனால் சமீபமாகத் தோப்புகளில் காய்ப்பில்லை. பலர் விற்றுவிட்டு சென்று விட்டார்கள். அதன் உரிமையாளர்கள் பிளாட்டுகளாக அமைத்து விற்றுவிட விரும்பினார்கள். நல்ல லாபமும் கையிருப்பு கொடுக்கும். வாழ்நாள் முழுவதும் உழைத்து பெறுவதைவிட அதிகமாக பிளாட்டுகளில் பணம் கிடைக்கின்றன, பின் எப்படி தோப்புகளில் வேலை செய்ய தோன்றும். அப்பாவின் காலத்தோடு முடிவுற்றுவிட்டன, இன்று வாழைத்தோப்புகள் எங்குமில்லை. சட்டென நின்று சுற்றிலும் மரங்கள், புதர்கள், வாசனையுடன் கூடிய உயிர்ப்புகளைக் கவனித்தான். காலைக்காற்றில் ஒரேமாதிரியான மெல்லிய அசைவுகளுடன் தங்கள் இருப்புகளைத் தெரிவித்தன. அவைகளின் அடர்பச்சை காணாமல் போய் கருநீலங்கள் வெயிலில் துலங்கின. இவை அத்தனையும் கூடிய விரைவில் இல்லாமல் ஆகப்போகின்றது என்கிற நினைப்பு வந்ததும் உடல் ஒரு நிமிடம் பதற, ஓட்டமாக வீட்டை நோக்கி ஓடினான்.

9

காலி நிலத்தின் முன் குப்பைகள் வீசியெறிவது ஒருவகை தப்பித்தல் குணம்தான். தெருமுனையில் குப்பைத் தொட்டி இருந்தாலும், தெருவின் மையப் பகுதி நிலம் குப்பைக் கொட்ட வசதியாகிப் போனது.

ராமமூர்த்தி சில நாட்களாக அவ்வழியாக வருவது குறைந்திருந்தது. அதற்குள் சில சில்லறை விஷயங்கள் நடந்தேறிவிட்டன என நினைத்தார். எதிர்பில்லாதபோது வெளிப்படும் மனித மனதின் வக்கிரங்கள் இதுதான். எத்தனை அபத்தமான உலகம். அதன் முடிவில் தெரியும் அழுத்தம்தான் துணுக்குற வைக்கிறது. நான் செய்வதை யாரும் பார்க்கவில்லை என்னை என்ன செய்துவிட முடியும் என்கிற போதை தெறிக்கும் மனதோடு வாழும் மனிதர்கள். அவர்களின் தேவையைப் புரிந்துக்கொள்ளாதவர்களை பொருட்படுத்த வேண்டியதில்லை என்கிற ஆணவம். என்ன செய்து, என்ன செய்துவிட முடியும் என்கிற அலட்சியம். உலகம் எப்போதும்போல தன்னச்சில் சுற்றிக்கொண்டுதான் இருக்கிறது அதை மாற்றிவிட முடியுமா என்கிற வெறுப்பு இந்த மனிதர்களுக்கு. அந்த நிலத்தின் முன் நின்றபோது வாந்தியைத் தூண்டும் வீச்சம் அந்த இடத்தைச் சுற்றிவந்துக்கொண்டிருந்தது. ராமமூர்த்தி தன் மூக்கு கண்ணாடியைப் பிடித்தபடி அதை உறுதியுடன் பார்த்தார். அதன் தொடக்கம் எங்கே என்பதை கண்டுப்பிடித்து விட்டார்.

இரண்டு பக்கம் சுவர்களுக்கு நடுவில் அந்த நிலம் கரும்புகைபோல சேறும்சகதியுமாக ஆங்காங்கே நீர்தேங்கிக் கிடந்தது. நிலத்தின் முன்பகுதியில் வெள்ளைநிற நெகிழிப் பைகளுக்குள் பலவகை உணவுப் பொருட்கள், குப்பைகள், தேவையற்றதாகத் தோன்றும் அனைத்தும் பரவிக் கிடந்தன. நிலத்தில் விழுந்த உணவு மீதங்கள் சிறுசிறு தேக்கங்களாகக்

கிடந்த நிறமேரிய நீரில் அழுகிக்கொண்டிருந்தன. கொஞ்சம் கூர்ந்து கவனித்தபோது குழந்தைகளின் விளையாட்டுப் பொருட்கள், குழந்தைகள், பெண்கள் பயன்படுத்திய நாப்கின்கள், பயன்படுத்திய, பயன்படுத்தாத சாம்பார், சட்னி நெகிழி பைகள், உடைந்துபோன கண்ணாடி ப்ரேம்கள், துடைக்கப் பயன்பட்ட அழுக்குத் துணிகள் என்று வகைவகையாக இருந்தன. அழுகியதாலோ என்னவோ இன்னதென்று கூறமுடியாதச் சில பொருட்கள் ஓரிடத்தில் குவிந்து கிடந்தன.

நியாய, அநியாயம் சார்ந்த உணர்வு இது, எப்படி மனிதர்களால் அதிலிருந்து தப்பிக்க முடிகிறது. எதன் அடிப்படையில் மனிதர்கள் தவறு செய்கிறார்கள். செய்த தவறு கண்டுக்கொள்ளப் படாது என்கிற நம்பிக்கைதானே? எல்லோரும் செய்வதுதானே என்கிற கையாலாகத்தனம். எளிமையாக ஒவ்வொருவரையும் ஏமாற்றிக் கொள்வது போன்றது இது. அங்கு நின்றபோது சுற்றி மனிதர்கள் தன்னை நோக்கிகொண்டிருப்பதாகத் தோன்றியது. அந்தக் கண்கள் குற்றவுணர்ச்சியின் பிடியில் மாட்டி தவிப்பதைத் திரும்பாமல் உணர்ந்தபடியிருந்தார். எப்படி இவ்வளவு குப்பைகளை ஓரிடத்தில் கொட்ட முடியும். இங்கிருக்கும் வீடுகள் மிகக்குறைவு. குடும்பங்களின் எண்ணிக்கை என்றால் இருவதுக்குள்தான் இருக்கும். இன்னும் காலி நிலங்கள் வீடுகள் அல்லது அடுக்கு குடியிருப்புகள் கட்டப்படாமல் இருக்கின்றன. மிகச் சமீபத்தில் இந்தக் குப்பைகள் சேர்ந்துள்ளன.

புதியதாக கட்டியிருக்கும் அடுக்ககத்து மனிதர்கள் கொட்டியது. அவர்களுக்கு எளிதாக இந்த வெறும் நிலம் பயன்படுகிறது. தலைத்தூக்கி ரமணிகுளத்தைப் பார்த்தார். வெயிலில் வெளிரி நின்றிருந்தது. தரைதளத்தில் முத்துவேலன் சீருடையுடன் நின்று அவரைப் பார்த்துவிட்டுப் பார்க்காதவன் போல் இயல்பாக திரும்பிக்கொண்டான். மெல்லிய அசைவில் அச்சம் தெரிந்தது.

நவீனத்துவத்தின் ஒரு முகம் இந்த குப்பைகள். மனிதமனம் தோல்விகளின் அறிகுறி இவை. இதற்கு முன்னால் கால் நூற்றாண்டுகளாக சாலைகள் இல்லாமல் குடிதண்ணீர் இல்லாமல், கழிவுதொட்டியில்லாமல் வாழ்ந்தபோது இங்குக் குப்பைகள் இல்லை. அப்போது இந்த முழு நிலங்கள் அவர்களுக்கானதாக இருந்திருக்கும். இப்போது ஏன் தன் நிலம் மட்டும் மாறிவிட்டது. நகரமயம் என்பது இதுதானா!

ரமணிகுளம் அடுக்ககத்திற்குள் நுழைவது பெரிய யானையை அணுகுவதுபோல உணர்ந்தார். "யார் அந்த வேகண்ட் லேண்ட்ல குப்பை போடறது." எதையும் சொல்லமுடியாமல்

தலையை மட்டும் ஆட்டினான். "உன் பிளாட் ஆளுங்க போட்றதை நீ சொல்லமாட்டே அதானே" வேகமாக ஏறிபோகும் காட்சியை முத்துவேலன் பார்த்தபடி நின்றிருந்தான்.

தட்டியதும் கதவை ஜெயராமன் திறந்தார், "இங்க வாங்க வந்து கீழே என்ன நடந்துகிட்டு இருக்குன்னு பாருங்க" என்று அவர் வீட்டிற்குள் நுழைந்து அவரை பால்கனிக்கு அழைத்துச் சென்று காட்டினார்.

எட்டிப் பார்த்த ஜெயராமனுக்கு ஒன்றும் புரியவில்லை. அவர் காட்டிய இடத்தில் இருந்த குப்பைகள் அவர் வந்த நாட்களிலிருந்து இருக்கிறது. சில நேரங்களில் குறைவாகவும் சில நேரங்களில் சற்று அதிகமாகவும் இருக்கும். ஆனால் இப்போது நிலத்திலிருந்து தெருவைப் பாதி அளவு தொட்டிருந்தது.

"ஆமா குப்பைங்கள இன்னும் நகராட்சி ஆட்கள் அள்ளல."

"இந்த பிளாட் வர்றத்துக்கு முன்ன இந்தத் தெரு முனையில ஒரு சின்ன சிமெண்ட் தொட்டி இருக்கும். இப்பவும் இருக்கு. ஆனா நீங்கயெல்லாம் அங்க போடறதில்லை, நீங்க இங்க போட ஆரம்பிக்க, தெருவாசிங்களும் இங்க போட ஆரம்பிச்சுட்டாங்க."

அவர் சொல்வது முதலில் அர்த்தமற்றிருப்பது போன்றிருந்தது. ஆனால் அவர் சொல்வது உண்மைதான் எனவும் தோன்றியது. அவருக்கு இருக்கும் சின்ன நுண்திறனை நினைத்து வியக்கவும் செய்தார். இந்த அடுக்ககத்தில் இருக்கும் நான்கு வீடுகளிலிருந்தும், எதிராக புதிய வந்திருந்த மற்றொரு அடுக்ககத்தில் இருக்கும் நான்கு வீடுகளும் வெளியே கொட்டும் குப்பைகள், பிளாஸ்டிக் பைகள் இங்குதான் போகின்றன.

"இப்ப புரியுதா, நா ஏன் இந்த பிளாட் இங்க அலோ பண்ண வேண்டாம்னு சொன்னேன்னு. நிலத்தோட அருமை புரியாதவர்கள் இப்படிதான் பண்ணுவாங்க, மத்தவங்கதான் நமக்கு வேல செய்யணும்னு நினைக்கிறவங்க, இன்னிக்கு ஒரு மீட்டிங்வெச்சு குப்பைய தெருமுனைலதான் கொண்டுபோய் கொட்டணும்னு சொல்லிப்பாருங்க, எல்லா சட்டமும் பேசுவாங்க".

வெளியேறி போனதை அவரால் பார்க்க முடியவில்லை. ஜெயராமனின் மனம் முழுவதும் அவர் சொன்னதை எப்படி சொல்வது என்று யோசித்துக்கொண்டிருந்தார்.

மாலை கூட்டப்பட்ட மொட்டைமாடிக் கூட்டம் இரவு வரை சென்றது. "அப்பா நீங்க எதுவும் பேசாதிங்க" என்று அருண் சொல்லியிருந்தான். அவனை மெதுவாக சமாதானப்படுத்திக் கொள்ளலாம் என்று கூட்டத்தைக் கூட்ட முத்துவேலனைவிட்டு எல்லோரையும் அழைத்திருந்தார்.

சிவபாண்டியன் தன் நாயுடன் ஏதோ வேண்டா வெறுப்பாக மிக தாமதமாக அந்தக் கூட்டத்திற்கு வந்தார். குலசேகரன்தான் அதை ஒரு மேடைக் கூட்டம்போல எல்லோர் முன்னும் எழுந்து நின்று பேசினார். சீனிவாசன் சட்ட சிக்கல்கள் என்னென்ன உண்டு என என்பதைச் சொல்லிக்கொண்டார். சிவபாண்டியன் எடுத்ததுமே "நான் அங்கதான் குப்பைய போடுவேன். அவனுக்கு என்ன வேண்டிகிடக்கு. அவன் என்ன இந்த ஏரியா தலையாரியா?"

ராமலிங்கம் சொல்வதை எக்காலத்திலும் ஏற்கப் போவதில்லை என்று மிக கராறாகச் சொன்னார் சிவபாண்டியன். அவரது வலதுகாலின் ஆட்டத்தால், அமர்ந்திருந்த ப்ளாஸ்டிக் சே/ாீ டிக்டிக் என ஒலித்தன. அந்த அலட்சியம் அவர் எதையும் கேட்கப்போவதில்லை என காட்டியது.

"இல்ல தெரியாமத்தான் கேட்குறேன், என்ன மயிருக்கு அவன் சொல்றத நா கேட்கணும், நாமெல்லா இங்க படிக்காம வந்திருக்கோமா, நாம படிக்காத முட்டாள்களா? இல்ல எங்களுக்கு சட்டம் எதுவும் தெரியாதா?"

குலசேகரன் அவரை மறுத்துப் பேசினார்.

"சார் நீங்க எல்லாத்தையும் அவருகூட முடிச்சு போடாதிங்க, நாமதானே இங்கக் குப்பைய போடுறோம். நாம் சுத்தமாக வெச்சுக்காதது நம்ப தப்புதானே? இதுல சட்டம் என்ன இருக்கு. மனித தன்மைதான் இருக்கு."

"மயிருதன்மை இருக்கு. இதெல்லாம் ஆவுற காரியாம எனக்குத் தெரியல."

குலசேகரன் அதே அழுத்தத்துடன் தன் எதிர்ப்பைத் தெரிவித்துக் கொண்டிருந்தார். சிவபாண்டியன் எப்போதும்போல தன் குரலை உயர்த்தி பேசிக்கொண்டிருந்தார். அப்படி உயர்த்துவதும் தாழ்த்துவதும் ஒருவகை கலை என்பதுபோல தெரிந்தது. அவரது நாய் அவரையும் மற்றவர்களையும் திருப்பித்திருப்பிப் பார்த்தது, அந்தச் சூழல் மெல்ல அச்சத்தைக் கொண்டுவந்தது. நாய் மற்றவர்கள் மேல் பாய்ந்து தாக்கக்கூடும் என்கிற அனுமானம்தான் பயத்தை உண்டு பண்ணுகிறது என நினைத்தார் ஜெயராமன். அந்த நாய் எழுந்து நின்றால் சராசரி மனிதனின் உயரத்தைவிட அதிகமாக இருக்கும். அவர் நாய் வைத்துக்கொள்வதன் நோக்கமே மற்றவர்களைப் பயம்காட்டத்தான் போலும்.

ராமமூர்த்தியை ஏன் எதிர்க்கிறார் என்பது புரியாத புதிர்தான். அப்படி எதிர்க்காமல் இருப்பது தன் தன்மானப் பிரச்சினை யென நினைக்கிறார் சிவபாண்டியன். இனி குப்பைகளை அங்கு

போடக்கூடாது என்கிற எட்டப்பட்ட முடிவுக்கு வந்தது கூட்டம். ஆனால் சிலர் தங்கள் விருப்பம்போல செயல்படுவோம் என்கிற முடிவும் சொல்லப்பட்டது. அதாவது போடக்கூடாது, போடுவேன் என்றால் அதைத் தடுக்கப்போவதில்லை என்பதுபோல.

o o o

ஜெயராமன் கீழே நடைப்பயிற்சிக்கு இறங்கி வரும்போது நாய் ஜூலி அவர் கூடவே வந்துவிடும். முதலில் அவருக்குச் சந்தோசமாக இருந்தது. பிறகு அது வழக்கமானபோது சற்று வெறுப்பு கொள்ள ஆரம்பித்தார். அருணுக்கும் கவிதாவிற்கும் விடுமுறை நாட்களில்கூட ஜூலியை அவருடன் அனுப்பும்போது அவருக்குத் தான் இங்கே யார் என்பது புரிந்தது.

வெளியே மேகங்கள் அடர்ந்த ஒளிச்சிதறலாகக் கிடந்தது வானம். வானத்தின் நிறத்தைப் பெற்று எல்லா இடங்களில் வெண்பழுப்பு நிறத்தை நிலமும் பிரதிபலித்துக்கொண்டிருந்தது. கண்களைக் கூச வைக்கும் ஒளி. வெண்பழுப்பு நிலத்தில் எங்கும் வண்ணங்கள் இல்லை என்பது போன்ற தோற்றம். நாய் எதையும் கவனிக்காமல் நேராக சென்றுகொண்டிருந்தது. செய்கையில் சொகுசு மட்டுமே தெரியும்; அந்த நாயை அவர் வெறுத்தார். நாயை கழுத்தில் பட்டை கட்டி அதை இழுத்துச் செல்லவேண்டும் என்பது கிட்டத்தட்ட மருமகளது கட்டளை. மகன் அருண் ஒவ்வொரு நாளும் மாறாத கீழ்படிதலுடன் நாயை அழைத்து வந்து அவரிடம் கொடுப்பான். நாயின் சுதந்திரத்தைப் பறிக்கிறோம் என்பதை அவர்கள் அறிந்திருக்கவில்லை. இங்கு எல்லா மனிதர்களும் அப்படிதான் செய்கிறார்கள். உயிரை விளையாட்டுப் பொருளாக வைத்திருக்கும் ஜனக்கூட்டம் என அவர்களை நினைத்துக்கொண்டார். இந்த மிகச்சிறிய விலங்கினம் எதற்கும் பயன்படப்போவதில்லை. வீட்டைக் காக்கவோ, வேட்டைக்கோ இது துளியும் பயன்படாது. உயிருள்ள விளையாட்டுப் பொருள் என்பதைத் தவிர வேறு என்ன சொல்ல முடியும்.

காலையில் மனிதர்கள் நாய்களுடன்தான் வெளியே வருகிறார்கள். உண்மையில் நாய்களுடன்தான் மனிதர்கள் செல்கிறார்கள். பிளாட்டில் இருக்கும் நாய்கள் மட்டுமே வாக்கிங் போன்ற வேலைகளைச் செய்கின்றன. ஆனால் அந்நாய்களின் வாலை கவனித்தால் அது எவ்வளவு அன்புடன் இருக்கிறது என்று தெரியும். அதன் கண்களைப் பார்க்கும்போது அது இழந்தது என்ன என்பது புரியும். வீட்டு நாய்களின் முகங்கள் சோகத்தோடு, தன் ஆதிநினைவுகளை அசைப்போட்டபடியே இருப்பதாக நினைத்தார். தன் தொல்குடிகளை நினைத்து வருந்துகிறது என தோன்றும்.

ஓரிடத்தில் ஊன் அழுகும் நாற்றம் வந்துகொண்டிருந்தது. அந்த இடத்தில் நாயோ பூனையோ செத்துக் கிடக்கலாம். கூன்விழுந்த சற்று வயதுடைய பெண்மணி சூரிய உதயத்தைப் பார்த்துக்கொண்டிருந்தாள். தூசிகள் பரவிய சூரிய கதிர்கள் மெல்லத் துலங்கி வந்துக்கொண்டிருந்தது. ஜூலி ஒரு இடத்தை முகர்ந்து பார்த்துவிட்டு பின்னங்கால்களை அழுத்தி பிட்டத்தைக் கீழேவைத்து சிறுநீர் கழித்தது. சற்று தள்ளி நின்று மீண்டும் கால்களை அழுத்தி மலம் கழித்தது. கழுத்துக் கயிறு இல்லாததால் சுதந்திரமாக ஏதோ உடற்பயிற்சிபோல உடலை பலமாக இட வலமாக ஆட்டிக் குலுக்கியது.

நகரத்தில் நாய்களை வீட்டிற்குள் அடைத்து வைக்கும் பழக்கம் எப்படி வந்தது என யோசித்தார் ஜெயராமன். சின்னகுட்டிகளாக இருக்கும்போதிருந்தே அவை வீட்டினுள் வளர்கின்றன. அது வேட்டை சமூகமாகவோ, மேய்ச்சல் சமூக நாயாகவோ இருந்தாலும் வைத்திருப்பவருக்கு அது விளையாட்டு பொம்மைதான். வாசனைத் திறனை கொஞ்சகொஞ்சமாக மழுக்கடைக்கப்படும். தன் சுதந்திரத்திற்கு வாழமுடியாமல், விரும்பிய சமயத்தில் குலைக்க அனுமதியற்று, வீட்டில் தனக்குக் கொடுக்கப்பட்ட இடத்தில் கிடக்க வேண்டியிருக்கும். புதியவர் களைப் பார்த்து குலைக்க வேண்டிய தேவையும் இல்லை. தேமே என்றிருந்தால் போதும். தன் எஜமானர்களைச் சற்று மகிழ்வித்தால் இன்னும் சிறப்பு. தன் ஒத்தத் துணையைத் தேடத் தேவையில்லை. வீதியில் செல்லும்போதெல்லாம் தெருநாய்களின் குலைப்புக்கு ஆளாக வேண்டியிருக்கும் அவ்வளவுதான்.

சிவபாண்டியன் தன் நாயோடு எதிரே வந்துகொண்டிருந்தார். மலையேற்றத்திற்கு அணிவதுபோன்ற பல பாக்கெட்டுகள் கொண்ட அரைக்கால்சராயும், அதேபோன்று பல பாக்கெட்டுகள் கொண்ட மலையேற்ற ஜாக்கெட்டும் அணிந்து நீண்ட குச்சியை கையில் எடுத்து வருவதைப் பார்க்க, புலிவேட்டைக்கு வரும் வேட்டைக்காரன் போலிருந்தார்.

நாயுடன் வருகையில் மனிதன் நாயின் பார்வையாக மாறிவிடுவது சிவபாண்டியனுக்கும் நிகழ்ந்திருந்தது. நாய் திரும்பும் திசையிலெல்லாம் அவரும் திரும்பி அதன் மோப்ப சக்தியுடன் பயணித்தார். இறுக்கமாக கயிற்றைப் பிடித்திருந்தார். அந்த இறுக்கத்தால் நாய் தன்னை வெறித்தனமாக நினைத்துக் கொள்வதுபோல இங்குமங்கும் தாவியது.

கண்களால் சூழலை நாய் கவனிப்பது அழகுடன் இருந்தது. அதன் உதடுகள், பெண்ணின் பெருத்த மார்ப்பைபோல லேசாக குலுங்கியபடி வந்தது. மூச்சுக்காற்றின் வேகம் கருத்த வாயின்

ஓரங்களின் அதிர்வில் தெரிகிறது. தன் கோபத்தை வென்ற நிதான முகத்துடன் சீரான அடிகளை எடுத்துவைத்து செல்கிறது.

அதன் பின்னே தெருநாய்கள் ஊளையிட்டபடி ஓடிவருவதை கண்டுக்கொள்ளாத நிதானத்துடன் திரும்பிப் பார்த்து விட்டுச் செல்கிறது. முலைகள் வற்றிய விலாக்களின் ஓரங்களில் எலும்புகள் தெரியும் பெண் நாய்; நைச்சியமாக வாலைக் குலைத்து அதன் முன்னே ஓடியது. திடீரென குப்புறப்படுத்து தன் கால்களை மேல்நோக்கியிருக்க இங்குமங்குமாகக் குழந்தைப்போன்று ஆட்டியது. அதை கவனிக்காது ஆண்நாய் முன்செல்ல மீண்டும் ஓடி அதன் பாதையில் விழுந்து புரண்டது. ஜெயராமனுக்கு ஒன்று புரிந்தது, அது உறவிற்குப் பெரிய நாயை அழைக்கிறது. தன் சந்ததியை வலிமையுள்ளதாகப் பெருக்க புஸ்டியான அந்த நாயைத் தேர்வு செய்கிறது.

நாய்களின் இனப்பெருக்கக் காலம். சிறிய நாய் கூட்டமே அதன் பின்னால் வந்தது. சிவபாண்டியன் வீட்டுநாய் பொறுமை யிழந்து குலைத்துவிட எல்லா நாய்களும் வெறிகொண்டு நின்று குலைக்கத் தொடங்கிவிட்டன. ஒரு பொதுஇடத்தில் தன்னை அவமானப்படுத்திவிட்டதாக நினைத்துவிட்டார் சிவபாண்டியன். அங்கேயே தன் தலையில் அடித்துக்கொண்டு கோபத்தை வெளிப்படுத்தினார். நிற்க மனமில்லாதவர்போல வேகமாக நாயை இழுத்துக்கொண்டு திரும்பினார். பிளாட் வாசலை அடைந்ததும், குச்சியால் நாயை அடித்துத் துவைத்தார். பயந்து இங்குமங்கும் சுற்றி வந்தது. நாய், ஒரு சிறு எதிர்ப்பைக் காட்டவில்லை.

“விடுங்க நாயோட குணம் அதானே அது என்ன செய்யும்.” என்றார் ஜெயராமன்.

கண்களைத் தூக்கி அவரை விரோதமாக உற்றுப் பார்த்தார். உண்மையில் அது சாதாரணமான நிகழ்வுதான் எனத் தோன்றியது. நாய்கள் தொடர்ந்து அங்கேயும் வந்துவிட்டதால் பேச்சைவிட்டு அதைக்கவனிக்கப் போய்விட்டார்.

பின் நாட்களில் அவர் ஜெயராமனிடம் பேசவில்லை. அவரை காணும்போது இறுகிய உதடுகளை மேலும் இறுக்கிக்கொண்டார். தன் நாய், சகமனிதர்களைவிட மேலானது என்ற எண்ணத்தை எப்போது அடைந்திருப்பார் என்று யோசித்தார். முதலில் மற்ற மனிதர்களிடமிருந்து தங்களை விலக்கிக்கொள்ளவே நாய் வளர்க்கிறார்கள். அதீத தனிமையும் வாழ்வில் இழந்துவிட்ட ஏதோ ஒன்றிற்காகத் தொடர்ந்து நாய் மீது பாசத்தைப் பொழிகிறார்கள். இணக்கமான பல்வேறு விஷயங்கள் இருக்கும்போதுகூட தீவிரமாக அதிலிருந்து வெளியேறி விரோதத்தை வளர்த்துக்கொள்வதில் முனைப்பாக இருக்க நாய்கள் பயன்படுகின்றன.

10

ராமமூர்த்தி கனத்த ரெஸ்கின் பையை கக்கத்தில் வைத்துக்கொண்டு ரப்பர் செருப்பின் விசித்திர ஒலியை எழுப்பியபடி இருட்டில் சற்றுத் தொலைவில் வரும்போதே அலமேலு கண்டு பிடித்திருந்தாள். வாசலில் நின்று அவர் வருவதை எதிர்நோக்கியபடி தூங்கும் குழந்தையை தோளில் சாய்ந்திருந்தாள். கிட்ட வந்ததும் அலமேலுவைப் பார்த்து சற்று பரிதாபப்பட்டார்.

"என்ன அலமேலு இங்க நிக்குற, உடம்பு சரியில்லையா."

"குழந்த தூங்கிட்டான். உள்ள வெக்கையா இருக்குல்ல அதான்," என்றாள்.

"கொண்டா நா தூக்கிகிறேன்." பையை அவளிடம் கொடுக்கப் போனார். "வேண்டாம் வாங்க" என்று முன்னே நடந்தாள். ஜீரோ வாட் பல்பு எரிய சின்ன நடைபாதையில் மூன்றாவது கட்டு வீட்டை நோக்கி நடந்தாள். ஒற்றைச் சுவர்க்கோழி ஒன்று விடாமல் ஒலி எழுப்பிக்கொண்டிருந்தது.

வெண்ணிறப் பாதங்கள் மாறிமாறித் தெரிய புடவையின் பார்டர் அலைகள்போல ஆடுவதை கண்கள் மாறாமல் பார்த்தபடியே நடந்தார். அலுவலக விஷயங்களில் பாதிக்காதவர்போல எப்படி முகத்தை வைத்துக் கொள்வது என்பதைப் பற்றிச் சிந்தித்துக்கொண்டிருந்தார். அவளைக் கட்டிக் கொள்ள வேண்டும், அவளது சிறிய மென்னுடல் தன்னை வாங்கிக்கொள்ளும் என்பதில் அவருக்கு அலாதியான நம்பிக்கையிருந்தது. அவளை நினைத்து லேசாகக் கண்கள் கலங்கின. அவசரமாக கண்களை சிமிட்டி அடக்கினார்.

"ஆபிஸ்ல வேல. கொஞ்சம் லேட்டாயிடுத்து."

மூன்றாம் கட்டு வீட்டில் நுழைந்து, கூடத்தில் தூங்கிக்கொண்டிருந்த குழந்தைகளைக் கண்டு சற்றுத் திகைத்து நின்றார். மூன்று குழந்தைகள் வரிசையாகப் படுத்திருந்தன. கடைசியில் கடைக்குட்டியைப் படுக்க வைத்தாள். அவன் சிணுங்கி திரும்பிப் படுத்தான். போர்த்திவிட்டுவிட்டு திரும்பி, "எல்லா நாளும் அப்படிதான் சொல்றேள், விடுங்கோ, சாப்பிட வாங்கோ" என்றாள்.

சின்னவன் இரண்டு வயது ஹரியைப் பார்த்துக்கொண்டிருந்தார். அப்பா வந்து சாப்பாடு ஊட்ட வேண்டும் என்கிற அடம் அவனுக்கு. ஒவ்வொரு நாளும் தட்டிப்போகிறது. அழுதழுது தூங்கிவிடுகிறான். அவன் கால்களைத் தடவிக்கொடுத்தபடி அவன் அருகில் அமர்ந்தார். அப்பா வந்ததை உணர்ந்தோ என்னவோ பிஞ்சுக் கால்விரல்கள் நெழிந்து ஆடின. அவன் முட்டி மடிய பஞ்சுபோன்ற காலை எடுத்து முத்தமிட்டார்.

அவர் கண்களில் நீர்கோர்த்து குழந்தையின் கால்களில் சொட்டின. ஒவ்வொரு சொல்லாக அவனிடம் சொல்லி அழ வேண்டும் எனத் தோன்றியது.

இன்று அலுவலகத்தில் நிகழ்ந்தது என்றுமில்லாமல் அவரைப் பாதித்திருந்தது. மனிதர்கள் எவ்வளவு கேவலமானவர்கள் என்கிற தனது எண்ணத்தை மீண்டும் உறுதி செய்வதுபோல அமைந்தது. மீண்டும்மீண்டும் அந்த இடத்தை வந்தடைவது குறித்து சலிப்பே மனம் முழுவதும். இன்று மீண்டும் ஒரு நிகழ்வு மனதில் வெற்றிடத்தை உருவாக்கியது.

துறைத்தலைவர் அழைப்பதைப் பியூன் வந்து சொன்னபோது, கொட்டேஷன் விஷயமாக மீண்டும் தன்னிடம் பேச இருப்பதாக நினைத்தார். ஆனால் உள்ளே போன இரண்டு நிமிடத்தில் துறைத்தலைவரின் சலித்த முகம் தன்னை எதிர்கொள்ள முடியாமல் போனதால் வந்தது என்பதை அறிந்த அடுத்த வினாடி தனக்கு மாற்றல் வந்திருப்பதைத் தெரிவிக்கப்போகும் மேலிடத்து கடிதத்தை கொடுக்கப்போகிறார் என அறிந்தார். அதுவே நடந்தது.

அரசு வேலைக்குரிய பல ஆண்டுகள் பழக்கப்படுத்திய சலித்த, தேவையற்ற சினத்தை வெளிப்படுத்தும் பாசாங்கு முகம். வெளியே தேநீர் குடிக்கையில் இதே முகம் காரை படிந்த பற்களை வெளிப்படுத்திச் சிரிப்பதைக் காண சகிக்க முடியாது. தன் முடிவுகளை வேண்டுமென்றே நிராகரிக்கும் போக்கைக் காண்கையில் எந்த தைரியத்தில் இப்படிச் செய்கிறார்கள் என்று தோன்றும். அவர் எழுதும் ரிப்போர்ட்டுகள் கொண்ட ஃபைல் பக்கங்கள் எப்படிக் காணாமல்போகின்றன என்பதும்,

அரசியல் குறுக்கீடுகளைப் பற்றிய எந்த குற்றவுணர்ச்சியும் மனதில் இல்லாமல் இருப்பதும் அவருக்கு அருவருப்பூட்டின.

ராமமூர்த்தி வேலைக்குச் சேர்ந்த அதே ஆண்டுதான் நாராயண மூர்த்தியும் சேர்ந்தார். இருவரும் பயற்சி நாட்களில் வேறு நான்கு நபர்களோடு திருச்சியில் வேலையில் அமர்ந்தது நினைவிருக்கிறது. இன்று நாராயண மூர்த்தி பெரிய பதவிக்கு வந்துவிட்டார். எந்த சாமானியனையும் எப்படி இருக்கிறான் என்பதை அவனது உடை, பாவனையைக் கொண்டே யூகித்துச் சொல்லிவிடுவார். மெல்லக் கனைத்து அதன் மூலம் பிறப்பிக்கப் பட்ட உத்தரவு என்கிற பெருமிதம் கண்களில் தெரிய, வேறு எங்கோ பார்ப்பதுபோல மேலே பார்த்தபடி, "கவுன்மென்ட்ல என்ன நடக்குதுன்னு உங்களுக்குத் தெரியும்."

அவரை கூர்ந்து பார்த்ததினாலேயே அவர் தடுமாற்றத்தை நன்கு உணர்ந்தார் "என்ன எனக்கு மாத்தல் வந்திருக்கா" என்று அதிர்ந்து கேட்ட ராமமூர்த்தியை நாராயண மூர்த்தி பார்த்தார்.

"உங்களுக்குக் கொஞ்சம்கூட மனசாட்சியே இருக்காதா" என்கிற கேள்வியை மிகச் சாதாரணமாக கடைக்காரரிடம் புளி இருக்கிறதா என்பதைப்போன்று கேட்டது அவரைப் புண்படுத்தியிருந்தது. பலமாக அடிபட்ட நாயை போலத் துள்ளி எழுந்தமர்ந்தார் நாராயண மூர்த்தியும். செம்மண் நிறத்தில் கோடாக நெற்றியில் இழுக்கப்பட்டிருந்த நாமம் சுருங்குமளவிற்கு அவர் முகம் பல்வேறு சேட்டைகளை மாறிமாறிச் சூடிக்கொண்ட பின் "இத பாருங்க மிஸ்டர் ராமமூர்த்தி, எதுக்கும் எங்கிட்ட பாயாதிங்கோ. நா ஒரு சாதாரண அப்பாவி. மேலிடம் என்ன சொல்றதோ அத செய்யிற வேலையாள்."

டிரைனிங்கிற்குப் பிறகு பத்து ஆண்டுகள் கழித்துக் கடந்த ஒரு ஆண்டாக நாராயணமூர்த்தியைப் பார்க்கிறார். தன்னிடம் கருணை காடடச் சொல்லும் உடல்மொழியை அவர் எப்போதும் கொண்டதில்லை. நினைத்ததற்கு வேறாக ராமமூர்த்தி செயல்படுவது நாராயணமூர்த்தியைப் பதற வைத்திருக்கிறது. கேள்விப்பட்ட செய்திகளை வைத்துத் தன்னிடம் எதையும் செய்ய முடியாது என நினைத்த நாராயண மூர்த்திக்கு, ராமமூர்த்தி பெரிய இடைஞ்சலாக இருக்கிறார்.

அவர் கொடுத்த காகிதத்தை வாங்கிக்கொண்டவராக, "நான் ஏன் கோர்ட்டுக்குப் போகக் கூடாது, அதுல உங்களையும் ஒரு எதிர்வாதியா சேர்த்துடுலாம்னு இருக்கேன்" என்றார். அதிர்ந்த கண்களில் தெரிந்த குற்றவுணர்வுடன் மெல்ல அடங்கினார். மீண்டும் தன்னை ஒருமாதிரி குவித்துக்கொண்ட நாராயணன்,

“நீங்க போகலாம், நா அப்பாவி நான் என்ன பண்ணமுடியும் சொல்லுங்கோ” என்று கூறி பவ்யமாக தன்னை இருத்திக் கொண்டார்.

ரோடு போடக் கொடுக்கப்பட்ட கொட்டேஷனை அவர் நிராகரித்தது அவருக்கு எதிராகத் திரும்பியிருக்கிறது. செய்வது ஆளுங்கட்சியைச் சேர்ந்த நபர், அவரது முந்தைய செயல்பாடுகள் திருப்திகரமாக இல்லை என்கிற காரணத்தை விளக்கியே ரிப்போர்ட் தயாரித்து எழுதிக் கொடுத்திருந்தார் ராமமூர்த்தி. ஆனால் நாராயணன் மேலிடத்து அழுத்தத்தில் மீண்டும் கையெழுத்திட்டு ஃபைலை அலுவலகத்திலிருந்து வெளியேபோக அனுமதியளித்திருந்தார்.

கொடுத்த காகிதத்தில் என்ன எழுதியிருக்கிறது என்பதைப் பார்க்காமல் எடுத்துக்கொண்டு நிதானமாக அறையிலிருந்து வெளியேறினார். இதுவரை பத்து ஆண்டுகளில் ஒன்பது இடங்களுக்கு மாற்றலாகியிருக்கிறார். அதிகபட்சமாகப் பத்து மாதங்கள் ஒரே அலுவலகத்தில் வேலை செய்திருக்கிறார். வெளியே வந்தவர் தன் பைகளை எடுத்துக்கொண்டு சைக்கிளில் ஏறி ரோட்டிற்கு வந்தபோதுதான் மனைவி குழந்தைகளின் நினைவுகள் வந்தன. அலமேலு ஒருவேளை கோபப்படக்கூடும், எப்போதும்போல, “உங்களுக்கு ஏன் இந்த வேண்டாத ஊர திருத்துற வேலையோ” என்று சலிப்படைந்துகொள்வாள்.

“என்ன இன்னும் எந்திரிக்கலையா, குழந்தைய அப்பறம் கொஞ்சுங்க” என்று அடுப்படி வாசலில் நின்று கூறினாள் அலமேலு. நினைவிற்கு வந்தவராக எழுந்து நின்றார். “சாப்பிட்டு போய் கொஞ்சிண்டே இருங்கோ. வயத்த ஏன் இப்படி காயப்போடறேள்”. உடைகளை மாற்றி, முகம் கழுவி வந்து தட்டின் முன் அமர்ந்தபோது அவள் கால்களில் ஒன்றை மடித்து வைத்துத் தயாராக இருந்தாள். கரண்டியில் இருந்த சோற்றை அவர் அமர்ந்ததும் தட்டில் வைத்தாள். “நீ சாப்பிடியா” என்றார். “எல்லா சாப்டாச்சு. மணி என்ன பாருங்க” என்று சிரித்தாள். மணி பத்தாகிவிட்டிருந்தது. கிளறிய சோற்றில் சாம்பாரை ஊற்றினாள். பிசைந்த சோற்றைத் தட்டிலிருந்து அள்ள முடியவில்லை. ஒவ்வொரு பருக்கையும் பெரும் அவஸ்தையாக இருந்தது. அவளுக்குத் தெரியும், தான் என்ன சாப்பிடுகிறேன், என்ன மனநிலையில் இருக்கிறேன் என்பதை இந்நேரம் அறிந்திருப்பாள். “அலமேலு நேத்து மன்னார்குடி கோயிலுக்கு போவணும்ன்னு சொன்னியே எப்ப போவோம்” என்றார்.

“ம்… போலாம், போலாம்.”

"நீ கோச்சுகப்பிடாது" என்று அவளைக் கவனிக்காமல் சோற்றை வாயில் போட்டார். "சாப்பிடற நேரத்துல பேச்சு எதுக்கு. சாப்பிடுங்க முதல்ல."

"இல்ல நா சொல்லிதான் ஆகணும்."

"ஒண்ணும் வேண்டாம், சாப்ட்டு முடிங்க, எனக்குத் தெரியும்."

"என்ன தெரியும்."

மெல்வதை நிறுத்தி அவளை பார்த்தார்.

"உங்களுக்கு மாத்தலாயிடுத்து அதானே. சாப்பிடுங்கோ."

11

"பக்கத்துல தானே, வாரத்துக்கு ஒரு வாட்டி வந்துடலாம்" என்று அவள் சிரித்தபடி சொன்ன போதும் முகத்தில் சின்ன கோபம் தெரிந்தது. பிரயாண சலிப்பும் புதிய இடத்தின் சங்கடங்களும் என்றும் அறிந்ததுதான். மாயவரம், கும்பகோணத்திலிருந்து அதிக தூரமில்லை. குழந்தைகளைவிட்டு இருக்க அவருக்கு இப்போதெல்லாம் சங்கடமாகத் தோன்றத் தொடங்கியிருக்கிறது. அவள் எதற்கும் கவலை கொள்ளாதவள் போன்றிருப்பது அவருக்குச் சற்று அயர்ச்சியாக இருந்தது. கொஞ்சம் கவலையை வெளிக்காட்டிவிட்டு மீண்டும் எப்போதுபோல அவள் இருக்க வேண்டுமென நினைப்பது தன் குற்றமாக இருக்குமா என்று யோசித்தார். அவளுக்குத் தெரிந்த தெல்லாம் சமைப்பதும், குழந்தைகள், கணவனை கவனித்துக்கொள்வதும் பின் தன்னுலகத்தில் ஆழ்ந்துவிடுவதும்தான்.

நேற்று முழுவதும் மனைவியிடமும் குழந்தைக ளிடமும் சின்னச்சின்ன வேடிக்கைகளைச் செய்து கொண்டிருந்தார். அவருக்கே தன்னிறக்கமாக இருந்தது. மதியம் குழந்தைகளோடு தூங்கினார். சின்னவனும் மகளும் அவர் மீது காலை போட்டுக் கொண்டு தூங்கப் போட்டிப் போட்டனர். மாலையில் அவர்களுக்குப் பட்டம் செய்து கொடுத்தார். பள்ளி மைதானத்தில் சென்று பறக்கவிட்டு மகிழ்ந்தனர். இரவு குழந்தைகள் தூங்கியபின், கமலத்திற்குக் கழுவிய பாத்திரங்களை அடுக்கி வைத்து உதவி செய்தார்.

கமலத்தின் உடல், ஆழத்து நீர் போன்றிருந் தது. அவள் இருட்டறையில் இருக்கும் குளிர்ந்த பொருளைப் போன்றவள். கைகளால் உணருந்தோறும், அதன் தோற்றம் மாறியபடியிருக்கும். அந்த மெல்லிய உடலின் கதகதப்பு துணுக்குற வைத்தது. தான்

செய்வது தவறோ என எண்ணியபடி கண்ணீர் சிந்தினார். மெல்ல அவளைத் தொட்டு திருப்பி "கோபமா" என்றார்.

இருட்டில் அவள் கண்கள் பளிங்குபோல ஒளிர்ந்தன. காட்டன் புடவை சரசரக்க திரும்பி படுத்து, "கண்டதையும் நினைச்சு கவலைபடாதிங்க. வாரத்துக்கு ஒரு வாட்டி வந்துட்டு போகப்போறேள். ஒரு வருஷத்துல திரும்பி மாத்திடப்போறான் ஏன் கவலைப்படணும். இல்லே கோவப்படணும்." இருட்டில் அவள் மென்சிரிப்புடன் இருப்பது தெரிந்தது. சிம்னி விளக்கு இன்னும் சற்றுத் தூண்டியிருந்தால் தேவலாம் என நினைத்தார். அவள் அறிந்த ஒரே ஆண் அவர்தான். தன் அப்பாவை மிக இளவயதில் இழந்த அவளால் அவரை எப்போதும் இழக்க சம்மதிக்கமாட்டாள். ஆனால் அவளால் எதிர்த்து போராட தெரியாத அப்பாவி என்பது மட்டும் புரிந்தது. எதையும் ஏற்றுக் கொண்டு பழகிவிட்டவள். இன்பமும் துன்பமும் மகிழ்ச்சியும் துயரமும் அவளுக்கு ஒன்றுதான். மகிழ்ச்சியைக் கொண்டாட தெரியாததுபோல் அவளால் துயரத்திலும் அழுவதில்லை. இறுக அவளை அணைத்தார். அவள் உடலிலிருந்த குளிர்ச்சி அவர் உடல் வெப்பத்தை மெல்ல உட்கொண்டது. தூங்கும் குழந்தையை மென்மையாக அணைத்து ஏந்துவதுபோல அணைத்துக்கொண்டாள்.

அவள் கட்டித் தந்திருந்த புளிசாதத்தைப் பத்திரமாக வைத்துக்கொண்டார். பொட்டலம் கிழியாமல் இருக்கவேண்டுமே என்கிற பயம் மனதில் இருந்துக்கொண்டிருந்தது. குழந்தைகள் விழிக்காத பனிபடர்ந்த காலை நேரத்தில் வீட்டிலிருந்து வெளியேறுகிறார் ராமமூர்த்தி. பெரியவனிடம் சொல்லிவிட்டு செல்லவேண்டுமென நினைத்தார். ஆனால் அவன் ஆழ்ந்து தூங்கிக்கொண்டிருந்தான். அவனே வீட்டை இனி பார்த்துக் கொள்ள வேண்டும். அப்பா எங்கே என்று அவர் போனதும் குழந்தைகள் அம்மாவிடம் சண்டையிடும். கமலத்திடம் கண்களில் அவர் விடைபெற்றுக் கொண்டு கீழிறங்கி நடந்தார்.

விழித்துக்கொள்ளும் முயற்சியில் தெருக்கள் இருந்தன. தண்ணீர் பிடிக்க சிலர் தூக்க கலக்கத்தில் நடந்துச் சென்றார்கள். இன்னும் புலராத காலையின் தைரியத்தில் அவர்கள் உடைகளின் மீது கவனமற்று சுதந்திரமான நடையில் சென்றார்கள். புதிய மனிதனைக் கண்ட நாய் யாராக இருக்கும் என்கிற எண்ணத்தில் நின்று வாசனையைக் கண்டடைந்தது. அவர் தோளில் மாட்டியிருந்த பையைப் பார்த்து மிரண்டிருந்த நாய், தெரு முனைவரை அவர் சென்று திரும்பு காட்சியை நின்று பார்த்தது.

பேருந்து நிலையத்திற்கு வந்த போது அங்கு நின்ற மனிதர்கள் ஏதோ ஒரு துயரத்தில் இருந்தது போன்றிருந்தார்கள். அவர்களும் இந்த காலைவேளையில் இடமாற்றத்தின் நெருக்கடியில் இருக்கலாம். புதிய செய்திகளைத் தெரிவிக்கப் பேப்பர் பையன்கள் செய்தித் தாள்களோடு இருபக்கமும் அலைந்துக்கொண்டிருந்தது பெண்டுலத்தின் இயக்கம்போல இருந்தது.

ஒரு சாப்பாட்டுக் கடையை நின்று கவனித்தார். ஆற்றுநீரில் குளித்துவெளிவந்த யானையின் மெதப்புடன் இருந்தது. காலைவேளையில் இத்தனை வெளிச்சம் அந்த கடைக்குத் தேவையில்லை. ஆனால் ஆட்கள் வேகமாக வேலை செய்துக் கொண்டிருந்தார்கள். அப்பொழுதே காபி, தேநீருடன் இட்லி, பொங்கல், வடை, போன்ற காலை உணவுகள் கிடைத்தன. பிறகு யோசித்தபோது பயணத்தில் இருப்பவர்கள் வேகமாக வாங்கிக்கொண்டு கிளம்பிக்கொண்டிருந்தார்களெனப் புரிந்தது. மனிதர்களின் கூட்டம் அதிகரிக்க வியர்வையின் மணம் கூடியது. வெளியே கடைகளில் உணவுப்பண்டங்கள் கிடைக்காத காலம் ஒன்றிருந்தது. இன்று எல்லாமும் கிடைக்கிறது. பயண இடைவெளியில் உண்பதற்காக. அலமேலு கட்டிக்கொடுத்த புளிசாதம் நினைவிற்கு வர வலது கையில் தொங்கிக் கொண்டிருந்த அடர்பழுப்பு ரெஸ்கின் பையின் ஓரங்களைத் தொட்டுப் பார்த்துக் கொண்டார். மெத்தென்று இருந்தன. காலை மாயவரத்தில் இறங்கியதும் சாப்பிட்டுவிடலாமென யோசித்திருந்தார்.

மெல்லிய குளிர் காற்று வீசிக்கொண்டிருந்தது. அதில் பலவித மணங்கள் காற்றில் ஏறியிருந்தன. இன்னும் இயக்கம் கொள்ளாத பேருந்து நிலையத்தில் அமர்ந்து இப்படி காலைவேளை யில் வண்டிக்குக் காத்திருப்பதை அவர் முந்தாநேற்றுவரை நினைத்திருக்கவில்லை. அப்பா அடிக்கடி சொல்வது நினைவிற்கு வந்தது, "புதிய கண்டுபிடிப்பால எதுவும் நன்மை வரபோறதில்லை, கஷ்டம்தான் மனுஷாளுக்கு வரும்." சமீபமாக ஏனோ அப்பாவை அடிக்கடி நினைத்துக்கொண்டிருந்தார்.

முதல் பேருந்து வந்து நின்றதும், அதுவரை கண்ணுக்குத் தெரியாமல் வேறு எங்கோ இருந்த மனிதர்கள் ஓடி வந்து ஏறிக்கொண்டார்கள். அவர் அமர்ந்திருந்தது ராமாவிலாஸ் என்கிற தனியார் வண்டிகள். ஆங்கிலேய காலத்தில் இருந்து தொடர்கிறது. முன்பு கரியிருந்தது, இப்போது டீசல். குதிரை கொட்டகையெல்லாம் இப்போது பஸ் நிறுத்த இடங்கள். இந்த பஸ் நிறுத்தமும் குதிரை கொட்டகைதான். இந்தக் குளிர் காற்றில் குதிரையின் சாண வீச்சம் எழுவதாக நினைத்துக்கொண்டார்.

அம்மாவழி தாத்தா, அவர் மருமகனாக அப்பாவிற்குச் சீதனமாக ஒரு குதிரை வாங்கிக்கொடுத்திருந்தார். அப்பா ரொம்ப ஆசையாக வைத்திருந்ததாக நினைவு. விலங்குகள் மீது அலாதியான பிரியம் அப்பாவிற்கு. பலவகை விலங்குகளும் பறவைகளும் வீட்டில் இருந்தன. அவற்றின் வளர்ப்புக்கு அதிக நேரத்தை செலவிடுவார்.

வலப்பக்கம் இருவர் இருக்கையில் நடு இருக்கையில் அமர்ந்திருந்தார். மனிதர்களின் வேர்வை மணமும், இருக்கைகளின் ரப்பர் போன்ற ரெஸ்கினின் மணமும் நாசியைத் தாக்கி வயிற்றைப் பிரட்டியது. வண்டி ஓட ஆரம்பித்தபோது குளிர் காற்றின் அடர்த்தி அம்மணங்களைக் குறைத்துத் தூக்கத்தை வரவழைத்தது.

சுவற்றில் சின்னவன் கிறுக்கியிருந்த கோடுகளும் சின்னங்களும் தூக்கத்தின் நினைவில் எழுந்தன. அவற்றில் ஒரு மரபு தொடர்ச்சியிருப்பதை நினைத்துக்கொண்டார். எழுத்துக்கள் பழகாத வயதில் எழுதும் கோடுகளில் இருக்கும் மேதைமை ஆச்சரியமாக இருந்தது. பழங்குடியினர்களின் எழுத்துக்களில் தெரியும் பதனிடப்படாதத் தன்மை அது. வளரும் வயதில் குழந்தையைப் பிரிந்து வேலைக்குச் செல்வது குழந்தைகளுக்குச் செய்யும்துரோகமாக நினைத்தார். அவர்களின் சின்ன வளர்ச்சியை ரசிக்க முடியாமல் செய்யும் வேலையைச் செய்யத்தான் வேண்டுமா? அல்லது அலமேலு சொல்வதுபோல கண்டுக்கொள்ளாமல் வாழ்க்கை நடத்துவதுதான் சிறந்ததா?

தேவையற்றப் பாரங்களைச் சுமக்கும் பொதி கழுதையாக மாறிவிட்டதாக நினைத்தார். கழுதைகள் தங்கள் சுமை பற்றி அவற்றிற்குப் புகார்கள் இருப்பதில்லை. தன்னுணர்வு அடையும் தருணங்களை அவர் விட்டுவிடுவதில்லை. எப்போது ஒரே மாதிரியான மனநிலையை அவர் பெறமுடியாமல் போனதை அவர் யோசித்திருக்கிறார். வண்டியின் உறுமலும் மனிதர்களின் பேச்சுகளையும் தாண்டி இனி என்ன செய்யப்போகிறோம் என்கிற நினைவு தொடர்ந்து வந்துகொண்டிருந்தது. குழந்தைகளிடம் ஒருவாரமாக சரியாகப் பேசவில்லை. அல்லது பேச்சு அமையவில்லை. இரவு தூக்கத்தின் போது கதைகள் கேட்பதுண்டு, ஒரு வார வேலையில் தாமதித்து வருவதால் அவர்கள் முன்பே தூங்கிவிடுகிறார்கள்.

சமூக அக்கறைக் கொள்ளுமிடங்களில் குடும்ப அக்கறையைத் தள்ளிவைக்க வேண்டியிருக்கிறது. சுதந்திரம் அடைந்து இருபதாண்டுகள் ஆகிவிட்டது; இன்னும் லஞ்சப்பணம் ஒழியவில்லை. ஒவ்வொன்றிற்கும் லஞ்சத்திலும் ஊழலிலுமாகத்

திளைக்கும் அரசு வேலையாட்கள். மிதமிஞ்சிய பணம் என்ன செய்யப்போகிறது. லஞ்சம், ஊழல் செய்பவர்களை மதங்கள் தண்டிப்பதில்லையா? மற்றவர்களின் சாபங்களால் அவர்களுக்கும் சந்ததியினருக்கும் கெட்டது நடக்காதா? அல்லது அந்த பயம்கூட இல்லையே? குமாஸ்தா சாமிக்கண்ணு ஏன் இந்த வித கவலைகளை மனதில் கொள்ளாமல் நடந்துக்கொள்ள முடிகிறது. முந்தாநேற்று நடந்த பேச்சில்கூட தான் செய்வதையும் செய்யப்போவதையும் தைரியமாக எல்லோரிடமும் சொல்லிக்கொண்டாரே. அவருக்கு அரசியல் பின்புலம் இருப்பதை ராம்சந்தர் ரகசியமாகத் தன்னிடம் சொல்லிக்கொண்டிருந்தார். இந்த மாற்றம்கூட அவரது மறைமுக வேலைகள்தான் காரணம் என்று வேங்கடசாமி சொல்லியிருந்தார்.

ஆனால் சாமிக்கன்னுவிற்குத் தன்மேல் இருக்கும் பயத்தையும் மரியாதையையும் நினைத்துக்கொண்டார். நேரில் அவர் தன்னிடம் மட்டும் சற்றுத் தள்ளி நின்று சின்னமரியாதையுடன் நடந்து கொள்கிறார். தன் நேர்மையான செயல்பாடுகள் அவருக்குப் பிடித்திருக்கிறது. அதுகுறித்து அவருக்கு நல்ல அபிப்ராயமே இருந்தது. ஆனால் தூரத்தில் இருக்கும் மலையைப் பார்த்து வியப்பதுபோன்றது அது. தன் சுயநலத்தைவிட்டு வெளியே வர முடியாத அவலநிலை அவருக்கு.

சாமிக்கண்ணுவிற்குத் தன்மீதே காதல் கொண்டவர். சதைத்திரண்ட தோள்கள், மயிர்கள் அடர்ந்த மார்பும், கரகரத்தக் குரலும்கொண்ட அவருக்கு இவையெல்லாம் பெரிய சொத்துக்களாக நினைத்து பெருமிதத்தோடு நடந்துக் கொள்வதாகத் தோன்றும். சின்னமுகம் சுழிப்புகூட அவரை வெறுப்படைய வைக்கும். தனக்கு எதிராக செயல்படுகிறார் என நினைக்க அது ஒன்றே போதுமானதாக இருக்கும். அவர் சமூகத்தின்மீதான சிறு அக்கறைகூட இல்லாதது குறித்து ராமமூர்த்திக்கு வெறுப்பாக இருந்தது. ஆனால் மனிதர்கள் அப்படியானவர்கள்தாம் என்கிற எண்ணத்தை அவர் மீண்டும்மீண்டும் நினைத்துக்கொள்வது ஒருவகையில் தன்னை சமாதனப்படுத்திக்கொள்வதுதான் என நினைத்தார்.

வண்டி ஒரு வேகத்தில் இருந்து திடீரென நிலைத் தடுமாறியது போல ஒரு பக்கத்தில் சாய்ந்தபடி கீழே விழப்போகும் விளையாட்டு பொம்மைபோல குலுங்கி நிமிர்ந்து வேகமாக ஓடிநின்றது. கண் திறந்து பார்த்தபோது வண்டியில் இருந்த சொச்ச மனிதர்கள் முகங்களில் அப்படி ஒரு பீதி. பல்வேறு ஓசைகள் எழுப்பி அவர்கள் பதட்டத்தை வெளிக்காட்டிவிட்டு அமைதியான முகத்தில் நல்லவேளை என்பதுபோல எழுந்து நின்றார்கள்.

நன்கு விடிந்திருந்தது. காலைநேரத்தில் வயல்களில் சிலபெண்கள் வேலை செய்துகொண்டிருந்தார்கள். மாட்டுவண்டியில் போய்க்கொண்டிருந்த ஆண்கள் திரும்பிப் பார்த்தார்கள். அவர்கள் முகங்கள் பெரிய இரும்புச்சாமான்களின் குலுங்கல் ஓசை ஒருவகை கிலுகிலுப்பை ஊட்டியிருந்தன. பார்த்துச் சிரித்து நின்றுக்கொண்டிருந்தார்கள். பேருந்தை விட்டு வெளியே வந்து நின்ற சில நிமிடங்கள் கழித்துதான் தெரிந்தது ஒரு டயர் பஞ்சராகியிருக்கிறது என்று. ஸ்டெப்னியை மாற்ற ஆரம்பித்தார்கள். யாருக்கும் பேச்சில்லை. அனைவருக்கும் இது தினப்படி நடக்கும் விஷயம்போல தெரிந்திருக்கிறது.

தினம் மனைவியை, குழந்தைகளை விட்டுவிட்டு இப்படிதான் ஊரூராக சுற்றப்போகிறேனா? சாம்பாதிக்கும் பணத்தை வாடகை கொடுத்துதான் அழியபோகிறதா குடும்பம்? அடுத்த மாறுதல் இன்னும் சற்று தூரத்தில் இருக்கும். அதற்கு அடுத்து இந்தப் பக்கம் இருக்கும். வயல்களின் பசுமை கண்களில் நிறைந்திருந்தது. எங்கும் பச்சை வண்ணமே என்பதுபோல பலவித பச்சைகள் தென்பட்டன. தூரத்தில் வெண்பறவைகளின் கூட்டம் வெள்ளைத் துணியை உதறியதுபோல காற்றில் மேலெழுந்து நிலத்தில் அமர்ந்தன.

ஒவ்வொரு ஊராக குடும்பத்தை மாற்றாமல் ஒரே ஊரில் இருப்பதா? எந்த ஊர் சரியாக இருக்கும்? குழந்தைகள், மனைவி இருவருக்கும் பாதுகாப்புடன் இருக்கும் இடம் எது? மனைவியும் குழந்தைகளும் சென்னையில் இருப்பதுதான் நல்லது என தோன்றியது. ஆம், சென்னைதான் அந்த நகரம் எல்லாவகையிலும் சரியாக இருக்கும். குழந்தைகளின் படிப்பு, தனக்கான வேலையும் அங்குதான் சரிவரும். அலமேலுவுடம் இது குறித்து எதுவும் சொல்லப்போவதில்லை, அவர் முடிவுதான். சாமிக்கண்ணு போன்ற மனிதர்களைக் குறைவாக எடைபோடக்கூடாதென நினைத்தார். அடுத்த மாதம் பள்ளி முடிந்து விடுமுறையில் அவரே சென்னைக்கு மாற்றல் வாங்கிக்கொள்ளவேண்டும் என நினைத்தார்.

12

நேர்பாதையில் வந்துகொண்டிருந்த நகர பேருந்து இடப்பக்கமாகத் திரும்பி நின்றது. அந்த பேருந்து நிறுத்தம் சற்று பெரியதாக அந்த பகுதிக்கு முக்கியமானதாகத் தோன்றியது. இடதுபக்கம் இருந்த பகுதி தாழ்வானப் பெரிய மைதானம் போன்று காட்சியளித்தது. அதில் சற்றுத் தள்ளி ஒரு ஆலமரம் இருந்தது. இங்கிருந்து பார்க்கும்போது அது பெரிய மரம் ஒன்றின் சிறிய மினியேச்சர் வடிவம் போன்றிருந்தது. மேலிருந்து பார்க்கும் கோணம் ஒன்று கிடைத்ததால் அதன் தோற்றத்தில் மகிழ்ந்து எழுந்து நின்றார். அங்கேயே இறங்கிக்கொள்வோமா என யோசித்துக்கொண்டிருந்தவர், சட்டென படியில் நின்றிருந்தவர்களை விலகி அவசரமாக இறங்கிக் கொண்டார். வண்டியை எடுப்பதற்கு முன் அவசரமாக ராமமூர்த்தி அங்கே இறங்குவதைக் கவனித்த நடத்துனர் எரிச்சலுற்றுக் கத்த ஆரம்பித்தார். "முன்னாலே பாத்து இறங்கமாட்டியா கஸ்மாலம்" கூறியபடி இரண்டு விசில் ஊதி வண்டியைக் கிளப்பினார். இந்த ஊர் மனிதர்களின் மொழியும் தேவையற்றக் கோபமும் சற்று எரிச்சலூட்டியது. அவரும் திரும்பி பார்த்து அவனைத் திட்ட நினைப்பதற்குள் வண்டி கிளம்பிவிட்டது.

சென்னை வந்து ஒருவாரமாகிவிட்டது. சென்னையின் மையநாடியைப் பிடிக்கமுடியாமல் தவித்தபடியே இருந்தார் ராமமூர்த்தி. நகரத்தின் வாழ்வும் மறைவும் எங்கோ ஒரு கதவிட்ட அறைக்குள் மட்டுமே நிகழ்வதாக நினைத்தார். ஒவ்வொரு நாளும் இன்று ஊருக்குத் திரும்பிவிடவேண்டும் என நினைத்துக்கொண்டிருந்தார். சலிப்பான உலகத்திலிருந்து இன்றுதான் அவர் புதியதாக மனஎழுச்சியை அடைந்தார்.

ஆலமரத்தின் விழுதுகள் கைகளைக் காற்றில் அசைந்து தன்னை அழைப்பது போன்ற

பிரம்மையுடன் இருந்தது. அதன் அருகில் செல்லச்செல்ல மரத்தின் மையம் எங்கோ இருக்கிறதென வியப்புற்றார். அதன் விழுதுகள் மரங்களாக ஊன்றி பிரம்மாண்ட விஸ்வரூப தோற்றத்தைக் காட்டியது. அதன் அருகில் இருக்கும் மற்ற மரங்களை விழுங்கி தன்னை நிறுவியிருக்கிறது. முக்கிய பாதையைவிட்டு மரத்தின் உள்பாதைகளில் நடக்க ஆரம்பித்தார். தூண்கள் போன்று மரங்களின் விழுதுகள் நெருக்கமாகச் சுற்றி அமைந்திருந்த நிலம். இந்த இடத்தை ஏற்கனவே கனவில் கண்டது போன்ற பிரம்மை. சிறிது நேரத்தில் சுயநினைவு மறைந்தது. அதுவரை நடந்து வந்த கால்களின் வலி காணாமலானது. காற்றில் மெல்லிய மண்ணின் மனம் வீசிக்கொண்டிருந்தது. ஊறும் மரவட்டை போன்று ஈரக்காற்று உடலில் பரவியது. அங்கே சூரிய ஒளி உள்ளே வர தயங்கியதால் குளிர்ந்த சூழலை உருவாக்கியிருந்தது.

தலைதூக்கி மேலே பார்த்தார். அடர்ந்த காடு என நினைப்பை உண்டாக்கும் மரக்கிளைகள். அவை மேகங்களை எளிதாக மறைத்திருந்தன. சின்ன துணுக்காகத் தெரியும் வானத்தை அவ்வப்போது மறைத்தன; இலைகளும் கிளைகளும். எண்ணற்ற பறவைகளின் கிறீச்சிடல்கள் கேட்டன. அவற்றைப் பின் தொடர முடியவில்லை. அவை ஒரு நடப்பு காலத்தில் இல்லாமல் எதிர்காலத்தில் ஒலித்துக்கொண்டிருந்தன.

சட்டென வேறோரு உலகத்தில் வந்துவிட்டது போன்ற பிரம்மை. மெல்லிய அகத்தின் விசும்பலை அவரே கேட்க ஆரம்பித்தார். கண்ணுக்கு முன்னால் ஒரு கரிய சுவர் உருவாகி யிருந்தது. பார்வையை மட்டும் மறைக்காமல் அகத்தின் மொழியையும் மறைத்தது. மரங்களினால் உண்டான அடர்த்தி அவருக்குப் பிடித்திருந்தது. இதுவரை கண்ட ஒற்றைமரங்களில் தனிமையைவிட அலாதியான தனிமை இதற்கு. எத்தனை ஆண்டுகள் இப்படி இருந்திருக்கும். இருநூறு ஆண்டுகள் அல்லது முன்னூறு ஆண்டுகள். எதுவாகினும் அது தனக்கான இடத்தை யாருக்கும் தெரியாமல் கண்டடைந்துவிட்டது.

அவர் நின்றிருந்த இடம் இப்போது இருட்டிவிட்டது போன்றிருந்தது. தூண்போன்ற ஒரு மரவிழுதில் சாய்ந்து அமர்ந்துகொண்டார். அலுவலக சண்டைகள், உலக வளர்ச்சி யின் வேகம் இதையெல்லாம் மறந்தநிலை. கண்கள் மூடியிருந்தன. தூக்கத்தில் விழிப்பது போன்றிருந்தது, ஆனால் விழிக்க முடியவில்லை. தூரத்தில் அப்பாவின் “டேய்” என்கிற பிரியக் குரல் அடியாழத்து குளத்துத் தண்ணீரில் விழுந்த பெரிய கல்போல உடலை அதிர்வித்தது. அப்பாவுக்குத் தன் அகம்பற்றி தெரிந்தது. என்ன வார்த்தைக்குத் தான் கட்டுப்படுவேன் என்று

அவர் அறிந்திருந்தார். அந்த வார்த்தைகளை மட்டும் பேசினார். "வாடா டேய்" என்று ஒரு சமயமும் "வாடா கண்ணா" என்று ஒரு சமயமும் அழைப்பதும் அவரது வழக்கம். சில நேரங்களில் மடியில் அமர்ந்து சில நேரங்களில் தூரத்துத் தூணில் ஒளிந்தபடி பேசவேண்டும். மடியில் அமரும் சமயங்களில் அவர் கை தலைமுடியைக் கலைத்தபடியிருக்கும். தடித்த உருண்டையான விரல்கள் உள்மண்டையில் சொறசொறப்பை உணரமுடியும். சில சமயங்களில் அவர் உதடுகள் ராமமூர்த்தியின் கண்ணத்தைத் தேய்க்கும். அப்போது ஈ என்று வேண்டுமென்றே ஒலி எழுப்புவார் ராமமூர்த்தி. அப்பாவின் உறுமல் போன்ற ஒரு ஒலி செல்லமாக ஒலிக்கும்.

கன்னங்களில் சதைப்பற்றுள்ள பகுதிகளைப் பற்கள் மூடிய உதடுகளால் கடிப்பார். அப்போது உதட்டின் மேலும் கீழும் இருக்கும் ஈர்க்குச்சிகளைப் போன்ற முடிகள் சொறசொறக்க வைக்கும். உள்நாக்கில் இருக்கும் வெற்றிலையின் நாற்றம் அல்லது வாசனை தன் அடிவயற்றில் தொடும் உணர்வு. திரும்பும்போது மூக்கினுள் வெள்ளைமுடிகள் கொத்தாக நீண்டு விளக்கமாறு பிடிபோன்று ஆடிக்கொண்டிருக்கும். கண்ணுக்குட்டி . . . என்று அடிவயிற்றை அழுத்தி கொஞ்சுவார். வேண்டுமென்றே திமுறுவதுபோன்று ஆடுவான். விடாமல் பிடித்துக் கொஞ்சுவது போன்ற வேகத்தில் மேலும் அழுத்துவார். நீண்டதடித்த விரல்களால் இரண்டுபக்க இடுப்பிலும் அழுத்தில் உர்ர்ர்ர் என்ற ஒலியுடன் கிச்சுகிச்சு மூட்டுவார். "அய்ய, அப்பாஆ" என்று ராகமாக இசைத்து தன் மகிழ்வை வெளிப்படுத்துவான் சிறுவன் ராமமூர்த்தி. உள்ளங்கைகளைக் குவித்து 'தொம்தொம்' என்று ஓசை எழும்படி வலிக்காமல் அவரால் அடிக்க முடியும். ஓடிவிட்டால் என்ன செய்வது என்பதுபோல இருகால்களாலும் அவனை கிடுக்கிபிடிபோல பிடித்திருப்பார்.

ஆனால் சற்று நேரத்தில் விலகிவிடுவார். தூரத்தில் நின்றுதான் பேசவேண்டும். பயத்தை முகத்தில் காட்டவேண்டும். அப்படியில்லையென்றால் நீண்டு பளபளக்கும் தடித்த மூங்கில் குச்சியால் அடிக்க வருவார். தயங்கும் அப்பாவை அம்மா அப்போது எதையாவது சொல்லி இன்னும் அடிவாங்க வைக்கப் போகிறாள் என்று தோன்றும்.

அம்மா சொல்லும் அனைத்தையும் அவர் ஏற்றுக் கொள்வதில்லை. அபாண்டமாகக் குற்றம் சொல்வதாக அவர் நினைத்தால் அம்மாவைத் திட்டி தீர்த்துவிடுவார். அப்பா ஒரு பக்கம் பாசமும் ஒருபக்கம் கண்டிப்பும் உடைய ஊஞ்சலில் ஆடுபவர். அவரால் ஆடலை நிறுத்த முடிவதில்லை. ஒருபக்கம்

எவ்வளவு வேகமாக போகிறாரோ அவ்வளவு வேகத்தில் எதிர்ப்பக்கதிலும் போகக்கூடியவர்.

இயற்கையின் மீது வசீகரிக்கும் ஆனந்தம் அவருக்கு. விடாமல் தோட்டத்தையும் வாசலிலுள்ள மரங்களையும் கவனித்துக்கொண்டிருந்தார். தண்ணீர் காட்டுவதிலிருந்து நிலத்தை செதுக்கி அழகுறசெய்து இடத்தை சுத்தம் செய்து வைப்பது அவர்தான். அவருக்குத் தோட்டக்கலையின் மீதிருந்த ஆர்வம் அம்மாவிற்குப் பிடிக்கவில்லை. அம்மா எதையாவது சொல்லிக்கொண்டிருந்தாள். “பொம்பள மாதிரி ஏன் இந்த வேல உங்களுக்கு” என்றாள். பொதுவாகவே ஆண்கள் தீவிரமாக எதையாவது செய்தால் பெண்களுக்குப் பிடிப்பதில்லை. அப்பாவின் ஆர்வம் ஒரு தளிர் துளிர்த்தலில் இருக்கும் ஆர்வம் போன்றது. நாளெல்லாம் தோட்டக்கலைப்பற்றி பேசிக்கொண்டிருந்தார். இரண்டு அக்காக்களைவிட்டுவிட்டு ராமமூர்த்தியை மட்டும் தோட்டவேலையில் பங்குகொள்ள வைத்தார்.

சிறிய ரக செடிகளை எப்படி பராமரிக்க வேண்டும் பெரிய மரங்களை எப்படி பார்க்க வேண்டும் என்கிற பார்வையை ராமமூர்த்திக்குச் சொல்லிக்கொடுத்தார். தோட்டத்தின் மூலையில் ஒரு கூட்டுப் பெட்டி இருந்தது. அதில் புறாக்கள் குறுக்குறுக் என்கிற ஒலிகளுடன் இருந்தன. ராமமூர்த்திக்கு அதன் அருகில் செல்ல பயம். ஆனால் அப்பா இருக்கும்போது தைரியமாக அதனருகில் செல்வான். அவனை கண்டுக்கொள்ளாமல் தலையை நீளவாக்கில் அசைத்தபடி முன்னால் சென்றுக் கொண்டிருக்கும். அவை நடப்பது போன்று அவனும் நடந்து பார்ப்பான். அவைகளுக்கு அரிசி, கேழ்வரகு, சாமை, திணை போன்ற தானியங்களைத் தண்ணீரில் அரைமணிநேரம் ஊறவைத்து உலர்த்தி காயவைத்ததைக் கொடுப்பார் அப்பா.

செடிகள், பறவைகளின் மீதான ஆர்வம் மோகன்தாஸ் காந்தியிடமிருந்து பெற்றதாகக் கூறுவார். காந்தியின் ஒவ்வொரு பேச்சும் அவரை கவர்ந்திருந்தது. காந்தியின் ரயில் பயணத்தில் தான் அவரை பார்த்திருக்கிறார் அப்பா.

அப்பா அப்போது சிறுவன். புதுவேட்டியணிந்து ரயில் நிலையம் சென்றதை பலமுறை கூறியிருக்கிறார். ரயில் வரும் நேரத்தை கணித்துப் பல மணிநேரம் காத்திருந்த மக்களில் அவரும் ஒருவர். புதுமேல்சட்டை ஈரமாகும் அளவிற்கு உடல் வேர்த்திருந்தது. வண்டி தூரத்தில் வரும்போதே காந்தி காந்தி என்கிற கூக்குரல் ஒலிக்கத்தொடங்கிவிட்டது. தேர்போல அசைந்து மெதுவாக வந்து நின்றபோது எந்தப் பெட்டியில் காந்தி என்று பார்க்க மக்கள் அலைமோதினார்கள். திடீரென ஒரு பெட்டியில்

சிரித்தபடி வெளிப்பட்ட முகம் எல்லோரையும் பார்த்து கையசைத்தது. அவர் நின்ற கோலம் எளிமைக்கு எப்போதும் மதிப்பு அதிகமென தோன்ற வைத்தது.

வண்டியின் கம்பியைப் பிடித்த அவர் குனிந்து மக்களைப் பார்த்த அந்த சமயம் அவர் உள்ளத்தில் இருந்த அத்தனை ஆசைகளும் பறந்துவிட்டதாகக் கூறியிருக்கிறார். அவரது பொக்கை வாய்த் திறந்து அன்று சொன்ன வார்த்தைகள் இன்றும் நினைவில் இருப்பதாக சொல்வார். காந்தியின் வார்த்தைகள் வேதத்திற்குச் சமம் என்பார். அவர் சாகும்வரை காந்தியவாதியாக இருந்தார். தேவையற்றப் பொருள் சேகரிப்பை அவர் விரும்பியதில்லை.

காந்தி சுட்டுக் கொல்லப்பட்டதை அறிந்து மாரடைப்பில் இறந்த பலநூறு பேர்களில் அப்பாவும் ஒருவர். அவரால் அதைத் தாங்கிக்கொள்ள முடியவில்லை என்று அம்மாவிடம் சொல்லிக்கொண்டிருந்தார். காலையில் சாப்பிட்டதோடு சரி அன்று முழுவதும் எதையும் சாப்பிடவில்லை. காந்தியின் மீதானக் கிறுக்கு சிலநாட்களில் சரியாகிவிடும் என அம்மா நினைத்திருக்கிறாள். ஆனால் அன்றிரவே தூக்கத்தில் அப்பாவின் உயிர் பிரிந்துவிட்டது.

மழை பெய்து ஓய்ந்ததுபோலிருந்தது இடம். உடலை உலுக்கி முழிப்பு ஏற்பட்டது. கண்களைத் திறந்தபோது ஒளிகளின் சிதறல்களால் காட்சி முழுமையில்லாமல் தெரிந்தது. தள்ளாடி எழுந்து நின்றார். மீண்டும் நடக்கத் தொடங்கினார். உள்ளே நடந்துச் செல்லச்செல்ல அடர்குளிர்ச்சியை உணர்ந்தார். அது தன் அப்பாவின் குளிர்ந்த தசைகளின் மென்பகுதிகள் போன்றிருந்தன. எல்லா இயற்கையும் அப்பாதான். அவரிடமிருந்து இயற்கையைப் பிரிக்க முடியவில்லை. இயற்கைக் கூடும் இடங்களில் எல்லாம் அவர் இருந்தார். சின்னச்சின்ன மலர்களில் அவர் அக்குளின் வாசம். அவன் கைகளைப் பிடித்துத் தூக்கித் தலைக்கு மேல் வைக்கும் போது அவருக்குச் சமமாக அவர் கண்களைச் சந்தித்தான். பூனைகண்கள் அவை. கண்மணியின் ஓரங்களில் வெள்ளையாக அவை கூர்மையற்றிருந்தது போன்றிருந்தன. அவர் மூக்கிற்கு அருகில் அவன் மூக்கு வந்ததும் கைகளை விட்டுவிட்டு சட்டென அவன் இடுப்பை அழுத்த இரு கைகளாலும் பிடிப்பார். அதற்குள் அரையடி கீழே இறங்கியிருப்பான். அவனுக்குப் பயமாக இருந்ததில்லை. அப்பா எப்படியும் பிடித்துவிடுவார் என்கிற தைரியம். அப்பாவிற்கு வருத்தம் என்று எதுவும் இருந்ததில்லை. இயற்கையை வழிபடும் எவருக்கும் வருத்தம் இருப்பதில்லை போலும். எந்நேரமும் மலைகளிலும் வயல்களிலும் சஞ்சரிக்கும்

ஒருவருக்கு கவலைகள் எதுவும் இருக்க வாய்ப்பில்லைதான். சோறு தண்ணீரைக்கூட மறந்துவிடுவார் என்று அம்மா புலம்புவாள். காந்தியையும் இயற்கையையும் ஒன்றாகவே பார்த்தார். இயற்கை உணவுகள் போன்று இயற்கை உடைகள், பொருட்கள், ஏன் சிந்தனைகள்கூட இயற்கையே.

மனம் லயத்துக்கொண்டேயிருந்தது. மேலே சூரியனின் கதிர்கள் இலைகளின் ஓடைகளில் வழிந்துகொண்டிருந்தது. அதன் மேல் பச்சை வண்ணத்தைத் தடவியதுபோல ஒளி மாறியிருந்தது. கரும்பச்சையிலை வெளிர்பச்சையாகத் தெரிந்தது. நீண்ட நேரம் அங்கேயே அமர்ந்திருந்தார். இந்த மரம் அப்பாதான். இனி இதன் அருகில் எங்காவது ஒரு நிலம் வாங்க வேண்டும். வீட்டை இங்கேயே கட்டிவிடவேண்டும் என முடிவு செய்தார்.

வெளியே வந்தபோது காற்று நின்று வெயில் கூடியிருந்தது. அடர் சிவப்புநிறத்தில் ஒரு பேருந்து ஆடியாடி வந்து நின்றது. அதில் ஏறி திருவான்மியூர் சென்றார்.

13

நீண்ட ஒற்றையடிப்பாதை. இருபக்கங்களிலும் மரங்களும் செடிகளும்தான். செடிகளில் இன்னும் நீர் சொட்டிக்கொண்டிருந்தது. மழைபெய்து முடிந்த இரவின் வாசனை நீரில் பரவிய எண்ணெய் போல எங்கும் வியாபித்திருந்தது. நீண்ட மழையை அனுபவித்த மகிழ்வில் ஆடின மரயிலைகள். சூழலும் ஒரு தெளிவு பெற்றிருந்தது. இலைகள் வெளிறிய பச்சை நிறத்திலிருந்து அடர்பச்சை நிறமாக மாறி யிருந்தன. மழையினால் காற்றிலிருந்த தூசிகள் விலகியதில் தூரத்தில் இருந்த ஒற்றை தென்னைமரம் தெளிவாகத் தெரிந்தது. அதன் காய்கள் செந்நிறமாக அடர்ந்திருந்தன.

ஏற்றிய வேட்டியில் உறுதியான கால்வைப்புடன் நடந்து வந்தான் மருதையன். மேலே வலைபின்னல்கள் கொண்ட மஞ்சள் நிற பனியன். குளிர் காற்று ஊசியின் முனைக்குத்தலுடன் வீசியது. உடலில் மென்மயிர்கள் சிலிர்க்கப் புல்லரித்தது. பறவைகளின் ஓசைகள் எங்குமில்லை. ஆனால் பூச்சிகளின் என்றுமில்லாத சத்தம்.

ஒற்றையடிப்பாதை முடிந்த இடத்தில் பெரிய மைதானம் போன்ற இடம் வெட்டி சமன்படுத்தப் பட்டிருந்தது. பல நாட்களாக நடந்துக்கொண்டிருந்தது வேலை. வேலையாட்கள் ஒரு பக்கம் குழுமி யிருந்தார்கள். அவர்கள் உற்சாகத்துடன் இருந்து அந்த காலை நேரத்து வேலையைப் புத்துணர்ச்சி அளித்தார்கள். கிண்டல் கேலி என்று உற்சாகத்துடன் கழிவது நாட்களை மிக ரம்மியமாக வைத்திருந்தது. தொடர்ச்சியாக வேலைகள் இருந்தன. சின்னக் குழுக்களாகப் பிரிந்து பிறகு வேறு குழுவாக வேலை செய்யவேண்டியிருந்தது. ஒன்றை முடிக்கும்போது அடுத்ததைச் செய்ய வேண்டிய லயிப்பு கூடிவிடுகிறது. வேலையில் சுணக்கம் எங்குமே ஏற்படவில்லை.

கொண்டுவந்த உணவு குவளையைத் தனியே நின்றிருந்த வேப்பமரத்தில் கட்டி வைத்துவிட்டு வேட்டியை இறுக்கி கட்டிக் கொண்டான் மருதையன். பின்பக்கம் செம்மண் ஒட்டியிருந்தது. தட்டிவிட்டு மேலிருந்தத் துண்டை எடுத்துக் குவளைக்குப் பக்கத்தில் மரத்தின் கிளையில் போட்டு முடிச்சிட்டான். சின்ன கட்டையன் அவனையே கவனித்துக்கொண்டிருந்தான். அப்போதுதான் அவனைப் பார்த்தான் மருதையன். "என்னடா இன்னும் வேலைய ஆரம்பிக்கல, உள்ளதான இருக்காங்க. சத்தம் கேட்குதுல்ல. அப்புறம் நீ ஏன் இங்க இருக்க"

"முதலாளி இருக்கச் சொன்னாரு, ஒரு வேளையா போயிருக்காரு."

கட்டையனிடம் வம்பிழுத்துவிட்டுச் செல்வது எல்லோருக்கும் வழக்கம். அப்படி செய்யாதிருப்பது ஒருவகையில் தன்னை குறைத்து மதிப்பிடுவதாக இருக்கும் என நினைப்பவர்கள்.

"சரிடா நா போறேன்." என்றான் மருதையன்.

காட்டை அழிப்பதில் மனிதனுக்கு எத்தனைப் பெருமை என்று தோன்றியது. அனைத்து வேலையாட்களும் வந்து விட்டிருந்தார்கள். அவர்களின் சிரிப்பொலி இரவுபூச்சிகளின் ரீங்காரம்போல விட்டுவிட்டு கேட்டது. புதிய புதிய உயிரினங் களைத் தினமும் பார்த்தார்கள். கொல்லவும் சிலவற்றை விரட்டவும் செய்வதில் வேலைகளின் நடுவே நிகழ்வது வேலையின் அலுப்பை போக்கும் பெரிய விடுதலை. அவன் அங்குபோனபோது பெரிய காட்டுப்பன்றித் தன் குட்டிகளுடன் ஒரு புதரிலிருந்து வெளியேறி அங்குமிங்கும் அலைமோதியது. பெண்கள் பாதுகாப்பாக ஒருபக்கமாக ஓடினார்கள். சுப்பையன் பயத்தில் பெரிய கூச்சலுடன் அவற்றை விரட்டினான். அதன் ஆக்ரோஷம் வேலையாட்களை உலுக்கி எடுத்தது. ஏழு பேர்களின் போராட்டங்களுக்குப்பின் கொல்லப்படும்போது அதன்மீது பரிதாபம் ஏற்படுவதைத் தவிர்க்க முடியவில்லை. ஒருசமயம் பதிமூன்று அடி நீள ராஜநாகம் வெளிவந்தது. அதன் தோல்களின் மினுமினுப்பு ஒருவகை அருவருப்பையும், உடலில் ஊருவதுபோன்ற எண்ணத்தையும் உண்டுபண்ணியது. எத்தனை கொடிய விலங்கானாலும் மனிதன் முன் சிறியவைதான். தூக்கத்தை இழந்தவைபோல வெளிறிய கண்களுடன் முயல்கள் வெளிவந்தன. மருதையன் சில நல்ல முயல்களைப் பிடித்து வைத்துக்கொண்டான். அவற்றின் கால்களை ஒரு கயிற்றில் கட்டி ஒரு மரத்தின் பொந்தில் போட்டுவைத்தான். அன்று மாலை வீட்டிற்கு எடுத்துச் சென்று சுட்டு தின்றான்.

ஒவ்வொரு நாள்மாலையில் வேலைமுடிந்ததும் பூச்சிகளின் வேகத்தை உணர்ந்திருக்கிறான். தவளைகளின் கத்தலும் சேர்ந்துகொள்ள புதிய உலகிற்கு வந்துவிட்டதுபோன்ற பிரம்மை ஏற்படுத்தியது. இடத்திற்கு இடம் தவளைகளின் குரல் வேறுபட்டிருந்தது. நீர்நிலைகளில் மெல்லவும் நிலத்தில் சற்று அதிகமுமாக இருந்தது.

பனையோலையில் செய்த தட்டில் உணவு சாப்பிட்டார்கள். அதன் மணம் உணவோடு சேர்ந்து ருசிக்க வைத்தது. எல்லோருக்கும் சேர்ந்துதான் உணவு தயாரிக்கப்பட்டன. சில பெண்களும் ஆண்களுமாகச் சேர்ந்து சமையல் செய்தார்கள். மாணிக்கம் மேட்டு நிலங்களைக் கடந்து ரோட்டைத் தாண்டி நான்கு மைல்களுக்கு மேல் சென்று அரிசி, பருப்பு, சில காய்வகைகள் என்று வாங்கி வந்தான். சில கற்களும் விறகும் அங்கேயே கிடைத்தன. நசுங்கிய அலுமினிய பாத்திரத்தில் உலை வைத்தாள் பொன்னம்மாள். சில வேளைகளில் இருமுறை வைக்க வேண்டியிருந்தது. குழம்பிற்கு மசாலா அறைத்து தந்தது மனோகரி.

மனோகரியின் கண்களும் கைகளும் தீவிரமான வேலை செய்வதைப் பார்க்க ஒரு இயந்திரம்போன்றிருக்கும். அந்தக் கண்கள் எப்போது போதையைத் தேக்கியிருந்தன. அவரை நோக்கும்போது கீழ்நோக்கி சரிந்து வண்ணத்துப்பூச்சியின் இறகுபோல விரிந்தடங்கின. மருதையன் அவளை நோக்கும் சமயம் எதுவென்று அவளுக்குத் தெரிந்திருந்தது. மெல்லப் புன்னகை ஒன்றை வீசி அவள் கடந்து செல்கையில் அவளின் விருப்பங்கள் சாதகமானவை என்று உணர்த்தின.

வண்ணத்துப்பூச்சிகள் காட்டின் மூச்செனத் தோன்றும். காற்றில்லா வேளைகளில் காட்டின் இயக்கத்தை வண்ணத்துப் பூச்சிகளின் வழியே உணர வேண்டும். காட்டை உறங்கும் மிருகமாக எண்ணிக்கொண்டான் மருதையன். நாம் உறங்கும் வேலைகளில் அது விழித்திருக்கிறது. நாம் விழித்திருக்கும் வேளைகளில் அது உறங்குகிறது.

மருதையன் விழிக்கும் அந்த காலை வேளையில் காடு விழித்திருந்து அவனைப் பார்த்தபடி இருக்கும். சிலவேளைகளில் அது அவனின் கவனத்தை கவர முயற்சிக்கும். மாலை வேலை முடிந்ததும் ஒரு மைல் நடந்து வந்து வாய்காலில் முகம் கொப்பளித்து பல்துலக்கி குளித்தான். வெள்ளைத்தோல் நிறத்தவன் வெட்டிய நீண்ட வாய்க்கால் அது என்பதைக் காண்ராக்டர் முத்துராமன் கூறியிருக்கிறார். அழகிய வடிவில் அடுக்கப்பட்ட புதிதாக விளைந்த பல வண்ண காய்கறிகள் நிரம்பிய படகுகள் நீரில் நழுவி மிதந்து சென்றன. அதன் வேகம் நீரின்

வேகத்தைவிட வேகமாக இருந்தது. படகின் கூர்முனையில் நீரில் விலகல் வெள்ளைக் கொப்புளங்களைப் பார்த்தபடி இருந்தான் மருதையன்.

சில்லிட்ட வாய்க்காலில் காலை வைத்ததும், அதிர்ந்து பிளந்து கால்களுக்கு இடமளித்தது. கிழக்கில் தோன்றிய செந்நிற ஒளி நீரில் பிரதிபலித்தது. அவன் வருகையால் பிரதிபலிப்பை சற்று நிறுத்திவிட்டு அவனைக் கவனித்தது போன்றிருந்தது. முகம் கொடுத்து அவனிடம் பேசியது. சில சொற்கள் பேசியதில் புரிந்தும் புரியாமலும் இருந்தன. அவன் அதை ஒரு குழந்தையை அள்ளுவதுபோல மெல்ல அள்ளிக்கொண்டான். கால்களை இறுகப் பற்றிக்கொண்ட நீரில் இளங்கதிரின் மணம் வீசியது. குளிர்ந்தக் காற்றின் வேகத்தில் நீரில் மேல்பரப்பு தள்ளாடி அலையென அவன் கைகளில் தவழ்ந்தது. குறும்புடன் ஓடி கரையைத் தட்டிவிட்டு திரும்பியது.

அவன் உள்ளத்தில் உற்சாகம் கரை புரண்டது. நிலைதடுமாறி வீழ்ந்துவிடக்கூடுமென நினைத்தான். மனோகரியை நினைக்கும்போது அப்படிதான் தோன்றியது. அடர்ந்த முடிகள் நிறைந்த மார்புகளைக் கொண்ட, பெருத்த புஜங்களுடைய அவனுக்கு அப்படி தோன்றுவது ஆச்சரியமாக இருந்தது. இந்த காட்டைத் திருத்திவிட்டு பின் இங்கேயே கூலிக்கு ஆட்களைத் தேடுகிறார்கள். ஒரு குடிசையைக் கட்டிக்கொண்டு அவளுடன் வாழ்ந்துவிடவேண்டும். சிறுமிளகின் வாசம்போல கனத்த வேர்வை வாசம் அவளிடமிருக்கும். எப்போதும் அவள் கூடிப்பிரியும் நினைவில் இருப்பவள் போன்றிருக்கும் முகம் கொண்டவள். ஒன்றை விஞ்சும் ஒன்று அவளின் அங்கங்கள். நிறைகுடம்போல அவள் நிறைந்து ததும்பிக்கொண்டிருக்கிறாள்.

வாய்க்கால் ஆழம் நிறைந்து கனமான ஒரு பொருள் மேலே மட்டும் அசைந்து அடியில் அசையாமல் நின்றதுபோலிருந்தது. செயற்கையாக ஆங்கிலேயர்கள் வெட்டியது என்றாலும் இயற்கையின் அம்சங்கள் கூடிய பெரிய பொருள் போன்றிருந்தது. குளித்துத் தலைதுவட்டி வெளியே வந்தான். ஊர்வனவகை பூச்சிபோல மற்றொரு படகு நிதானமாக சென்றது. படகில் அவன் இதுவரைப் பார்த்திராத பழங்கள் நிறைந்திருந்தன. அருகில் வைத்து முகர்ந்தால் நல்வாசனை இருக்குமென எண்ணினான். இனி இங்கு நிலம் திருத்தப்பட்டபின் இந்தவகை பழங்கள் பயிரிடப்படலாம்.

அவன் நிலத்திற்குத் திரும்பினான். நிலத்தில் பாதி வேலைகள் முடிந்துவிட்டிருப்பது தெரிந்தது. இன்னும் கொஞ்சம்தான் என நினைக்கும்போது சற்று சலிப்பாக இருந்தது. வேலை செய்வதில்

இருக்கும் சலிப்பல்ல அது. இன்னும் நாம் நினைக்கும் நாட்கள் வரவில்லை என்கிற சலிப்பு.

"இன்னா மருது, புது வேலய ஆரம்பிச்சிடலாமா? இது இன்னும் கொஞ்ச நாள்ல முடிச்சிறாது" என்றார் முதலாளி சூரியநாராயண நாயுடு.

"ஆரம்பிச்சிடலாங்க எஜமான். சுலுவுல முடிச்சு போட்டுட லாம். இன்னும் நாலாளு இருந்துச்சின்னா பரவாயில்ல."

"ஆளுவோ கிடைச்சாதானே. எட்டாளு இருக்குப் பத்தாதா என்ன?"

"போதும் போதும் பாத்துக்கலாம் எஜமான்."

நெற்றியில் நீண்ட நாமத்துடன் தொந்தி வயிற்றுக்குக் கீழே பஞ்சகச்சம். மேலே பூணூல் தெரிய மல்துணியில் ஜிப்பா. வாயில் வெற்றிலையின் சிவப்பும் மணமும். அவர் மற்றவர்களுடன் பேசமாட்டார்; மருதையனிடம் மட்டும் பேசுவார். கணக்கு வழக்கெல்லாம் அவரிடமிருந்து மருதையன் வழியாக மற்றவர் களுக்குப் பணப் பட்டுவாடா நடக்கும்.

அந்த இடத்தில் பெரிய வாழைத்தோப்பும் சவுக்குத் தோப்பும் வரவேண்டும் என்கிற கனவில் இருந்தார் நாயுடு. ஒவ்வொரு நாளும் வந்ததும் கருத்த மண்ணைக் கையில் அள்ளி முகர்ந்து பார்த்தார். அதன் நிறமும் வாசமும் அவருக்குப் பிடித்திருந்தது.

தெக்கே ஒருரோட்ட போட்டு, அங்கனெயே எல்லாம் தங்க குடிசய கட்டிபுடலாம். இன்னும் எட்டு குடும்பம் வரவேண்டி யிருக்கும். வந்துரட்டும். ஒண்ணா சேர்ந்து ஆரம்பிச்சிடலாம்."

"சரிங்க எஜமான்."

அணிந்திருந்த கனத்தச் செருப்புகளின் ஓசையில் வேலையாட்கள் எழுந்து நின்றார்கள். அவர் முகத்தில் கடுப்பு குடியிருந்தது. ஊற்றாக வந்துகொண்டிருந்த தண்ணீரைக் காட்டி "இனிப்பா இருக்கு எஜமான் குடிச்சுப் பாருங்க" என்றான் பெருமாள்சாமி. மேலே பீய்சிக்கொண்டிருந்த தண்ணீரைக் கொக்கு நீரை அள்ளுவதுபோல தன் அகன்ற கைகளில் பிடித்துக் குடித்துக் காட்டினான். தலைமட்டும் அசைத்துவிட்டு நகர்ந்தார் நாயுடு. இங்கு தண்ணீர்கூட குடிக்க மாட்டார். சோறு தண்ணீரெல்லாம் அவர் தன் ஊரான தண்டையார்பேட்டைக்குச் சென்று மனைவியின் கையால்தான் எடுத்துக்கொள்வார்.

பட்டணத்திலிருந்து ஆட்களை அழைத்துவந்தால் மரியாதை தெரியவில்லை என்று உள்கிராமங்களிலிருந்து ஆட்களை வரவழைத்திருந்தார். குறிப்பாக தஞ்சை, திருநெல்வேலி

ஜில்லாக்களிலிருந்து ஆட்கள் வரவேண்டியிருந்தது. இளவயது மனோகரியையும் காமாட்சியையும் காணும் சமயங்களில் மட்டும் அவர் கண்கள் அலைபாய்ந்தன. விரைப்பான உடல் சற்று தளர்வடையும், மீண்டும் கட்டுப்படுத்தி விரைப்பைத் தன்னுடலில் கொண்டுவருவார்.

நீண்ட கைகள் பக்கங்களில் அகன்று வீச நடந்தார் நாயுடு. ஒருமுறை நின்று சூரிய ஒளியில் தெரியும் காட்டுச் செடிகளையும் மரங்களையும் கூர்ந்து கவனித்தார். அதில் பட்டுத் தெறிக்கும் ஒளியின்தன்மை அவரை கூசவைத்தது. மஞ்சள் நிற ஒளி, மென்சூட்டும் இளங்குளிரும் தெரிந்தது. மரங்கள் அடர்ந்த தங்கள் கிளைகளைப் பலவழிகளில் கிடைக்கும் சாத்தியங்களில் செலுத்தியிருந்தன. சூரிய ஒளியை உள்ளே அனுமதிக்காத கிளைகள். உள்ளே குளிர் இருப்பதை உணர்ந்தார். அழிக்கப்பட்ட பாதி நிலத்தை பார்த்தார். வானம் தெளிவாகத் தெரிந்தது. அம்மண குழந்தையின் குண்டிபோல அழுக்கடைந்துகிடந்தது.

பறவைகளின் கூடுகள் சிதறிக் கிடந்தன. இறக்கைகளில் பிசிறுகள் ஆங்காங்கே கிடந்தன. செத்துக் கிடந்த ஒரு நாய்க்குட்டி ஒன்று அழுகத்தொடங்கியிருந்தது. பல்வேறு விலங்குகள், பறவைகளின் கால்தடங்கள் மனித கால்தடத்துடன் குழம்பி நிலம் முழுவதும் விரவிக் கிடந்தன. புரண்டுகிடந்த நிலத்தில் மண் பெயர்ந்து வேர்களின் மிச்சங்கள் நிலத்தில் பதிந்து இருந்தன. செம்மண்ணுடன் ஈரமண்ணும் மாறிக்கிடந்தன. சில இடங்கள் காய்ந்து வறண்டு வெப்பத்தை வேகமாக உள்வாங்கிக் கொண்டிருந்தது. வேர்முண்டுகள் நீட்டிய இடங்களில் கால்வைக்க முடியவில்லை. வெட்டிய மரங்களின் கட்டைகள் ஒருபக்கம் அடுக்கியும் சிதறியும் கிடந்தன.

மிகவேகமாக நிலம் பண்படுத்தப்படுகிறது என்கிற எண்ணம் நாகரீகமாகத் தெரிந்தது. வெட்டவெளி நிலத்தை காணும்போதெல்லாம் ஏதோ தவறு செய்துவிட்டோமோ என பதற்றமாக இருந்தது. வெட்டப்பட்ட இடங்களில் நடக்கநடக்க, நிலம் தன்னை இழந்துகொண்டிருக்கிறது எனத் தோன்றியது. வெட்டாதப் பகுதிகளை அப்படியே விட்டுவிடுவோமா என்று எண்ணினார். ஒரு கல்லில் அமர்ந்துகொண்டார். அந்தக் கல் வேறு ஒரு இடத்திலிருந்து நகர்ந்தி வரப்பட்டிருந்தது. கல்லின் ஈரத்தை வைத்து கணித்தார்.

மண்டை பெருத்த, மூடிய இமைகளின் பழுத்தத் தோலுக்கடியில் கருத்த கண்மணிகள் மிதக்கச் சிறுவிரலளவே இருந்த பிறந்த உயிரி இறந்து கிடந்தது. அது எலிக்குஞ்சாக இருக்குமென நினைத்தார். அதை கையில் எடுத்துப் பார்க்க

ஆசையாகவும் இருந்தது. ஆனால் கால்களால் மண்ணைப் போட்டு மூடினார். மீண்டும் அமர்ந்ததும், ஏதோ குறுக்காக ஓடியது. சற்று பதறியவர் அது அணில்குஞ்சாக இருக்குமென நினைத்தார்.

என்னென்ன உயிரினங்கள் இங்கு இருக்கக் கூடும் அவை வேறு இடங்களுக்குச் சென்றுவிடுமா அல்லது இங்கேயே இருந்து இறந்துவிடுமா? ஒருவேளை அவை தங்களுக்கான வாழ்க்கையை மாற்றிக்கொள்ளுமா?

மண்ணின் பச்சவாசம் காற்றோடு எழுந்து வந்தது. வடக்குப்பகுதியில் இருந்த நிலம், ஈரமண் காய்ந்து சாம்பல் வண்ணத்தில் மாறியிருந்தது. வரப்போகும் தோப்பைக் கற்பனை செய்து பார்த்தார். ஒருபக்கம் வாழைத்தோப்பு ஒருபக்கம் சவுக்குத் தோப்பு நடுவில் சாலை. அந்தச் சாலை பங்கிங்காம் வாய்க்காலையும் கிழக்குக் கடற்கரை சாலையையும் இணைக்கும் சாலையாக இருக்கும்.

சாலையின் நடுவே ஒரு இடத்தில் சிறுகோயில் குறுக்கிடு கிறது. யாரோ எப்போதோ கட்டியது, ஆனால் அந்த இடத்தில் எப்படி கட்டினார்கள் என்கிற ஆச்சரியமாக இருந்தது. அது ஒரு குரங்கிற்குக் கட்டப்பட்ட சமாதியாகவும் இருக்கலாம். கற்களும் சிமெண்ட்டும் வைத்த சதுர மேடை, அதன் மேல் ஒரு பக்கத்தில் கூம்புவடிவ கோபுரம் நடுவில் மாடம்போன்ற குடைவில் வரையப்பட்ட குரங்குச் சிற்பங்கள்.

அந்த தளம் பாசிபடிந்து பச்சைவண்ண பூச்சு கொண்டிருந்தது. சுற்றிலும் மரங்கள். அவற்றை வெட்டியதும் அதன் உருவம் முழுமையாகத் தெரிந்தது. நல்ல உயரம்கொண்ட மேடை. முனைகள் மழுங்கி மொண்ணையாகத் தெரிந்தது. முன்பு விளக்கு வைத்து வழிபட்ட அடையாளமாக மாடம் கருமை படிந்திருந்தது. மேடை முழுவதும் பசுமையானத் தோலாக பாசி. அங்குக் குரங்குகள் வந்து தங்கும் எனத் தோன்றியது. குரங்குகள் கொண்டுவந்து போட்ட கொட்டைகள், காய்ந்த பழத்தோல்கள் கிடந்தன. ஆனால் குரங்குகள் இப்போது ஒன்றுகூட இல்லை. அவற்றின் இடம் மாறியிருக்கலாம். வேறு இடத்தில் சென்று தன்கூட்டத்தை அமைத்திருக்கலாம். இங்கு உணவு கிடைக்காமல் இருக்கலாம்.

பலிகொடுத்த உயிர்களுக்குச் சாந்தி செய்யும் விதமாக இந்த கோயில் சற்று பெரியதாகக் கட்டிக்கொடுக்க வேண்டும் என நினைத்தார்.

14

சூரியநாராயண நாயுடு சிதறலாகக் கிடந்த குப்பைகளையும் மனித மலங்களையும் கண்டு அதிர்ச்சியடைந்தார். மலங்கள் கண்ணுருட்டி பார்க்கும் தவளைக் கூட்டங்கள் போன்றிருந்தன. நீர் சொதசொதவென்று ஒரு பக்கம் ஓடியது. அதில் பலவித துர்நாற்றங்கள் வீசின. அதன் அருகிலேயே உணவுகளின் மிச்சங்கள் சிதறிக்கிடந்தன. அருவருப்பு முகபாவனையுடன் அங்கு வேலை செய்த இருபதிற்கு மேற்பட்ட ஆட்களைப் பார்த்து பொதுவாகத் திட்டிவைத்தார். மருதையன் தெளிவானவன் இம்மாதிரியான விஷயங்களில் அதிக கவனமாக இருப்பான். தனக்குப் பிடிக்காது என்றே அறிந்தேயிருப்பான். ஆனால் அவனாலேயே அவர்களைக் கட்டுப்படுத்த முடியவில்லை.

வேலையாட்களிடம் எந்த சலனமும் இல்லை. மாறாக உள்ளுக்குள் சிரிப்பதுபோல இருந்தன அவர்கள் முகங்கள். அங்கிருக்கும் எல்லோருக்கும் அது பெரிய தவறாகவும் மறைக்க வேண்டியவை யாகவும் இல்லை. அவர் மொழியின் உச்சரிப்பில் அழுத்தமின்மை வெளிப்படுவது அவர்களுக்குச் சிரிப்பை வரவழைக்கிறதென நினைத்தார்.

சிவந்த உதடுகளோடு கூடிய ஒரு பெண், அவள் தாடை ஒரே லயப்பில் அசைய வேலைப் பார்த்துக்கொண்டிருந்தாள். அலட்சியமும் உள்ளூர சிரிப்பும் மட்டுமே எஞ்சியிருக்கும் முகம். ஆனால் அழகாக இருந்தாள். எடுப்பான இடையும் மார்பும் கொண்டிருந்தாள். அதனாலேயே அவளிடம் அலட்சியம் குடியிருந்தது. சில பொழுதுகள் மருதையனைச் சீண்டுவதும் மனோகரியை வைவது மாக இருந்தாள்.

இம்மனிதர்களிடம் பேசும்போது அன்பாகவே உணர்ந்தார் நாயுடு. சுத்தம் செய்ய உத்தரவு களைப் பிறப்பித்துவிட்டு அந்த பெரிய கல்லில்

அமர்ந்துகொண்டார். நடுவில் இருக்கும் பாதை வழி முழுமை யாக மரங்கள் நீக்கப்பட்டிருந்தன. இரு பக்கமும் வேகமாக உள்நோக்கிச் செல்லும் கருமண் தெரியத் தொடக்கியிருந்தது. ஒன்றை விடுவதும் ஒன்றை சேர்ப்பதுவாக இருந்தது அவரது மனம். எது தனக்கான இடம் என்பதில் மனதில் குழப்பங்கள் நிறைந்திருந்தது. இந்த வாழைத்தோப்பும் சவுக்குத்தோப்பும் தன்னுடையது, தனக்கானது, தன் சந்ததியினருக்கானது என்கிற நினைப்பே அவரை மகிழ்ச்சியில் ஆழ்த்தியது.

சொந்த ஊர் என்று யாராவது கேட்கும்போது தயங்காமல் மதராஸ் என்று சொல்லிக் கொண்டார். சொன்னதும் அவர் மனம் திடுக்கிடும். தவறாகச் சொல்லிவிட்டோமா என்று துணுக்குற்றார். ஆனால் அப்படி சொல்லும்போதே இந்த ஊர் இனி எனது என்று நினைத்துக்கொண்டார்.

மனைவியிடம் கேட்டார், “இந்த ஊர் உனக்கு பிடித்திருக்கிறதா.”

நாயுடு மிக சிறுவயதில் இங்கு வைத்துவிட்டவர். அவள் அப்படி அல்ல, திருமணமானப்பின்னே இங்கு வந்தவள்.

“யவ்ஊருதான் எனக்குப் பிடிச்சிருக்கு” என்று இழுத்தாள். இந்த ஊர் சிதோஷனம் அவளுக்குப் பிடித்திருந்தது. மனிதர்களின் அன்பை முதலில் புரிந்துகொண்டாள் அவள். இங்கு எல்லாமே அவளுக்குக் கிடைத்தன. எதையும் அவள் தேடி போகவேண்டிய அவசியம் இருக்கவில்லை. அவளுக்குப் பெரிய நகரம் என்பது பெருந்திரளான மனிதர்கள் அல்ல, மாறாக எல்லாப் பொருட்களும் அவளுக்கு விலை குறைவாகக் கிடைக்குமிடம். ஒவ்வொரு பொருளையும் மனிதர்களையும் ஆந்திராவில் இருக்கும் தன் கிராமத்தை நினைத்து ஒப்பீட்டுக்கொள்வாள். ஆனால் தொழில்ரீதியாக இந்த இடம் அவருக்குப் பிடித்திருந்தது. அவர் நினைக்கும் தொழிலில் இறங்க முடிகிறது. அத்தோடு நாயுடுவிற்கு இங்கு இருக்கும் மொழியைத் தன் தாய்மொழியைப் போலவே உணர்ந்தார்.

அணில்களின் கீச்சொலிபோல வேலையாட்களின் பேச்சுகள் எழுந்தடங்கின. அது கேலியாக எழும் சிரிப்பொலி என்று புரிந்ததும் மெல்ல திருப்பிப் பார்த்தார். அவர்களுக்குச் சிரிப்புணூடேதான் வாழ்க்கையின் சுகதுக்கங்கள் செல்கிறது என நினைத்தார். மருது “இங்க வா” என்றார். சில கட்டளைகளை இட்டார். இன்று எட்டு ஆட்கள் வந்திருக்கிறார்கள். மருது அவர்களை வழிநடத்தியிருந்தான். இரண்டு, இரண்டு ஆட்களாக பிரித்து அனுப்பினான் மருது.

எதையாவது செய்துகொண்டே இருப்பது அவரது வழக்கமாகி விட்டது. நிலங்களை வாங்கி விற்பனை செய்தார். கூலிக்கு ஆட்களைத் திரட்டி கொடுத்தார். பெரியளவில் ஜவுளிகளை மாற்றி கொடுத்தார். நிலத்தை வாங்கியதும் இங்கு வாழைத்தோப்புதான் போடவேண்டும் என எண்ணிக் கொண்டார். சாலைக்குக் கிழக்கே சவுக்குத் தோப்புகள் அதிகம். மேற்கே அதிக நீர் தேங்கி இருக்கும். இந்த இடத்தில் வாழைதான் சரிவரும் என நினைத்தார். எந்த வேலையும் அவர் நேரடியாக செய்வதில்லை. ஒவ்வொன்றிற்கு ஒரு சரியான ஆள் அமைந்ததும் அந்த வேலையைத் தொடங்கிவிடுவார். இந்த வேலை மருதையனின் வேலை திறனைப் பார்த்ததும் தோன்றியதுதான்.

மழை பெய்து நின்ற ஒருநாளில் நிலத்தின் வடமேற்கு பகுதிகளில் வாழை நடவை ஆரம்பித்திருந்தார். மழையின் ஈரக்காற்றில் சிலுசிலுவென்று ஆடின பூவன் இலைகள். அடுத்து மொந்தன், ரஸ்தாலி போன்ற வகைகளைப் போடவேண்டும் என நினைத்தார். அவருக்கு பிடித்த நேந்திரன் போட்டுப் பார்க்க வேண்டும் யோசித்திருந்தார்.

வாழைத்தோப்பு அவர் நினைத்ததுபோல எளிதாக அமைந்துவிடவில்லை. ஒவ்வொரு நாளும் உழைத்து உருவாக்கிய பாத்திகளில் கன்றுகள் சாய்ந்தபடி இருந்தன. வாழைக்கன்னுகளும் வேலையாட்களும் இந்த நிலத்துடன் பிணைத்துக்கொள்ள வில்லை எனத் தோன்றியது அவருக்கு.

நல்லநாள் பார்த்து மீண்டும் தெற்குப்பகுதியில் ஆரம்பித்தார். ஒவ்வொரு நாளும் நிலம் தன்னை மாற்றிக்கொண்டேயிருந்தது. காட்டைத் தன் குணமாகக் கொண்டிருந்த நிலம் வயலுக்குரிய கட்டுப்பாட்டில் வளர யோசித்தது. மனம்போல் வளர்ந்து நின்றவைகள் இன்று சொல்லுமிடத்தில் வளரவேண்டும் என்கிற நிர்பந்தம். ஒவ்வொரு நாளும் மருதையனும் அவன் கூட்டாளி களும் கடினமாக உழைத்தார்கள். கருத்த மண் தன்னைப் புரட்டிப் போடும் மனிதர்களுக்கு வணங்காமல் நின்றது.

காலை நேர சாய்வான வெயிலில் நிலத்தில் நடந்த மனிதர்களின் கால் தடங்கள் ஒருமரத்து பூக்கள் சிதறியதுபோல பரவிக் கிடந்தது. கொஞ்சநாள் இந்த நிலத்தை விட்டுவைக்கலாம் என நினைத்தார் நாயுடு. மருதையன் ஒத்துக்கொள்ளவில்லை.

“புல் பூண்டுங்க மீண்டும் வளர்ந்துடுச்சின்னா சிரமங்க சாமி” என்றான். “விடக்கூடாது ஒவ்வொரு நாளும் அத விடாம பாத்திக் கட்டி களையெல்லாம் எடுத்துக்கிட்டே இருக்கணும்

சாமி. நீங்க கவலய விடுங்க. நா பாத்துகிறேன். நம்ம மக்களுக்குக் கூலியமட்டும் சரியாகக் கொடுத்துடுங்க. மிச்சமெல்லாம் அதுவா நடந்துடும்."

உழைக்கும் மக்கள் இனி தங்களை நிலத்துடன் பிணைத்து கொள்ள தொடங்கிவிட்டார்கள் என நம்பிக்கை நாயுடுவிற்கு வந்தது. பணமும் உணவும் என்று அந்த நாளைய தேவைகளைப் பூர்த்தி செய்துவிட்டால் போதும். அவர்கள் இந்த நிலத்தின் மீது எந்த உரிமையையும் வைத்திருக்கவில்லை. மாறாக வேலை முடிந்தது ஓடிவிட நினைக்கிறார்கள். தங்களுக்கென்று சேரிகளில் இருக்கும் சிறிய இல்லம் போதுமானதாக இருக்கிறதென நினைத்தார்.

கருத்து மினுங்கும் பாம்பின் உடல்போல, கருமை நிறநிலத்தில் நீண்டு கிடந்தது நீர்ப்பாதை. ஓரங்களில் பாசிபடிந்த ஓடை நிலத்தின் நடுவில் பாதையை உருவாக்கி ஓடியது. பாம்பு, ஓணான், உடும்பு, எலி, குருவி, காகம் என்று உயிரினங்கள் செத்து கிடந்தன நிலம் முழுவதும். அடிவயிற்றை எக்கும் ஊனின் நாற்றம் அங்கு எப்போது இருந்தது. மருதையன், "அதுகளுக்குப் போக இடமில்ல சாமி இன்னா பண்ணும்" என்றான். வேலையாட்கள் காலியானதும் நிலம் வெற்று பரப்பாக விரிந்து கிடந்தது. மருதையன் மட்டும் போகவில்லை. அவன் அங்கே இருக்க விரும்பினான். தற்காலிகமாக அமைத்த சிறுகுடிலில் தங்கினான். அவனுக்கு அதுவே போதுமானதாக இருந்தது. சிறிய பாத்திரத்தில் சோறு சமைத்துக்கொண்டான். இரவில் குளிர்ந்த அந்த நிலத்தில் தனியனாக அந்த குடிலில் தூங்கினான். "பயமாக இல்லையா" என நாயுடு கேட்டபோது "எனக்கு இன்னா பயம் சாமி" என்றான்.

மருதையன் குடிலைச் சுற்றி சிறு காய்கறித் தோட்டம் அமைத்திருந்தான். கத்திரிக்காய், சுண்டக்காய், அவரைக்காய் என்று சில காய்கறிகள். வீட்டு புழங்கும் தண்ணீர் தோட்டதில் பாய்ந்தது. வாழைக் கன்றுகள் வளராத நிலத்தில் காய்கறித் தோட்டமா என்று ஆச்சரியப்பட்டார் நாயுடு. "நல்லா வளருது சாமி, வளர்றதுக்கு ஒரு துணை தேவை, நா பக்கத்துல இருக்கேன்ல, அதுகளுக்குக் குஷி." சிரித்துவிட்டார் நாயுடு. அவர் எதிர்பார்த்ததுபோல முழுநிலம் தயாரானது. மருதையனைக்கொண்டு மற்ற வேலைகளை ஆரம்பித்தார். வாழைக் கன்றுகளின் பாத்திகளை மீண்டும் அமைத்தான் மருதையன். சுருங்கிய மரவட்டைப் போன்றிருந்த நிலம் மெல்ல தன்னை விடுவித்துக்கொண்டு வெளி வந்தது. நிலம் முழுமையாக பண்பட்டுப் வேகம் பிடித்தது.

சிறிய பரிசோதனைக்கு பின் பெரிதாக ஒரு ஏக்கரில் பயிரிடப்பட்டது. வேலையாட்களைச் சமாளிக்க மருதையனுக்கு முன்பைவிட, வளர்ந்த காளையின் மிதப்புபோல, இப்போது அனுபவம் பெற்றிருந்தான். ஒரு வாரத்திற்கு ஒருமுறை வரும்போது நாயுடுவிற்கு வாழையின் மாற்றத்தைப் பார்க்க ஆவலாய் இருக்கும். ஒவ்வொருமுறையும் புது கதைகளை மருதையன் சொல்வது வழக்கம். சட்டென நிலம் குளிர்ந்து எல்லா இடத்திலும் வாழைக்கன்றுகள் தீப்போல பரவிவிட்டிருந்தது. அவற்றின் வேகம் ஒரு யானையின் ஓட்டம் போன்றிருந்தது. முதல் சாகுபடியே நல்ல விளைச்சலை கொடுத்திருந்தது.

அவனிருந்த குடிலின் அருகிலேயே பல குடிகள் வந்தன. வேலையாட்களைத் திரட்டுவதும் தங்க இடமளித்து பராமரிப்பதும் மருதையன்தான். தேவையில்லாதவர்களை வெளியேற்றச் செய்தான். நிலத்தை ஒரு அங்குலம்கூட தவறாகப் பயன்படுத்த அவன் அனுமதிக்கவில்லை.

மருதையனுக்கு மனோகரிமீது ஒரு கண் இருந்தது. விலகாத கண்ணால் அவளைப் பின் தொடர்ந்தபடி இருந்தான். அவனுக்குத் தன் பின்தோள்கள் தெரிய நின்றாள் அவள். அத்தோள்களைக் கண்களால் எப்போது வருடிக்கொண்டிருக்கிறான் என்பது அவளுக்குத் தெரியும். மற்றவர்களைவிட அவளுக்குச் சில சலுகைகளை அளித்தான். தலையைத் தாண்டி முடிந்திருந்தது அழகிய மலர்ச் செடியை அவனுக்கு நினைவூட்டியது.

அவள் புடவையின் ஈரம், உடல் வாடையும் சேர்ந்து வாசனையைப் பரப்பிக்கொண்டிருந்தது.

“என்ன மருதையா அவள உனக்கு ரொம்ப பிடிச்சிருக்கா” மென்மையாகச் சிரித்தான் மருதையன்.

“கல்யாணம் கட்டிக்க.”

“அப்படித்தான் நினைக்கிறேன் சாமி. ஆனா அவ அப்பா ஒத்தக்கமாட்றாரு, அவ ஜாதகத்தையும் என் ஜாதகத்தையும் பார்த்துட்டு அவளுக்கு நா சரிவரமாட்டேன்னு நினைக்கிறாரு சாமி.”

இளங்குருத்துப் போன்று திடமாக நிற்கும் மருதையனை உற்றுப் பார்த்தார். புதிய நிலத்தில் இளம்புல் முளைத்ததுபோல மாரில் முடி. திறந்த மார்பு கற்பாலம்போல் இருபகுதிகளாக இருந்தது. சாந்தமானக் கண்கள் அவனைத் தீவிரமான மனிதன் என காட்டின. கைகள் முன்னோக்கி விரிந்து கிடந்தன. கடினமாக வேலை செய்யும் கைகளை அதன் திரட்சியில் கண்டுகொள்ள முடியும். சற்று அமைதியாக அவனை உற்றுப் பார்த்துவிட்டு, “அவ

சரி வரல்லேன்னா விட்டுடு, வேற பொண்ணு கிடைக்காமலா போகும்."

அவரைப் பார்த்துவிட்டுத் தலை குனிந்துகொண்டான். அவனுக்கு இதில் விருப்பமில்லை என்பதை உணர்ந்த விநாடி "அவளை இழுத்துகிட்டுப் போயி கட்டிகிட்டு பெரிய பிரச்சனைல மாட்டிக்காத" என்றார்.

"இல்ல சாமி, அவளே வந்துடுவா" என்றான். மனோகரியை அவன் கல்யாணம் கட்டிக்கொள்ளட்டும். தாம் அவளை வைத்துக் கொள்வோம் என நினைத்தார்.

15

பெரிய நிலப்பரப்பாக இருந்ததைச் சிறுசிறு நிலங்கள் தோப்புகளாகவும் சில தெருக்களாகவும் பிரிந்தபோது முதலில் அதன் முனையில் சிறிய மைதானமாக்கி வைத்த இடத்தில் ஒருவர் லீசுக்கு டெண்ட் அடித்து சினிமா கொட்டகையாக மாற்றம் செய்தார். அவசரகதியில் ஆரம்பித்தார்; ஆனால் நல்ல மதிப்பு இருந்தது. திரைப்படங்கள் அதில் வெளிவந்தபோது இங்கு வேலை செய்த தோப்பு ஆட்கள் மாலையிலும் இரவிலும் திரைப் படங்களைக் கண்டு களித்தார்கள். மருதையனும் மனோகரியும் தோட்ட வேலைகள் முடிந்தவுடன் அந்தக் கொட்டகைக்குப்போய் உட்கார்ந்து விடுவார்கள்.

“இருட்டுனதும் ரெண்டும் அந்த சவுக்குக் காட்டுக்குப் போயிடுங்க” என்றார் தன்சக பாடியிடம் புண்ணியமூர்த்தி பிள்ளை.

மனோகரியை அவளின் திரண்ட மாரை கிண்டலடித்து மருதையன் பேச ஆரம்பித்தபோது தான் இருவருக்கும் ஆழமான நட்பு தொடங்கியது. இளநீரையும் பப்பாளி பழத்தையும் உவமையாகப் பயன்படுத்தினான். “இந்த வேலைக்கு ரெண்டு இளநீ குடிக்கணும்போலருக்கேடா”, “அந்த பப்பாளிய ஒருநா கடிச்சிபுடணும் மாப்பிள.”

காலை மலரின் மலர்வுபோல வெட்கத்தால் சிவந்தாள் மனோகரி. அவன் கவனிக்கும் சமயமும் மேலாக்கை அவசரமாக சரி செய்தாள். சின்ன புன்முறுவல் அப்போது அவள் உதடுகளில் வெளிப்பட்டுக் கண்கள் தாழ ஓரக்கண்ணால் பார்த்தபடி அவள் நிற்கும் சித்திரம் தோள்கள் உயர்ந்த, திரண்ட உடலைக் கொண்ட மருதையனை அந்தரங்கமாக உலுக்கியது. அவள் குனிந்து வேலை செய்யும்போது அவள் முலைகளின் ஆட்டமும் அகன்ற பின்புறமும் அவனை அவசரப்படுத்தியது.

அவள் அருகில் வேலை செய்வது அவனுக்குப் பெரும்பாடாக இருந்தது. அவள் வேண்டுமென்றே சில கண்ணசைவுகள் உடலசைவுகளைச் செய்கிறாள். அதில் இருக்கும் அன்பு பிரத்யேகமாக தனக்கானதுதான் என்பது அவனுக்கு வாழ்நாளின் பெரும் பாக்கியமாக நினைத்தான்.

தன் ஆண்தன்மைக்குச் சரியானவள் அவள் என தோன்ற, மனதில் தைரியம் வந்து, இலகுவாக அவளிடம் முதலில் பேச்சுகளாலும் பின் விரல்களாலும் சீண்டினான். இருட்டில் மிதக்கும் படகுபோல இருக்கும் புதியதாகத் திறந்த சினிமா கொட்டகை அவர்களுக்கு நல்ல இடமாக அமைந்தது. இருவரின் ரசனைமீது வேலையாட்களுக்கு நாய்புணர்ச்சியைப் பார்ப்பதுபோல ஆர்வத்துடன் இருந்தார்கள்.

“எலே... மருதையா, நல்ல புளியங்கொம்பா புடிச்சுட்ட...” என்று காவிபல்லு தெரிய சிரித்தான் பழனியாண்டி. “அட போடா...”என்றார். கூறும் வார்த்தைகளில் தெரிவது பொறாமை என்பது புரிந்தது.

சூரிய நாராயண நாயுடுவின் முன்னணியில் இருவருக்கும் எளிமையானத் திருமணம் நடந்தது. இரண்டு நாட்கள் விடுமுறை கொடுத்து எங்கேயாவது போய்வர அனுமதி கொடுத்தார் நாயுடு.

மருதுவும் மனோகரியும் முதலில் கடற்கரைக்குப் போனார்கள். மணல் இருவரின் உடலில் குறுகுறுப்பை உண்டுபண்ணியது. அடையாற்றுக்கு வந்து நீந்தி குளித்தார்கள். கால்களைப் பின்னி இருவரும் குளித்து மகிழ்ந்தபோது “ஏம் மச்சான் நாம இப்படியே இருந்தா எப்படி இருக்கும்” என்றாள். கரையேறிய மனோகரி அவனுக்காகத் தலைதுவட்ட துண்டும், திங்க வரகரிசி புட்டும், புளிசாதமும், தேங்காபத்தையும் எடுத்து வைத்தாள். இருவரும் அங்கேயே அமர்ந்து தின்றுவிட்டு அங்கிருந்த ஒரு சினிமா கொட்டகையில் படம் பார்த்தார்கள். நவீன உடையும் மதுவுமாக இருக்கும் கதாநாயகன், பரத்தையின் வீட்டில் எப்போதும் போதையில் கிடக்கிறான். பாடல்களைப் பாடி அவளை குளிர வைக்கிறான்.

கிழக்குச் சாலையிலிருந்து கால்வாய் பகுதிவரை இருந்த நீண்ட நிலப்பகுதியில் சவுக்கு, தென்னை, வாழைமரங்கள் இருந்தன. வாழை அந்த கரியமண் நிலத்திற்கு உகந்ததாக இருந்தது. கால்வாயை ஒட்டி இருந்த நிலம் முழுவதும் வாழைமரங்கள். அதில் ஒரு பகுதியில் நான்கு குடிசையில் ஒன்று மருதையனுக்கும், மனோகரிக்குமானது. அந்த குடிசை சற்று அகலமாக இருந்தது. மண்சுவர்களால் கட்டப்பட்டு வெளியே சிறிய திண்ணை இருந்தது. வேலை முடிந்த வேளைகளில் அந்த

இடத்தில் படுத்திருப்பான் மருதையன். கருத்த முடிகள் அடர்ந்த நீண்ட கால்களை விளையாட்டாகவும், நிஜ அக்கறையுடனும் அழுத்திக் கொடுப்பாள் மனோகரி. சிரித்தபடி டிராயர் தெரிய ஏற்றி கட்டியிருக்கும் அழுக்கு வேட்டியுடன் படுத்திருப்பான்.

“மருதாயீ, எனக்கு அஞ்சு புள்ளய பெத்து தருவியா.”

“பத்து புள்ள பெத்து தாரேன் மச்சான் போதுமா?”

“ஆ. . . அவ்வளவெல்லாம் பெக்கமுடியாதுடீ, நா ஓடிப்போயிடுவேன்.”

“ஏம் மாட்டேன். பாரு. உன்னய அதுக்குள்ள உட்டுருவேனா.”

மருதுவின் கண்காணிப்பில் இருந்த வாழைத்தோப்பிற்குத் தினமும் தண்ணீர் அளவை சரிபார்க்க ஆடும் கொண்டை சேவல் போல நடந்து செல்வான், அதிகம் செல்ல முடியாத பெருமழை காலங்களில் குடிசையில் அவளுடன் முயங்கி கிடப்பான். கனத்த கந்தகவாடை அடிக்கும் உடல் அவளுக்கு. அவள் உடலின் வெப்பம் அவனுக்குப் பிடித்திருந்தது.

கருவாட்டுக் குழம்பு, மீன்குழம்பு, கோழிக்கறி, ஆட்டுக்குடல் கறி, என்று விதவிதமாக அவனுக்குச் சமைத்து வைத்தாள். உடும்பு கறி மட்டும் அவனே சுட்டுக்கொள்வான். உணவு ருசியும் உடல் ருசியும் ஒவ்வொரு நாளும் அவனுக்கு முழுமையாகக் கிடைப்பதை உறுதி செய்துகொண்டாள். அந்நாட்களில் அவன் கடலில் மிதப்பதை போன்று உணர்ந்தான். தூரத்து நிலங்கள் கண்ணுக்குத் தெரிந்தன. அதில் மரங்களும் அதன் நிழல்களும், பழங்களும் அதன் சுவையும், தனிமையும் நிறைந்திருப்பதைக் கண்டான். அதை அடையும் கற்பனையும் சோர்வில்லா ஊக்கத்தையும் அடைந்தான். படகை வேகமாகச் செலுத்த அவன் வலிமை அவனுக்குக் கைக்கொடுத்தது.

நீண்ட பலம்வாய்ந்த கழிகளால் நிறுத்தப்பட்டிருந்த குடிசையின் வாசலில் இருந்த பெரிய கல்லில் மனோகரி அமர்ந்து கரியால் பல்துலக்கிய ஒரு காலையில் கலியன் ஓடிவந்து “ஏ… எக்கா, சீக்கிரம் ஓடிவாக்கா, அண்ணன பாம்பு கடிச்சிடுச்சி” என்றான்.

சாதாரணமாகப் பாம்புகள் அவனைக் கடிக்காது, எப்படியும் அவனுக்குத் தெரியும் எங்கே பாம்பு இருக்கிறது என்று. உடும்பு, வெட்டுவாங்கிளியைச் சாதாரணமாகப் பிடிக்கத் தெரிந்த அவனுக்குப் பாம்பு ஒரு பொருட்டேயில்லை. கீழே இருந்த தண்ணீர்படாமல் தன் கொசுவத்தைத் தூக்கிப் பிடித்து கலியன் பின்னால் மெதுவாகப் போனாள். அங்கு சென்று

சேர்ந்த போது தோப்பின் இரு வேலையாட்கள் வந்திருந்தார்கள். சாதாரணப் பாம்புதான் அவனைக் கடித்திருக்கும். அவனுக்கு எந்த விஷயத்திலும் பயமற்றவன்; எதையும் சந்திக்கக்கூடியவன். இது அவனை ஒன்றும் செய்துவிடாது என மனதில் ஒரு நம்பிக்கையிருந்தவளுக்கு மருதையனைப் பார்த்ததுமே தெரிந்துவிட்டது. அவன் இனி அவ்வளவுதான் என்ற எண்ணம் வந்ததுமே திடமாக அவனை நெருங்கினாள். பீக்காட்டின் ஒரு மூலையில் அவன் காலைக்கடன் சென்றிருக்கிறான். அவன் பிட்டத்தைத் தீட்டியிருக்கிறது நாகம். முள் என நினைத்து சும்மா இருந்திருக்கிறான். மீண்டும் தீண்டியதும் சுதாரித்து எழுந்து அதைப் பிடிக்கச் சென்றவன் மயங்கி கீழே விழுந்திருக்கிறான். நாகத்தைப் பார்த்த ஒரு வேலையாள் அது பதினாலு அடி என்றும் அதன் பத்திமட்டுமே நான்கு அடிக்கு உயர்ந்து நின்றதையும் உளறலாக கூறிக்கொண்டிருந்தான்.

மருதையனைத் தூக்கி வைத்தபோது உடைகள் தாறு மாறாக மாறிக்கிடந்தன. நேராக்கி அவனை அமரச்செய்தபோது துவண்டு கீழே விழுந்தான். ஒரு மணி நேரத்துக்கு மேலாக ஆகிவிட்டதால் விஷம் ஏறிவிட்டிருந்தது. அதற்குள் தூங்கிக் கொண்டிருந்த வேலையாட்கள் அனைவரும் வந்துவிட்டார்கள். பெரிய கூட்டமாகக் கூடி அவனது விஷத்தை எடுக்க முயற்சி செய்தார்கள். அவனது இடுப்பில் கடித்திருந்ததால் உடனே செல்வத்தால் உறிஞ்ச முடியவில்லை. பயனில்லை என்பதை முயற்சியின் பின்னே அறிந்துவிட்டுச் சற்று தள்ளி நின்றுகொண்டான். மனோகரிக்குக் கிடத்தப்பட்டிருந்த அவன் உடல் பெரிய மரம்போன்றிருந்தது.

16

இருபக்கமும் கொம்புகளைப் போன்று வளைவுகளையும் நெழிவுகளையும் கொண்ட அடர் நீலவண்ண போர்ட்டில் ‘அபிராமி காபி’ என்று எழுதப்பட்டிருந்தது. மஞ்சள் வண்ணத்தை வெளியிடும் சிறிய குண்டு பல்புகள் நான்கு மூலையில் இருக்க, கடையின் உள்ளே மாலைநேர சூரிய ஒளிபோன்று வெளிப்படும் இரு குண்டு பல்புகள் இருந்தன. விளக்குகளின் நிறத்தால் மாலையில் வேறு மாதிரி தெரியும் கடை.

காக்கி அரைக்கால் சட்டையும், வெள்ளை அரைக்கைச் சட்டையும் அணிந்த பத்துவயது ஜெயராமன் அரக்கபரக்க ஓடிவந்து ஒரு லிஸ்டைக் கொடுத்தான். ஏதோ தீவிரமான யோசனையில் கடையின் கல்லாவில் அப்பா அமர்ந்திருந்தார். “வரும்போது அம்மா இத வாங்கிட்டு வரச் சொல்லிச்சுபா” என்றான். தலைதூக்கி அவனைப் பார்த்தவர் “கீழே இறங்கி நில்லுடா” என்றார். “செருப்பு காலோடேயே உள்ளே வந்துடுவியா? செருப்ப விட்டுட்டுக் காலத் தொடச்சிக்கிட்டு வா” என்றார்.

ஆரம்பித்தபோது பத்துக்குப்பத்துக் கொண்ட சின்ன கடை. பின் கொஞ்சகொஞ்சமாக வளர்ந்து பக்கத்துக் கடையையும் வாங்கி பெரிய கடையாக உருவாக்கியதில் அப்பாவிற்கும் இரு சித்தாப்பாவிற்கும் முக்கிய பங்கு உண்டு. அப்பாவின் தங்கையின் பெயர்தான் அபிராமி. அவர் பெயரையே கடைக்கு வைத்தார்கள். ஒருவர்மாற்றி ஒருவர் என்று ரொம்பவும் மெனக்கெட்டு கொல்லேகால் வரை சென்று நல்ல சரக்குகளாகத் தேடி வாங்கி வருவார்கள்.

காபித்தூளின் வாடை அவனுக்கு முதலில் தலைவலியாக இருந்தது. அந்த வாசனை அவன்

விரும்பாத ஏதோ ஒரு பொருளின் வாடைபோல முதலில் இருந்தது. நீண்ட நேரம் அந்த வாடையில் இருக்கும் சமயங்களில் மூக்கைச் சிந்தினால் காபித்தூள் வெளிவருமெனப் பயந்திருந்தான். கொஞ்சநாளில் அந்த வாசனை அவன் நாசிக்குச் சாதாரணப் பொருளாக மாறிவிட்டது. வேலை முடிந்து வீட்டிற்கு வரும்போது சட்டை வேட்டியில் எல்லாம் அந்த மணம் இருந்தது. மாயவரம் ரயிலடிக்கு எதிர்சாரியில் அவர்களின் கடையிருந்தது. பழைய ஆரியபவன் பக்கத்தில் வரும்போதே காபி வாசனை வருவதாக நினைத்துக்கொள்வான். பாகப்பிரிவினையில் கடை அப்பாவிற்கு வந்தது. பிற்பாடு அப்பா வழியாக ஜெயராமனுக்குப் பாத்தியமானது.

ஜெயராமன் கல்லாவில் உட்காரும்வரை கடையின் வடிவமைப்பும், போர்ட்டும் மாறவில்லை. அவரும் தம்பி ராகவனும் சேர்ந்து பேசி போர்டையும் கட்டமைப்பையும் மாற்றினார்கள். காபித்தூளுடன், டீத்தூளும், ஊதுபத்தி, கற்பூரம், என்று சேர்த்து விற்கும் ஐடியாவை அவர்தான் முதலில் செய்துப்பார்த்தார். பிறகு இரண்டு ஆட்களை வேலைக்குப் போட்டார்கள். தம்பி காலையிலும், ஜெயராமன் மாலையிலுமாக தங்கள் வேலை நேரத்தை மாற்றிக்கொண்டார்கள். ராகவனுக்கு மகன் இல்லாததால் பாகபிரிவினையில் கடையை அருணுக்குக் கொடுக்க நினைத்தார். அருணின் ஆர்வமின்மையால் நஷ்டத்தில் இயங்க தொடங்கியது. புதியவகைக் காபிக்கடைகள் பல வந்துவிட்டன. ஆகவே வாடிக்கையாளர்களின் எண்ணிக்கைக் குறைந்தது. வேலையாட்களை நிறுத்தி கடையை மூடும்படி ஆகிவிட்டது. அந்தப் பக்கம் செல்லும்போது நோயுற்ற விலங்கு நிற்பதுபோல அழுக்குபடிந்த பெயர்ப்பலகை கண்களைத் தாக்கும்.

ஜெயராமன் சிறுவயதில் கடைக்கு ஓடிவந்து வேடிக்கைப் பார்த்த அளவிற்கு அருண் கடைப்பக்கம் வந்ததில்லை. கடையைக் கவனிக்க அனுப்பிய போதெல்லாம் எதாவது சாக்குப்போக்குச் சொல்லி வராமல் இருந்தான். கடைக்கு அவனது விடுமுறை நாட்களில்கூட செல்லவிரும்பாததை, தன் விருப்பமின்மையைத் தெரிவித்திருந்தான். “டேய் எப்படா கடைக்கு வருவே” என்று ஒருமுறை கேட்டுவிட்டார். அப்போது அவன் வளர்ந்து பெரியவனாக ஆகியிருப்பதைச் சொல்வதுபோல் “எனக்கு போகபிடிக்கலன்னு எத்தனைமுறை சொல்லணும்” என்றான். வேலைக்குச் செல்லும்வரை அவன் கடைக்குச் செல்வது குறித்து அவனிடம் பேசமுடியவில்லை.

அவருக்கிருந்தப் பயம் சுகுணாவிற்கு இருந்ததில்லை. எந்தக் கவலையுமற்று அவளால் எளிதாகத் தூங்க முடிகிறது. ஏதோ பாரத்தைத் தன் மேல் வைத்துவிட்டது போன்றிருந்தது

அவருக்கு. அவன் மாநிலம் தாண்டி வெளியூருக்குச் செல்வது குறித்து அவருக்கு இருந்த கவலை அவளுக்குத் தேவையற்றதாக இருந்தது. "சும்மா இருங்க எதையாவது சொல்லிக்கிட்டு" என்று அதற்குமேல் பேச்சைத் தொடராமல் நிறுத்திக்கொண்டாள். ஒரே பையன் என்கிற பயம். அவனில்லை என்றால் இந்தச் சந்ததி வளராது என தான் நினைப்பது சற்று அதிகமோ என்று நினைத்தார்.

ஜெயராமன் இருட்டில் சுவரைப் பார்த்தபடி அமர்ந்திருந்தார். சுகுணா அந்நேரமும் எழுந்து "ஏன் உட்காந்திருக்கீங்க" என கேள்வி கேட்க வேண்டுமெனத் தோன்றியது.

தன்னைக் குறித்தே சிந்திப்பவன் அருண். இளவயதிலிருந்தே தன்னுடையது என சிலப் பொருட்களை எடுத்து வைத்துக் கொள்ளுபவன். எதுவுமே தனக்கு முதலில் தரவேண்டும் என அடம்பிடிப்பான். கல்லூரி படிப்பை முடித்து இருபத்திரண்டு வயதான பின் இப்போதும் அதேமாதிரியாக நடந்துக் கொள்வதாகத் தோன்றுகிறது.

இங்கேயே நன்கு தெரிந்தக் கடையை நடத்தி நல்ல சம்பாத்தியத்தை அளிக்க முடியும். ஆனால் அவன் மறுக்கிறான். வெளிநாடு செல்ல முயற்சிக்கிறான். பணவிஷயத்தில் இருக்கும் அவனது கறார்தன்மை சற்று அதிர்ச்சியாகவும் மறுக்க முடியாததாகவும் இருக்கிறது. அவன் வயதில்தான் இப்படி இருந்ததில்லையென நினைத்தார், அப்பா சொல் பேச்சைத் தவிர வேறு எதுவும் தெரியாது. ஆனால் இவனுக்கு எதைக்குறித்தும் தெரிந்திருப்பதோடு அதைச் செய்வதில் எந்த தயக்கமும் பயமும் இல்லை.

சுகுணாவிற்கு அளவில்லாத நம்பிக்கை அவன்மேல். புத்திசாலித்தனமாகவும், பணவிஷயத்தில் கெட்டியாகவும், எல்லாவற்றையும் புரிந்துகொள்வதாகவும் நினைக்கிறாள். தான் அவனைக் கோழையாக வளர்ப்பதாகச் சாடுகிறாள். அவன் விரும்புவதைப் பெறுவதில் இருக்கும் வேகமும் விடாப்பிடியும் அவளுக்குப் பிடித்திருக்கிறது.

அசைவற்ற மனதின் ஆழத்தில் எழுகிற துக்கம் ஜெயராமன் இதுவரை அறிந்திராதது. நாளெல்லாம் வியாபாரம், கடை என்று உற்சாகமும் மகிழ்வும் பின்னிப்பிணைந்து அவரை ஆட்கொண்டிருந்த வாழ்க்கை அவருக்கு. வேறு ஒன்றை அவர் அறிய கூடியதாக எதுவும் இருந்ததில்லை. அவருக்குத் தெரிந்தது ஏழு தெருக்களும் வெங்கடேச பெருமாள் கோயிலும் விநாயகர் கோயிலும், மடமும் கொண்ட மிக குறுகிய வட்டம் மட்டுமே.

தினம் சோறுடன் வெண்டைக்காய் சாம்பாரோ மஞ்சள்பூசணி குழம்போ போதுமானது. அதனோடு கருணைக்கிழங்கு கறியோ, வாழைக்காய்ப் பொறியலோ போதுமானதாக இருந்தது. சுகுணாவின் கைப்பக்குவமும் அன்பான வார்த்தைகளும் அதில் இருந்தன. மூன்று பிள்ளைகளைப் பெற்றுவிட்டாள்.

இரண்டு பெண் பிள்ளைகளுக்குப் பின்னால் தாமதமாகப் பிறந்தவன் அருண். அவரே அறியாத ஆழமான அன்பு அவன் மீதிருந்தது. எப்போதும் அவனை தன் உடலென நினைத்தார். குடும்பத்தின் நம்பிக்கையான ஒரு ஆண்வாரிசாகக் கருதினார்.

திடீரென அதிரும் ஒலியென சுகுணாவின் குரல் வெளிப்பட்டது. “என்ன காலையிலேயே யோசன, படுத்து எப்ப தூங்கப்போறீங்க” என்று சொல்லியபடி திரும்பி படுத்துக்கொண்டாள். “விடிந்துவிட்டது இனி அவ்வளவுதான் தூங்கப்போவதில்லை” என சொல்ல நினைத்தார். பூச்சியின் ரீங்காரம்போல குறட்டை ஒலி தொடர்ந்தது.

பாதியிருண்ட சமையலறையின் உள்ளே சென்றார். கொதிக்கும் நீர் போன்றிருந்த இடம் இப்போது குளிர்ந்து கிடக்கிறது. இருட்டில் அந்த இடம் ஆழ்தியானத்தில் கிடந்தது. சுகுணா முழிந்திருந்தால் இந்த இடத்திற்கு வர அனுமதிக்க மாட்டாள். “கொஞ்ச நேரம் உட்காருங்க காபி போட்டு தரேன்” என்பாள். எதையாவது மாற்றி வைப்பேன் உடைத்து வைப்பேன் என்கிற பயம் அவளுக்கு.

அடுப்படி வந்து ரொம்ப நாளாகிவிட்டது. அது எங்கோ கீழே இருப்பது போன்றிருந்தது. மூடிவைத்திருந்தப் பாலைத் தேடி எடுத்து காபி போட்டு முன்னறைக்கு வந்து அமர்ந்து மெதுவாக குடித்தார். தானே தயாரிக்கும்போது சற்று சுவை குறைந்துவிடுகிறது. ஜன்னல் வழியே வெளியே பார்க்கும்போது இருட்டில் எல்லாமே ஒன்றாக தெரிந்தது.

கொல்லையில் சத்தம், எதையோ தூக்கிவீசுவதுபோன்ற ஒலி. அது தண்ணீர் என தெரிந்தபோது அருண்தான் குளித்துக் கொண்டிருக்கிறான்.இந்நேரத்திலா என யோசித்தார்.சொற்களைத் தேர்ந்தெடுப்பது சற்று சிரமமாக இருந்தது. எங்கிருந்து ஆரம்பித்து அவனிடம் பேசுவது என்கிற நினைப்பே சற்று அயர்ச்சியாக இருந்தது. அவரது கையிலிருந்த மீதி காபி ஆறிவிட்டிருந்தது. கொல்லையின் கடைசியில் இடைநாழியில் இடுப்பில் கட்டிய துண்டுடன் உடலைத் துவட்டிக்கொண்டிருப்பது அங்கிருந்த குண்டு பல்பின் மஞ்சள் ஒளியில் தெரிந்தது. அவனின்

சிறுகுழந்தையிலிருந்தே ஒரு தந்தையின் பதற்றத்துடன் அவனை இன்றும் கவனிப்பது அவருக்கு வழக்கமாகிவிட்டது.

திடமான உடல், நண்பர்களுடன் ஜிம் செல்கிறான். தன்னை ஆண்மகனாக நினைக்கும் அவன் உடல்மொழியில் இளமையின் வேகமிருக்கிறது. மிக இளமையிலேயே பணம், பொருட்கள், பதவி குறித்த கௌரவ தேடல்கள் எல்லாம் அவனுக்கு வந்துவிட்டன.

கால்கள் 'தொப் தொப்' என்ற ஓசையுடன் உள்ளே வந்து அவரைச் சற்று உற்றுப் பார்த்தான். "என்னப்பா சீக்கீரம் எழுந்திட்டீங்க. மணி நாலுதானே ஆவுது" என்றவாறு ஈரத்தலையைத் தட்ட ஆரம்பித்தான். "ம்" என்கிற ஓசையுடன் அமைதியாக இருந்தார். முன்பக்கம் அறைக்கு வந்து எண்ணெயிட்டு, தலைசீவி தயாரானான். எடுத்து வைத்திருந்த பேண்ட் சட்டையை அணிந்து வாசனைத் திரவத்தைப் பீய்ச்சியடித்துக்கொண்டான். அறையிலிருந்து வெளியே வந்துபோது இன்னும் வாசனை அதிகரித்தது.

எங்கே தொடங்குவது என்கிற எண்ணம் சலிப்பூட்டியது. அவன் நின்றிருந்த கோலம் சற்று மிகைப்படுத்தப்பட்ட அலங்கார கோலம். எதையும் எதிர்கொள்ளத் தயாராக இருக்கும் கோலம். சிறுகுழந்தையாக அவனை அறிந்திருந்த அவன் மென்னுடல்தான் இப்போதும் மனதில் இருக்கிறது. அவனுக்கு எதுவும் ஆகிவிடக்கூடாது என்கிற எண்ணத்தில்தான் நாட்கள் ஓடின. அவன் உடலின்மேல் விழும் சிறுகீறல்கள் பதற்றத்தை உண்டு பண்ணின. அவன் மென்னுடலைத் தன்னுடலோடு சேர்த்துக்கொள்ளும் ஆவேசம் பூண்ட நாட்கள். ஆனால் இன்று அவன் தன்னை வீரிய மிகுந்த மனிதனாக உருவகித்துக் கொள்ளும் தருணங்கள் தனக்கு அதிர்ச்சியூட்டும் பாவனையாக அமைவதை புரிந்துகொள்ள முடிவதில்லை.

அவன் பேசுவதற்குத் தயங்குவது தெரிந்தது. அவரை உற்றுபார்த்தபின் அடுக்கிய பையை எடுத்து சரிபார்க்க ஆரம்பித்தான். அப்பா தன் முன் அமர்ந்து தன்னை கண்காணிப்பது போன்ற நிலையை அவன் நேற்று நினைத்திருக்கமாட்டான். கடைசியாக அவர் வாயிலிருந்து வார்த்தை வெளியேறியது. "நீ ஊருக்கு போறதுன்னு முடிவு பண்ணீட்டியா?" அடங்கிய பாவனையில் திருப்பிப் பார்த்தான். அவரது கலக்கமான முகம் அவன் கண்களில் சிறு அதிர்வை உண்டுபண்ணின.

கேள்வி இந்த இடத்தில் எந்த அர்த்தமுமில்லை, அதை கேட்டிருக்க வேண்டாமெனத் தோன்றியது. குடும்பத்திலிருந்து தன்னைப் பிரித்துக்கொள்ளும் மகன், தன்னை நிலைநிறுத்திக்

கொள்ள மகனின் முயற்சி என்கிற நிலையை அவரால் புரிந்து கொள்ளமுடிந்தது. “எப்ப வருவ” என்றார். இந்தக் கேள்வியும் அர்த்தமில்லை எனத் தோன்றியது. அது அவனுக்கே தெரிந்திருக்கும்.

“தெரியல, யாருக்குத் தெரியும். யாராவது சொல்ல முடியுமா என்ன?” என்றான். இரக்கமற்ற வார்த்தைகள். அப்பா தன்னை வீட்டை விட்டு வெளியே போ என்று திட்டியதுபோல அவனைத் திட்டியதில்லை. தன்னால் அப்படி இருக்க முடிவில்லை என்பது தலைமுறை இடைவெளியின் ஒரு அம்சம். அவன் அம்மாவிற்குக்கூட பெரிய வருத்தமில்லை, “அவன் போய் தெரிஞ்சுக்கிட்டு வரட்டுமே” என்றாள். அவளுக்கு மகள்கள் இருக்குமிடந்தான் சொர்க்கம்.

என்ன செய்யப்போகிறான் என்பது குறித்து அவர் அறிந்துக் கொள்வதை அவன் விரும்பவில்லை. எல்லாவற்றையும் மறைத்து வைத்துக்கொள்ள நினைக்கிறான். எங்கே தங்குகிறான் என்பதையும் சொல்ல விரும்பவில்லை. அத்தோடு மற்ற சமயங்களில் அவன் சென்றபோது அவன் திரும்பி வரமாட்டான் என்கிற எண்ணத்தை ஏற்படுத்தவில்லை. ஆனால் இந்த சமயம் அப்படி அவன் எதையும் செய்யவில்லை என்றாலும் அவருக்கு அவன் திரும்பி வரப்போவதில்லை. இந்த ஊரிலிருந்து தன்னை வேறோடு பிடுங்கிக் கொள்கிறான்.

சுகுணா எழுந்துவிட்டிருந்தாள். உள்ளே சென்று சோளக் கதிர்கள் நான்கை அடுப்பில் வைத்து சூடாக்கிக் கொண்டு வந்திருந்தாள். ஒரு பேப்பரில் வைத்து மடித்து “போம்போது சாப்பிட்டுக்கிட்டே போடா கண்ணா” என எடுத்து வைத்தாள். அவன் எதையும் கூறாமல் சரி என்று பையின் மேல் வைத்துக் கொண்டான்.

“அப்பா வாரேன், அம்மா வாரேன், அம்மா அக்காகிட்ட சொல்லிடும்மா” என்ற ஒற்றை வார்த்தையோடு பதிலுக்குக் காத்திருக்க விரும்பாமல் கீழே இறங்கினான்.

அவன் நண்பன் ஒருவன் வந்திருந்தான். அந்த இருட்டில் அவன் சைக்கிளில் வந்திருந்து, அவனை வண்டியின் பின்னால் அழைத்துக்கொண்டு அதே இருட்டில் மறைந்தார்கள். ஏதோ தூக்கத்தில் நடப்பதுபோன்றிருந்தது. சுகுணா வெளியே வந்து கைகளை அசைத்துவிட்டு மீண்டும் சென்று தன் படுக்கையில் படுத்துவிட்டாள். அவளது கவனமின்மையும் அவசரமும் மேலும் பரபரப்பை அவருக்குக் கூட்டியது. வாசலில் இறங்கி இருட்டு ரோட்டைப் பார்ப்பதும் உள்ளே சென்று அவர் இருக்கையில் அமர்வதுமாக இருந்தார். அவளைப் பார்த்தபோது சின்ன இரவுவிளக்கில் குறட்டைவிட்டபடி தூங்கிக்கொண்டிருந்தாள்.

எதையோ தேடும் ஆவேசமும் அதை அடையவிருக்கும் நிதானமும் அவன் முகத்தில் இருந்தது. அவனுக்கு அப்பாவைவிட குடும்பத்தைவிட ஏதோ ஒன்று தேவையாக இருக்கிறது. இனி அவன் வரப்போவதில்லை என்கிற எண்ணம் ஏனோ நாளங்களுக்குள் ரத்தம் பனிக்கட்டிகளாக உறைவது போன்றிருந்தது. சிலிர்க்கும் மயிர்கால்கள் போன்று உடல் முழுவதும் அவஸ்தை. மணிக்கணக்கில் சொட்டும் நீர்போல மனதில் நீண்ட கலக்கம். இருட்டு திண்ணையிலேயே அமர்ந்திருந்தார்.

17

காட்டில் திடீரென வண்டுகளின் பூச்சிகளின் ஓசைகள் அதிகரிப்பது போன்றிருந்தது. கொஞ்சம் கொஞ்சமாக மழை வலுப்பதுபோல அதிகரித்தது. பொருளற்று யாரோ உளறுவது போலிருந்தது, அந்த ஒலிகள். மனிதர்கள் கலசலாக ஓடிக்கொண்டிருக்கும் ஓசைகள் அவை. பதற்றம் கூடிக்கொண்டிருந்தது அவருக்கு. சரேலென எழுந்தமர்ந்தார். கனவுகளின் துல்லியம் பயமாக மாறியது. அவசரமாக எழுந்து வெளியே பால்கனியில் எட்டிப் பார்த்தார்.

மனிதர்கள் குடங்களுடன் இங்குமங்கும் சென்று கொண்டிருந்தார்கள். சைக்கிள் டியூபால் கேரியரில் வைத்துக்கட்டப்பட்ட குடத்துடன் சைக்கிளைத் தள்ளிக் கொண்டுச் சென்றார்கள். காலைவேளையில் மனிதர்கள் தண்ணீருக்காக அல்லாடுகிறார்கள். சிலநாட்களாகப் புதிதாக வந்திருக்கும் பிரச்சினை. எல்லா வீடுகளிலும் கிணறும் போரும் இருக்கின்றன. இப்போது போர்தண்ணீர் உப்பு கரிப்பதால் குடிக்க முடிவதில்லை. குடிப்பதற்கும் சமையலுக்கும் காலையில் வரும் முனிசிபல் தண்ணீரைத்தான் நம்பியிருக்கிறார்கள்.

திடீர் ஆவேசங்கள் மனங்களில் குடிக்கொள்ள மனிதர்கள் ஓடிக்கொண்டிருந்தார்கள். அவர்களை யாராவது ஒருவரை நிறுத்தி என்ன நடக்கிறதெனக் கேட்க நினைத்தார். அந்தக் கேள்வி மிக அன்னியமாக அவர்களிடமிருந்து மேலும் வெறுப்பை உண்டாக்கும் என்பதால் பேசாமல் இருந்தார். சில நாட்களாகத் தண்ணீர் தட்டுப்பாடு அதிகரித்து வலுவடைய காரணம் ஒருவகையில் தானும்தான் என நினைத்தார். கையில் ஒரு குடத்துடன் வேகமாக சென்றுகொண்டிருந்த ஒரு பெண் அவர் நிற்கும் பால்கனியைத் தலைதூக்கிப் பார்த்தாள். "உங்களுக்குத் தண்ணீ வந்துடுச்சுல்ல" என்று சொல்லியபடி வேகமாக நடந்தாள். அவள் முகத்தில் வெறுப்பு அப்பட்டமாக படர்ந்திருந்தது.

அவள் பேசியது காலைவேளையின் இனிய தருணத்தைச் சோர்வானப் பகலாக மாற்றிவிட்டது. அவர்கள் எப்படியும் தண்ணீர் பெற்றுவிடுவார்கள். ஆனால் அதற்கான முயற்சியில் அவர்களின் முழுமையான காலை நேரம் வீணாகிவிடும். எங்கே செல்கிறார்கள் என்று எட்டிப் பார்த்தார். சற்றுத் தள்ளி குடோனாக இருக்கும் பூங்காவில் இருந்த குழாயில் அந்த வாட்ச்மேனின் அனுமதியுடன் பிடித்துக்கொண்டிருந்தார்கள்.

ஈரமான சேலையுடன் வந்துகொண்டிருந்த ஒரு பெண்மணியிடம் "ஏந்தண்ணி என்னா ஆச்சு, வரலையா?" அவள் காத்திருந்தவள்போல கோபமாகத் திரும்பிப் பார்த்தாள். "ஆ... வந்துச்சு, நீங்கள்ளாம் காலி பண்ணுங்க எங்களுக்குத் தண்ணி வரும்."

கடுமையானப் பதிலால் அவள் செல்லும் திசையைப் பார்த்துக்கொண்டிருந்தார். வழிகளிலெல்லாம் தண்ணீர் சிந்தி அழகிய நீர்ப்பாதை ஒன்று உருவாகியிருந்தது. இதுநாள்வரை இருந்த காட்சிகள் மாறி வேறுமாதிரி ஆகிவிட்டதை உணர்ந்தார். மைய நகரத்தைப் போன்று இந்தப் புறநகரும் ஆகிவிட்டது என எண்ணினார்.

கதவைச் சாத்திவிட்டு நேராக மேலேறி சிவபாண்டியன் வீட்டிற்குச் சென்றார். சிவபாண்டியன் ஒரு மோட்டாரை ரிப்பேர் செய்துகொண்டிருந்தார். அவர் கவனம் முழுவதும் அதிலிருந்தது. அவர் வீட்டில் ஒரே மனிதர் அவர். வீடு முழுவதும் திறந்து வெட்ட வெளிச்சமாக இருப்பது போல் காட்சியளித்தது. அவரிடம் பேசும்போது மிக கவனமாகப் பேச வேண்டியிருக்கும். பேசும் சிறு சொற்களை எடுத்துக்கொண்டு பின்னாட்களில் சுட்டிக் காட்டுவார். அந்தப் பயம் எல்லோரிடமும் இருந்தது.

எப்போதும்போல ஜெயராமனால் பேசாமல் இருக்க முடியவில்லை. கிரில் கேட்டிற்கு இந்தப்பக்கம் நின்றிருந்த "அவர் ஏதோ தண்ணீர் பிரச்சினையாமே உங்களுக்குத் தெரியுமா" என்றார். செய்துகொண்டிருந்த வேலையிலிருந்து தலைதூக்கிப் பார்க்காமல் "ஆமா, இவங்களுக்கு வேற வேல கிடையாது, சுவடசுவடப் பேசிக்கிட்டேயிருக்கிற அவங்கக் கிட்ட நீங்க எதுவும் பேசாம இருங்க" என்றார்.

மேற்கொண்ட அவர் பேச பிரியப்படவில்லை என்று தெரிந்தது. படியேறி மேலே சென்றார். மூன்றாவது மாடியில் யாருமில்லை எல்லோரும் வேலைக்குச் சென்றிருக்கிறார்கள். நாலாவது மாடியில் குலசேகரன் இல்லை. அவர் மனைவி, "அவரு அந்த அய்யரு வீட்டுலதான் இருப்பாரு. நீங்களும் போயிவேணா பாருங்க" என்றார். வீட்டிற்கு வந்து நல்ல சட்டையை அணிந்துக்

கொண்டு வீட்டைப் பூட்டிவிட்டு அவரைப் பார்க்கக் கிளம்பினார். கீழே முத்துவேலன் தண்ணீர் பிடித்து செல்லும் மனிதர்களுக்கு உதவி செய்துகொண்டிருந்தான். அவனைப் பார்த்துவிட்டு வலப்பக்கம் சென்றார்.

எப்போதும் பார்க்கும் அதே வீடு. அதிக வெளிச்சத்தில் நிறமிழந்துவிட்டது போலிருந்தது. படியேறி வந்ததும் கூடத்தில் அமர்ந்து சிரிக்கும் முகம் என்று நினைத்துக் கேட்டைத் திறந்து உள்ளே சென்றார். ஜெயராமனின் “வாங்க இங்கே” என்று குரல், திரும்பிப் பார்த்தார். உலகிற்குப் புறமுதுகுக்காட்டாத அவர் முகம். சிரித்தபடி வரவேற்றார். வீட்டு முன் தோட்டத்தில் சுவரை ஒட்டி வீட்டைப் பார்த்துப் போடப்பட்டிருந்த கடப்பா கல்லில் இருவரும் அமர்ந்திருந்தார்கள். “உட்காருங்க” என்று இருவரும் நகர்ந்து இடம் விட்டார்கள். அமர்ந்ததும்தான் தெரிந்தது. அந்த இடம் அத்தனைக் குளுமையாக இருக்கிறதென்று. ஆனால் அவர்கள் மிகவும் சூடான விவாதத்தில் இருந்தார்கள். அவர்களுக்குள் இருந்த நட்பு ஒருத்தரை ஒருத்தர் கடுமையாகச் சாடும்படியாக இருந்தது. ராமமூர்த்தியைச் சீண்டி அவரைப் பேசவைப்பதில் அலாதியான ஆர்வம் கொண்டவர் குலசேகரன். அது முழுவதும் நேர்மறையாக இருந்தது. புண்படுத்தா சீண்டல், அதை அவர் நன்கு கற்றிருந்தார். ஒரு நல்ல சிஷ்யன் தன் குருவை அன்பாக அரவணைக்கும் அழகிய தருணம்.

“சார் நீங்க உங்கக் காலத்துக் கதைய சொல்றீங்க, இப்ப இருக்குற நடமுறை வாழ்க்கைக்கு என்ன பதில் சொல்லுவீங்க. அத சொல்லுங்க” என்றார்.

“உன்ன வெச்சுகிட்டு ஒரு வேளையும் செய்ய முடியாது. நடைமுறைக்குத் தகுந்த மாதிரி எதையாவது செய்யணும்னா செக்ஸ்படம் தான் எடுக்கணும். அந்த படங்க இப்ப நல்லா ஓடுதே. அத எடுக்குறது செலவும் கம்மி”

“நா அத சொல்லல சார். இப்ப நீங்க கவர்மெண்ட் வேலைக்குப் போனீங்க, நா செமி – கவர்மெண்ட் வேலைக்குப் போனேன். ஆனா உங்க புள்ளைங்களும் சரி, எம்புள்ளைகளும் சரி, எல்லா பிரைவேட் வேலைக்குதான் போயிருக்காங்க. ஒரு வகைல அததான் விரும்புறாங்க. நல்ல சம்பளம், தன் திறமைய காட்ற இடம், அப்புறம் ஊழல் இல்லாத இடம். இப்படி அவங்க மனசுக்குப் புடிச்ச வேலைய செய்றாங்களே”

“எல்லா இடத்திலேயும் ஊழலும், குறுக்குவழி பண சம்பாத்தியமும் இருக்கு. இங்க சின்னதா பண்ணத அங்க பெருசா பண்ணாங்க. அங்க சின்னதா பண்ணத இங்க பெருசா பண்றாங்க. அவ்வளவுதான்.”

தான் கேட்க விரும்பியதை அவர்கள் பேசிக்கொண்டிருக்க வில்லை. இவர்களுக்கு இன்னும் விஷயம் வந்து சேரலையா, என்ன ?

"ஏதோ முக்கியமான விஷயமா வந்திங்கன்னு தெரியுது, சொல்லுங்கோ" என்றார் ராமமூர்த்தி.

"வந்து, இல்ல, இங்க தண்ணீர் பிரச்சனையா இருக்கே. அது பத்தி கேட்கலாம்னு."

"அதுவா" என்று சொல்லிவிட்டு குலசேகரனைப் பார்த்து லேசாகச் சிரித்தார். "நீயே சொல்லேன்" என்றார்.

"ஜாதகம் கணிச்சு சொல்ற ஜோதிடர் மாதிரி இங்க பிளாட் வந்தோன்னேயே சார் சொன்னாரு, குடிக்கிற தண்ணீக்குப் பிரச்சன வரும், நகராட்சிக்கு ஒரு மனுவையே கொடுத்திருந்தாரு, தள்ளுவண்டி காய்கறிக்காரன் வீட்டு முன்னாடி கத்தற மாதிரி நாங்களும் சொல்லிகிட்டேதான் இருக்கோம்."

"எனக்குப் புரியல, மத்தவங்க என்கிட்ட சலிச்சுகிறாங்க."

"அததான் இப்ப சொன்னேன். பிளாட் அதிகமாக அதிகமாக குறுக்குவழியில பணம் நிறைய கொடுத்து, கீழ போற பைப்புக்கு அடியில கனெக்ஷன் கொடுத்து அவங்க பிளாட்டுக்கு இழுத்தா என்னாவும், தண்ணீ முழுசும் அவங்களுக்குதான் போகும். சாதா வீட்டுல பைப்ப தொறந்தா தண்ணி வாரது போயி, அடிபம்பு வெச்சு அடிக்கிறதும் போயி, பிரஷர் குறையறதால கடைசியில குறிப்பிட்ட நேரத்துல புடிச்சாதான் உண்டுன்னு ஆயிடும்."

"மாத்துவழி இல்லையா ?"

"நிலத்துத் தண்ணி உப்புக் கரிச்சுப் போச்சு என்ன பன்னுவீங்க, அதுவும் ரொம்ப கீழே போயிடுச்சு, அஞ்சு வருசத்துக்கு ஒரு வாட்டி கீழே இறக்க வேண்டியிருக்கும். அதாம் உங்ககிட்ட வந்து சத்தம் போடுறாங்க."

"நா ஒண்ணும் பண்ண முடியாதுல்ல."

"நீங்க ஒண்ணும் பண்ண முடியாது, அவங்கதான் நிலத்த வித்துட்டுப் போவாங்க."

"இதுக்காகவா ?"

"ஆமா பின்ன என்ன ?. இதுதான் அடிப்படை முதல் காரணம். இல்லன்னா ஒரு பில்டர்ட வித்துட்டு, அதுல ஒரு வீட்ட வாங்கிக்குவாங்க. சிலபேர் கூடவே கொஞ்சம் பணமும் கொடுப்பாங்க. பில்டருக்கு நல்ல காசு."

“அவங்களுக்குத் தண்ணிக்கு எங்க போவாங்க.”

“அவங்களுக்கும் நகராட்சி தண்ணீதான். குடிக்க, போர் போட்டுப்பாங்க. அதுக்கும் மீறி தண்ணி பத்தலேன்னா லாரில வாங்கி சம்ப்ல நிரப்பிப்பாங்க.”

ஜெயராமன் அமைதியாக இருந்ததும், அவர்கள் இருவரும் தங்களுக்குள் பேச ஆரம்பித்தார்கள். சமூக மாற்றங்கள் தன் சக்திக்கு மீறியது என நினைக்கும்போது ஜெயராமனுக்குச் சற்று அயர்ச்சியாக இருந்தது. சொற்களற்று அமைதியாகக் கீழே பார்த்தபடி அமர்ந்திருந்தார். கீழே சிறுசிறு புற்கள் முளைத்த இடைவெளிகளில் எறும்புகள் அதிவேகமாச் சென்று கொண்டிருந்தன. அவை சென்று சேர்ந்த இடம் ஒரு பெரிய கூடு போன்ற ஒன்று மதில் சுவரோரமாக இருந்தது. ஜேபிஜி எந்திரம் மூலம் வாரிபோட்டது போன்று அழகிய சிறுவடிவ குன்றுகள் அதன் அளவிற்குப் பெரியதாக இருந்தன. உலகம் இயங்கிக்கொண்டேயிருக்கிறது; எங்கும் தடையில்லாததுபோல, ஆனால் நடைமுறையில் பல்வேறு தடைகள்.

“அப்ப பகுதி முழுவதும் பிளாட் ஆகுதுன்னா அது நிலத்த முழுவதும் அழிக்கிறதுன்னு அர்த்தமா” அவர்கள் பேச்சு தடைபட்டு இப்போது ராமமூர்த்தி பதிலளித்தார்.

“நம்மல மீறிதான் எதுவுமே நடக்குது. அதுக்குத்தான் இந்த ரமணிகுளத்தை வேண்டாம்னு முதல்லேயே சொன்னேன். இங்க குடியிருக்குற ஜெயபாலு, பிரான்சிஸு, இன்னும் மித்த பேரெல்லாம் சேர்ந்து வரட்டும்னுதான் பிரியப்பட்டாங்க. ஆனா மாற்றம் வந்துதான் தீரும். நகரம் வளரவளர எதுவும் வரத்தான் செய்யும். கொஞ்சநாள் தள்ளிப் போடலாமேன்னு பார்த்தேன். இன்னும் அஞ்சு வருஷத்துல எல்லாம் பிளாட்டுதான். தண்ணி பிரச்சனதான். போதும்போதுங்கற அளவுக்கு வெள்ளமும் வரும். காத்து பிரச்சனதான், சுகாதார பிரச்சனதான். கொஞ்சம் நேர்மையா இருந்தா இதைக் கொஞ்சம் தடுக்கலாம். யார் கேக்குறா?”

உண்மையில் பேசிய இருவரும் பேசிய விஷயங்கள் அச்சம் தருவனவாக இருந்தன. அவ்விஷயம் குறித்து அவர் அடைந்த மனத்தெளிவால் அமைதியாக எழுந்து சென்றார். காலை வேளையில் ராமமூர்த்திக்கும் குலசேகரனுக்கும் இருக்கும் உரையாடல்கள், அவர்களுக்குள் இருக்கும் நெருக்கமும் ஜெயராமனுக்கு மகிழ்வாக இருந்தது. வாழ்வில் இனி தொடர் உரையாடலுக்கும் அவர்களின் தொடர் செயல்பாட்டிற்கும் தன்னையும் பிணைத்துக் கொள்ள வேண்டும் என நினைத்துக் கொண்டார்.

18

பெருமழை அந்தப் பகுதியை மேடுபள்ளங்களற்ற ஒரே சமவெளியாகக் காட்டியது. முத்துவேலன் கூடடைந்த பறவைப்போல அறையில் ஓரமாக படுத்துக்கிடந்தான். மழையின் முனகலோசை அறையின் உள்ளேயும் சுழன்றடித்தது. ஒரு டீயைக் குடித்துவிட்டு மீண்டும் படுத்துத் தூங்க நினைத்தான். ஆனால் வெளியே தரைதளம் முழுவதும் குடியிருப்பு மனிதர்கள் சாலையில் ஓடும் வெள்ளத்தை அதிர்ச்சியுடன் பார்த்துக்கொண்டு நின்றிருக்கிறார்கள். எல்லோருடைய கவலையும் தங்கள் அடுக்கு குடியிருப்பை மூழ்கடித்துவிடுமோ என்பதுதான். அதை மறைமுகமாக நேரடியாகச் சொல்லும் வார்த்தைகள் அவர்களுக்குள் மூழ்கியபடியிருந்தன. அச்சமும் தயக்கமும் விழிகளில் தெரிய மனிதர்களின் வாயிலிருந்துவார்த்தைகள் அடிக்கடி குழறின."விட்டுடுச்சினா நாம தப்பிச்சோம்." என்றார் இரண்டாம் மாடிக்காரர். "இந்த வருஷம் விடாதாம், கிழக்குச் சாலைக்கு அந்தப்பக்கம் இன்னும் வெள்ளமாம்" என்றார் மற்றொருவர்.

காதுகளில் விழுந்த வார்த்தைகளில் சுயநலம் மட்டுமே தெரிவதாக நினைத்தான் முத்துவேலன். இம்மாதிரியான சமயங்களில் மனிதர்கள் பரந்த மனதுடன் நடந்துகொள்வார்கள் என்ற நினைப்பிற்கு எதிராக இருந்தது. சற்று நேரத்தில் மழைவிட்டு வெள்ளம் வடிந்ததும் அவர்கள் மனங்கள் மாறக்கூடும். வேறு பிளாட் மனிதர்களும், சில வீடுகளின் மனிதர்களும் வாசலில் நின்று ஓடும் நீரைப் பார்த்துக்கொண்டிருந்தார்கள். இங்கிருந்து பார்க்கும்போது அவர்கள் சிறுசிறுதீவுகளில் மாட்டிக்கொண்டிருப்பது போலிருந்தது. எல்லா மனிதர்களையும் காலைவேலையில் ஒன்றுப்போல கூடியிருப்பதை பார்க்க இந்தநாள் எப்போதும் போன்றதொரு நாளல்ல என்று எண்ண வைத்தது முத்துவேலனுக்கு.

மழை இப்போது நின்றுவிடும் என்று கடந்த இருபத்திநாலு மணிநேரமாக நினைத்துக்கொண்டிருப்பதாக எண்ணினான். கால்களைத் தொடப்போகும் தண்ணீருக்குக் காத்திருப்பது போல தூக்கிச் சொருகியிருந்தப் புடவையுடன் ஓடும் நீரைப் பார்த்துக்கொண்டிருந்தாள் மாரி. மற்றவர்களின் முகங்களும் ஓடும் நீரைத்தான் பார்த்துக்கொண்டிருந்தன. அவர்களின் கவலைகள் அவனுள்ளும் உருக்கொள்ள ஆரம்பித்தன. மழை குறித்தும் வெள்ளத்தால் ஏற்படும் சேதங்களைக் குறித்தும் இப்போதுதான் அவன் யோசிக்க ஆரம்பித்தான்.

மழைவிட்டபாடில்லை. ஏதாவது செய்து மழையை நிறுத்த வேண்டுமெனத் தோன்றியது எல்லோருக்கும். மழைதவிர மற்றவிஷயங்களைப் பேசினால் பதற்றத்துடன் அவர்களை நோக்கினார்கள். கார் பார்க்கிங்கைத் தாண்டி வெள்ளம் வந்தால் அது காரை மூழ்கடித்துவிடும் என அருண் கவலைப்பட்டுக் கொண்டிருந்தான். “அப்படி வாய்ப்பில்ல, நடந்தால் எங்கே போய்விடப்போவுது” என அவன் அப்பா கூறும்போதே, அருண் கோபம் கொண்டு சொன்னான். “எஞ்சினில் தண்ணீர் போயிட்டா அப்புறம் வண்டியே ஓடாதுப்பா” என்றான். அவரின் இரண்டு குழந்தைகளும் சிரித்து மகிழ்ந்தன. “அப்பா காரை வெள்ளம் தூக்கிக்கிட்டு போயிடுமாப்பா” என்றனர். அப்படி சொல்லும்போது நம்ப முடியாத ஆனந்தமும் அவர்களிடம் இருந்தது. “அப்படியே மிதந்துகிட்டே படகு மாதிரி அதுல போயிடலாம்” என்று சொல்லிச் சிரித்தார், வங்கியிலிருந்து ஓய்வுபெற்ற சிதம்பரம் அங்கிள், அவர் மனைவி அதை ரசிக்கவில்லை. “சும்மா இருங்க” என்று சொல்லிவிட்டு கவிதாவைப் பார்த்து நமட்டு சிரிப்பு சிரித்தார்.

கவிதாவிற்கு வீட்டு அடுப்படி பக்கமிருந்த ஜன்னல் கண்ணாடி உடைந்ததால் உள்ளே வரும் மழைநீர் பற்றிதான் கவலையாக இருந்தது. உள்ளே இருக்கும் மரச்சாமான்கள் நீரில் நனைவது குறித்து ஆண்கள் இருவருக்கும் கவலையில்லை என்பதை எரிச்சலாக வெளிப்படுத்திக்கொண்டிருந்தாள். குலசேகரன், மொட்டைமாடி, பால்கனி போன்றவற்றிலிருந்து வரும் நீரெல்லாம் நேராக செப்டிக் டேங்கிற்கே செல்கின்றன, என்னேரமும் அது நிரம்பி வழியலாம் என்று கவலையைத் தெரிவித்தார்.

எதிர்சாரி பிளாட் சுப்ரமணியன் நெற்றியில் எப்போது துலங்கும் விபூதி மழையில் அழிந்து மொட்டையாகத் தெரியும் கருநெற்றியுடன் பார்க்க உடல்நலமற்றவர் போல் நின்றிருந்தார். “நாம எல்லாம் சேர்ந்து வாய்க்கால் பக்கம் இருக்கும் மண்ணத் தோண்டி எடுத்தா, இங்க இருக்குற தண்ணி குறையும் என்ன சொல்றீங்க” என்றார் சத்தமாக. அவர் சொல்வதை யாரும்

செவிக் கொடுக்கவில்லை. அது ஒன்றும் முக்கியமில்லை என்கிற எண்ணம் ஒரு காரணம். மற்றொன்று இங்கு வந்ததிலிருந்து அவர் இப்படியான ஒன்றை மற்றவர் கவனம் கவரப்படவேண்டும் என்றே சொல்வதுதான். அவருள் ஒன்று ஓடுவதுபோன்றே காணப்பட்டார். எப்போதும் சிந்தனைவயப்பட்டவர் போன்று தெரிய அதிகப் பிரயத்தனப்படுகிறார் என்று தோன்றியது. அதேவேளையில் அவருக்குப் பலவிஷயங்கள் தெரிய வாய்ப்பில்லை என்ற எண்ணமே மற்றவர்களுக்கு இருந்தது. வெள்ளம் சற்று ஏறும்போது எல்லாம் ஆண்டவன் செயல் என்று அங்கலாய்ப்புடன் வலது கையை வீசிக்கொண்டார்.

அன்றுமாலை வெயில் தலைக்காட்டியது. ரோட்டில் மட்டும் தண்ணீர் முழுவதும் ஓடாமல் ஒரு அடி அளவு தண்ணீர் நின்றிருந்தது. கால்வைக்கும்போது உள்ளே மண்குழைவுடன் பரவி செருப்பிலும் கால்களிலும் பரவியது. ஒருவித ஈரமான கழிவுகளின் நாற்றம் கூடவே காற்றில் பரவியிருந்தது. புதிதாகக் கட்டப்பட்ட விளக்குக் கம்பத்தில் ஈரத்துடன் காக்கைகள் அமர்ந்திருந்தன. எதிர்சாரியில் இருந்த சில வீடுகளும், அதேசாரியில் கடைசியில் இருந்த சில வீட்டு மக்களும் வெளியே வந்து அந்த குடியிருப்பு முன் குழுமினர். “என்ன வேலா உங்கக் குடித்தனகாரங்களையெல்லாம் கூப்பிடு. இந்த இடத்த வாங்கி வீடு கட்டுனாம்பாரு அந்த பில்டரையும் கூப்பிடு” என்றார்கள்.

புரிவதற்குச் சற்று நேரமானது முத்துவேலனுக்கு. யாரைக் கூப்பிடுவது என்று தெரியவில்லை. அத்தோடு பில்டர் இங்கு வரப்போவதில்லை, அவருக்கும் இந்த இடம் இனி அந்நியம் என அவர்களுக்குத் தெரியவில்லை. மூன்றாம் தள சிவபாண்டியன் தலையை எட்டிப் பார்த்துவிட்டு வீட்டின் கதவுகளை இறுக மூடியிருந்தார். முதல் மாடியில் இருந்த ஜெயராமன் வேகமாக ஓடிச்சென்று கூட்டி வந்தான். அவர் வேட்டியின் மேல் ஒரு சட்டையை அணிந்துக்கொண்டு கீழே வந்தபோது, அவர்கள் பொறுமையை இழந்திருந்தார்கள். “கூப்பிட்டோன்ன வரமாட்டீங்க. எங்களையெல்லாம் பார்த்த ஒங்களுக்கு வேடிக்கையா இருக்கு இல்ல” என்றார் ஒரு பெண்மணி.

“உங்களால எங்க வீட்டுல்லாம் தண்ணீ, விழுவறதுக்குச் செவுரு இப்பையோ அப்பையோ இருக்கு.”

ஜெயராமன் கண்களை மூடி தியானிப்பது போலிருந்து விட்டு, கண்களைத் திறந்துப் பார்த்தார். இவர்கள் தங்களைவிட சற்று பொருளாதாரத்தில் கீழிருப்பவர்கள், இவர்களிடம் மாட்டிக் கொண்டு விடக்கூடாது, அதேவேளையில் அவர்கள் தங்களிடம் அதிகாரத்தைச் செலுத்துவதை இப்போதே அனுமதிக்க கூடாது

என்று நினைத்துக்கொண்டார். பத்து பன்னிரெண்டுபேர் இருந்தார்கள். அவர்களின் தலைவியாக இருந்த பெண்தான் தற்போது பேசியது. அவள் புடவையைத் தூக்கிச் சொருகியிருந்த விதம் எதற்கும் தயார் என்றே வந்திருக்கிறாள் என தோன்றியது. அவர்கள் வாயிலிருந்து வார்த்தைகளை எடுக்க நல்ல கேள்வியாக தேர்ந்தெடுத்தார். இந்த "பில்டர் இங்க வீடு கட்டும்போது நீங்க எதுவும் கேக்கலையா?" என்ற கேள்வியுடன் ஆரம்பித்தார். அவர்களிடமிருந்து கலசலான பதில்கள் வந்ததும், "இருங்க இப்ப உங்களுக்கு என்ன பிரச்சனைன்னு தெளிவாச் சொல்லுங்க நா அவர்கிட்ட சொல்றேன்" என்றார். ஒவ்வொருவரும் தங்களுக்குக் கிடைத்த வாய்ப்பை பயன்படுத்திக்கொள்ள விரும்பினார்கள்.

"வீட்டு தோட்டம் முழுதும் தண்ணி. இங்கியிருக்கிற எல்லா தண்ணீயும் அங்க வந்துடுச்சு."

"பத்தடிமேல வீட்ட கட்டிபுட்டு, கார் பார்க்கிங்னு சொல்லி ஊரே குடியிருக்கலாம்போல அவ்வளவு இடத்த உட்டுக் கட்டி வெச்சிருக்கீங்க, மழை தண்ணி, உங்க மொட்டமாடி தண்ணி, நீங்க பேயிரு மூத்திர தண்ணிகூட எங்கூட்ல வந்து நிக்குது."

"மத்தவங்கள்ளாம் இங்க எப்படி குடியிருக்கிறது. ஒரு ஞாயம் வேண்டாம்."

இந்தச் சாராம்சத்தைத் தாண்டி அவர்கள் பேசியதெல்லாம் சொந்த பிரச்சினைகளைச் சேர்ந்ததாக இருந்தது. ஜெயராமன் அமைதியாக அவர்களைக் கவனித்தார். அவர்களின் வேகம் இந்தக் கட்டிடத்தை இடித்துவிடவேண்டும் என்கிற எண்ணத்தை வெளிப்படுத்தியதுதான். அது நேரடியாக இல்லை.

"பில்டர் இங்க வரச் சொல்லுங்க... நாங்க ஒருவழி பன்றோம் அவர. அவரு கிடைக்கலன்னா இந்த கார உடைச்சு போடுவோம் பாத்துக்கங்க."

மிகமெதுவாக எல்லோரும் கலைந்துச் சென்றார்கள். அவர்கள் எவ்வளவு பெரிய கூட்டமாக இருந்தாலும் பெரிய சக்தியாகத் தங்களை உணரவில்லை என்பதை அவர்களின் வார்த்தைகள் மூலம் அறிந்துக்கொண்டார் ஜெயராமன். மற்றவர்களுக்குத் தெரியாத சில விஷயங்களை அறிந்த வயதான மனிதர் என்கிற தோற்றம் அவருக்குப் பயன்பட்டது. கடைசியில் அவருடன் நட்புக்கொள்ள அவர்கள் விரும்புவதுபோல இரண்டு வார்த்தைகள் சிரித்துப் பேசிவிட்டுக் கலைந்தார்கள். அவர் அவர்களை அரவணைக்கும் ஒரு தாயைப்போல நல்வார்த்தை களைச் சொல்லி அனுப்பினார். உண்மையில் அவருக்கே ஆச்சரியமாக இருந்தது. சமாளிக்க கற்றுக்கொள்ளும் திறன்

என்பதைவிட உண்மையை மறைத்து சில விஷயங்களைச் சொல்லி அவர்களைக் கலைந்து போக வைத்தது சரியில்லை என்றே நினைத்தார்.

அவர்கள் வெளியேறியதும், முத்துவேலன் சற்று பெருமூச்சு விட்டு, "சார், இதுகளெல்லாம் பஜாரிங்க, ஆனா நல்லவேளை சமாளிச்சுட்டிங்க நீங்க."

மையமாகச் சிரித்துவிட்டு மேலே ஏறினார். இரண்டாம் தளத்தில் மூன்றாம்தள சிவபாண்டியன் அங்கிருந்து எட்டிப் பார்த்து படிகளில் ஏறும் ஜெயராமனிடம் "என்னாங்க இது, இதுங்க தொல்ல தாங்க முடியல, பாருங்க நாமளா இதெல்லாம் பண்ணுனோம். கொஞ்சமாவது அறிவு வேண்டாம் இவங்களுக்கு" என்றார். இங்கு நின்றபடி கீழே நடந்த பேச்சுகளைக் கேட்டுக் கொண்டிருந்தார். அவர் கண்களில் தெரிந்த வெறுப்பு தன் மீதானது என்று புரியத் தொடங்கியபோது, "நீங்களும் வந்திருக்கலாமே அய்யா, எல்லாருமே சொன்னாதான், நம்ம தரப்பு என்னன்னு அவங்களுக்குப் புரியும்." ஆனாலும் அவருக்குள் இருந்த வெறுப்பு தன்னை ஒரு பொருட்டாக மதிக்காததில் இருக்கிறது என்பதை பல்வேறு வழிகளில் வெளிப்படுத்தினார். "இன்னிமே என்ன சொல்றாங்கனு பார்ப்போம்" என்று மேலேறினார் ஜெயராமன்.

வீட்டினுள்ளே போனது மகனும் மருமகளும் அவர் முன் வந்து நின்றார்கள். மருமகளுக்கு மேல் வீட்டுக்காரர்கள் தலையிடாதது போல நாமும் இருக்க வேண்டும் என்கிற அறிவுரையை அளித்தாள். "நாளைக்கு அவுங்க கோவத்துல எதுவேனா செய்வாங்க. நம்ம குழந்தைகள எதாவது செய்சுட்டா என்ன செய்றது சொல்லுங்க" என்றாள். "மாமா, உங்க ஊருமாதிரி நினைக்காதீங்க, ஊருல இருக்கிறவங்க சொன்னா கேப்பாங்க, இங்க அப்படி இல்ல." கண்களின் அலைச்சலில் அவள் கோபத்தை வெளிக்காட்டி வெறுப்பை நிறுவுகிறாள் என்று தோன்றியது. அது உறவுகளின் நட்பின் மொழியல்ல, அலுவலக அதிகாரத்தின் கீழ்படிதலின் மொழி.

அவள் உடல்மொழியில் தெரிந்த மேட்டிமைதான் ஆச்சரியமாக இருந்தது. அவள் சொல்வதுபோல கீழிருக்கும் காரை உடைக்கலாம். அவர்களின் வெறுப்பை யாருக்கும் தெரியாமல் இரவில் கேட்டேறி குதித்து செய்யலாம். அவள் ஏன் இவ்வளவு கோபங்கொள்கிறாள் என்பது புரியவில்லை. அவளிடம் தெரியும் கோபம் தேவையற்றது என்று தோன்றியது. அப்படிக் கோபப்படுவது தனக்குச் செய்யும் அவமரியாதை என்பதை அவள் அறியவில்லையா அல்லது தெரிந்துதான்

செய்கிறாளா என்பது புரியவில்லை. வெளியில் இருப்பவர்களுக்குத் தன் மீதான மரியாதையை ஒரு துளிகூட உணர்ந்தவளாகத் தெரியவில்லை. எப்போதும் தன்னைச் சுற்றியே உலகம் என்று அறிந்து வைத்திருக்கிறாள். முக்கியமாக இந்த பிளாட்டுக்கு வந்ததால் வந்தது.

மகன் அவள் பேச்சைத்தான் கேட்கிறான். அவர்கள் எதிர்ப்பதை அவர்களைத் தவிர்ப்பதன் மூலம் செய்துவிடலாம் என நினைக்கிறார்கள். அவர்களுக்கான நியாய தரப்பு இருக்குமென நினைப்பது தோல்வியென நினைக்கிறார்கள். சரிசமமான வாய்ப்புகள் மற்றவர்களுக்கு அளிக்கவில்லையென்றே தோன்றுகிறது. ஆனால் இந்த வீட்டில் இருப்பவர்கள் அதன் ஒரு பகுதியைகூட அறிந்திருக்கவில்லை என்பதும் அவர்களுக்கு இது குறித்த சட்ட விஷயங்கள் அறிந்திருக்கவில்லை என்பதும் பெரிய முரண்பாடுகள். அவர்கள் ஒன்றுசேர்ந்தால் இந்தக் குடியிருப்பிற்கு எதிராக செயல்படமுடியும். அதைத் தவிர்க்க சற்று பேசித்தான் ஆகவேண்டும். அதை புரிந்துக்கொண்டு செயல்படுவது ஒன்றும் சிக்கலான விஷயமில்லை.

அவர்களுக்குள் சஞ்சலங்கள் இல்லை. உடனே இவ்வளவு வீரியத்துடன் எதிர்க்க பழகியிருக்கிறார்கள். அன்று மாலை மொட்டைமாடிக் கூட்டத்தில் நான்கு குடித்தனக்காரர்களும் ஒரே குரலில் பேசினார்கள். ஒரே மாதிரியான கருத்துக்களைச் சொல்வதற்கு அதிகம் பிரயத்தனம் அவர்களுக்குத் தேவைப்பட்டது. தங்களுக்குள் முரண்பட்டுவிடக்கூடாது என்பதில் கவனமாக இருந்தது தெளிவாகத் தெரிந்தது. ஜெயராமன் சொன்ன சின்ன சொல்கூட முரண்பாடு தெரிவதாக உணர்ந்து மற்றவர்கள் உடனே எதிர்வினையாற்றினார்கள்.

மழை முழுவதும் நின்றபின் இந்த சிறுபிரச்சினையும் நின்றுவிடும் என்று அவருக்குத் தோன்றியது. அதற்குள் பெரிய சண்டைக்களமாக இதை மாற்றிக்கொள்வதாக அவருக்கு தோன்றியது. பாதாள சாக்கடையை இந்தத் தெருவில் அமைத்துவிட்டால் இந்த பிரச்சினைக்குச் சரியானத் தீர்வாக இருக்கும். அதைச் சொல்லும் ஒவ்வொரு சமயமும் ஒருவர் குரலெழுப்பி “நாம ஏன் சார் தேவையில்லாமல் அவங்கள பார்த்து பயப்படணும்” என்றே முடிக்கப்படுவதாக இருக்கும். தன்னிடமிருந்து அவர்கள் எதையும் தெரிந்துக்கொள்ளப் போவதில்லை என அறிந்தபோது முற்றிலும் அவர்கள் அந்நிய மாகத் தெரிந்தார்கள். மிக விரைவிலேயே அந்த சிறு பிரச்சினை அடுக்கக குடியிருப்புவாசிகள் அங்கேயே இருக்கும் மற்றவர்களுக்கு இடையே என்று ஆகிப்போனது. மழை மீண்டும் ஆரம்பித்தது.

19

பிரேமாவின் உதட்டில் பால்பாக்கெட் என்ற வார்த்தையைத் தவிர வேறு எதுவும் எழாது எனத் தோன்றியது. அணத்திக்கொண்டிருந்த வார்த்தைகளில் வாழ்க்கையின் எள்ளல்களை மிக லாவகமாக வெளிப்படுத்தினாள். மழையின் நசநசப்பை நினைக்க இன்னும் எரிச்சலாக இருந்தது. மழையைவிட ஓடும் தண்ணீரை நினைத்துப் பயமாக இருந்தது. "உங்கள பால்பண்ணைக்காப் போய் வாங்கி வரவாச் சொல்றேன். இங்க இருக்குற கடையில தானே வாங்கியாரச் சொல்றேன். ஒரு கடைக்குப் போக இத்தனமுறை கெஞ்ச வேண்டியிருக்கு."

"உம்மண்டையில ஆணிதான்டி அடிக்கணும், இருடி கிளம்புறேன்" என்றார்.

குடையை எடுத்துக்கொண்டு வெளியே வந்தார். இப்போதும் அவள் பேச்சுகள் முடிவுக்கு வரவில்லை. மழைக்குளிர்போல பின்தொடர்ந்து வந்தபடி இருந்தது அவள் வார்த்தைகள். ஓடும் தண்ணீரில், கால்களை வைத்ததும் நெஞ்சுகூடுவரை குளிர்ந்தது. பரபரவென்று கால்களை இழுத்தது தண்ணீர்.

நீரில் இருதெருக்களைக் கடந்து கடைக்கு வரவேண்டியிருந்தது. "நேத்து தேதி பால்தான் இருக்கு. எடுக்கட்டா, வேற இல்ல பாத்துக" என்றார், ஷூஜி என்று பெயர் கொண்ட மலையாளி கடைக்காரர். பெயரைச் சொல்லி அழைக்க நினைக்கும்போதெல்லாம் அந்த பெயர் நினைவில் வராது. சாலையில் வெள்ளமாக ஓடும் போது மற்ற கடைகள் மூடியிருக்க அவர் மட்டும் திறந்து வைத்திருக்கும் தைரியத்தை நினைத்து வியந்தார்.

கடையின் தகர கூரைகள் மீது மழை விழுந்தபோது மேளங்களின் கூட்டு அதிர்வொலி போல ஒருசேர ஒலித்தன. எதிரேயிருந்த கடை

தகரக் கூரை நனைந்ததால் பளிச்சிட்ட அதன் அடுக்குகளின் துல்லியம் பெருமழையிலும் தெளிவாகத் தெரிந்தது. ஓடுகளி லிருந்து கீழே விழுந்த நீர் தேங்கிய நீரில் குழிப்பறித்தன. இரண்டு தெருக்களைத் தாண்டி தன்வீட்டு தெருவை அடைய முட்டிவரை இருந்த தண்ணீரில் தான் வரவேண்டியிருந்தது. அந்தத் தண்ணீரின் நெருக்கம் அவருக்குச் சற்று பயத்தை உண்டுபண்ணியது. குழந்தைகளின் உடைந்த விளையாட்டுப் பொருட்கள், தூக்கியெறிந்த செருப்புகள், தெருமுனையில் இருந்த குப்பைத் தொட்டியில் இருந்த அழுகிய குப்பைக் குவியல்கள், உணவுப் பொருட்கள் எல்லாம் அவரை கடந்து மிதந்து எங்கோ சென்றுகொண்டிருந்தன.

தெருவில் இப்போது பதினைந்து வீடுகள் பிளாட்டுகளாக மாறிவிட்டன. மீதமிருக்கும் மூன்று வீட்டில் ஒன்றை விற்றாகி விட்டது. எல்லா திசைகளிலும் காற்றில்லா மழையின் அடர்த்தி. சமீபத்தில் மழை பெய்யவேயில்லை என்பதை அவர் ஓர்மைக்கு வந்தபோது, இங்கு வந்த முதல் வருடத்தில் மட்டும் மழை வந்ததை நினைவுகூர்ந்தார்.

மழை ஒவ்வொரு வருடமும் சிறுசிறுத் துளிகளாக விழுந்து விட்டு மேக அடர்த்தியை வேறு இடங்களுக்குச் சென்று கொட்டிவிடும். பத்தாண்டுகளாகப் பெருமழையே இல்லை. சாலையில் தண்ணீர் ஓடி பார்த்து பல வருடங்கள் இருக்கும். மழை விழுந்தது மேலும் சேர மேற்காக ஓடி கடைசியில் இருந்த காய்ந்து, கருத்து நாற்றமெடுத்த வாய்க்காலில் சென்று விழும். செம்மண் கலந்த மழைநீர் கருத்த நீரில் கலக்கும்போது அதன் நிறமாற்றம், மேகங்கள் ஒளியால் நிறமாறுவது போன்றிருந்தது. பலத்த குடலைப் பிரட்டும் மலத்தின் நாற்றம் வெளியேறி அங்கிருந்த பகுதி முழுவதும் பரவிவிட்டிருந்தது. நீரில் மேல் பகுதியில் மிதந்த பிளாஸ்டிக் பொருட்கள், தெர்மோகோல் போன்றவைகள் விலகி வாய்க்கால் நீரின் ஓட்டம் தெரிய ஆரம்பித்தது. கால்வாயை ஒட்டிய குடியிருப்பில் இருந்த மனிதர்கள் மழையில் நனைந்த உடைகளுடன் நீரைப் பார்த்தபடி அமர்ந்திருந்தார்கள். அவர்கள் அன்றைய பொழுதை யோசிக்கிறார்கள் என்று தோன்றும். பெரிய நகரத்தில் மழை பெய்தால் மனிதர்கள் சார்ந்திருக்கும் வேலைகள் நின்றுவிடுகின்றன.

நிலத்தால் நீரை உறிஞ்சமுடியாமல் வெளியே தள்ளிக் கொண்டிருந்தது. காய்ந்த நிலம் அந்த தன்மையை இழந்துவிட்டது போலும். பெரிய கனரக வாகனங்கள் ஓடி பாலம்பாலமாக வெடித்திருந்த மண் நீரினால் மேலும் கனத்துக் கூழாக மாறி நீர் ஓட்டத்தில் கலந்து சேறாகி ஓடியது.

வீட்டை அடைந்ததும் மொட்டை மாடிக்குச் சென்று அங்கிருந்தக் குழாயில் முதலில் கால்களைக் கழுவிக்கொண்டார். கருத்த மேகங்கள் துல்லியமாகத் தெரிந்தன. அவற்றின் ஊடே பின்னல்கள் வெள்ளிக்கீறல்களால் மின்னி மறைந்தன. அப்போது கருமை மறைந்து மேகத்தின் உள்ளடர்த்தி தெரிந்தது. மொட்டைமாடியின் தரை ஈரம் பலநாள் ஊறவைத்தது போன்றிருந்தது. வழுக்கிவிடக்கூடும் என்று சற்று அவசரமாகவே கீழே இறங்கி நான்காவது தளத்திற்கு வந்து பாலை முதலில் பிரேமாவிடம் கொடுத்தார். “இருங்க, மழைக்கு ஒரு நல்ல டீ போட்டோம்னா நல்லா இருக்கும்” என்று தன்னைச் சமாதானப்படுத்தும் ஒரு வார்த்தையைச் சொல்லிவிட்டு உள்ளே சென்றாள். பால்கனியில் வந்து நின்றுகொண்டார். காலை பதினோரு மணி, மாலை ஆறுமணிபோலக் காட்சியளித்தது. இருண்ட மேகங்களும் அடர் மழையும் அப்படி தோன்றச் செய்தன.

குலசேகரன் வானத்தையும் நிலத்தையும் பார்த்துக் கொண்டிருந்தார். இடம் மேலும் கருத்து இருட்டடைந்திருந்தது. இன்னும் இரு நாட்களுக்கு மழை இருக்கும்.

பிரேமா சத்தமாகக் கூப்பிட்டுக்கொண்டிருந்தாள். அருகே இருக்கும் தன்னை அழைக்க ஏன் சலித்துக்கொள்கிறாள் எனத் தோன்றியது.

“இன்னும் எவ்வளவு நேரந்தான் சும்மா நிப்பீங்க. வந்து டீ எடுத்துக்கங்க.”

முதலில் எரிச்சலாக இருந்தாலும் அவள் வாய்த்துடுக்கை நினைத்துச் சிரிப்புதான் வந்தது. உலகத்தில் நடக்கும் எந்த விஷயமும் அவளுக்குப் பொருட்டில்லை என்று மீண்டும் ஒருமுறை நிரூபித்திருக்கிறாள். மழை ஓயாமல் பெய்வது குறித்து அவளுக்கு எந்தக் கேள்வியும் மனதில் இல்லை. இன்றைக்குக் கத்திரிக்காய் வத்தல் குழம்புவைக்க வேண்டும் என்கிற அவளது நினைப்பிற்குக் குறுக்கே நிற்கிறேனோ என்கிற பயம் அவளுக்கு. குலசேகரன் ஒரு முறை அவளைத் திரும்பிப் பார்த்தார். இருட்டாக இருந்த வீட்டில், அடுப்படி ஜன்னலிலிருந்து வந்த ஒளியில் பளபளக்கும் டைல்ஸ் தரையில் அருவாமனையுடன் அவள் அமர்ந்திருக்கும் சித்திரம் ஓவியம்போல் தெரிந்தது.

வெங்காயத்தை வேகமாக நறுக்கிக்கொண்டிருந்தாள். அதிலிருந்த லாவகமும் வேகமும் பலகாலம் அதில் உழன்ற அவளின் அனுபவம் தெரிந்தது.

“நா ஒடம்பு சரியில்லாமப் படுத்தா ஒரு ரசம் வெக்கவாவது தெரியுமா? கிடையாது. அப்பளமாவது சுட்டு வெப்பீங்களா? எதுவும் கிடையாது.”

சொற்சிக்கனம் என்பது அவளிடம் இல்லை. ஒரு வார்த்தைக்குப் பல வார்த்தைகள் பதிலிருக்கும். ஆனால் சமையலில் வீட்டுப் பொருட்கள் வாங்குவதில் மிகுந்த சிக்கனத்தைக் கடைப்பிடிப்பவள்.

உணவு மேசையில் இருந்த டீயை எடுத்துக்கொண்டு அவளருகில் சென்றார். ஒரு பொருள் மட்டுமே வரும்படி கவனமாக வார்த்தைகளைக் கோர்த்துக் கேட்டார்.

“இன்னிக்குப் பேயிற மழைய இதுக்கு முன்னாடிப் பாத்திருக்கியா?”

“ஆமா இந்த மழைய பார்த்ததில்லையாக்கும். என்னமோ நா மழையே பாக்காத மாதிரி” என்று சொன்னவள் திரும்பி ஒருமுறை பால்கனியைப் பார்த்துக்கொண்டாள். மழையின் சாரல் பால்கனி பக்கமிருந்த கூடத்திற்கு வந்திருந்தது. மழையின் பேரிரைச்சல் அவளைத் துணுக்குற வைத்தது. “பேய் மழையால்ல பேயுது” என்று முணுமுணுத்துக் கொண்டாள்.

திரும்பி விரிந்த கண்களோடு அவரை நோக்கினாள்.

“ஆமா எப்பலேந்து பேயுதுங்க, புயலு அடிக்குதா இங்க?”

“உன் தலையில இடி விழ.”

அதிர்ந்து அவரை முறைத்துப் பார்த்தாள். அவள் கண்கள் பரிதாபமாக ஆனதில் அவருக்குச் சற்றுத் திருப்தி ஏற்பட்டது.

“ஏண்டி, எங்கயாவது பெருசா இடியோ, மின்னலோ, காத்தாவது பலமா அடிக்குதா.”

வெங்காயத்தை அப்படியே வைத்துவிட்டுத் திரும்பி அமர்ந்து மழையைக் கூர்ந்து கவனித்தாள். காதுகளைத் தீட்டிக்கொண்டவளாக வெளி ஓசைகளைக் கவனித்தாள். அவளை அதிர்ச்சியுற வைத்ததில் பரமதிருப்தி ஏற்பட்டது அவருக்கு.

“ஆமா, எதோ பைப்பத் தொறந்துவுட்டது மாரியில்ல பேயுது. ஏங்க இப்படிப் பேயுது?”

“நம்மலயெல்லாம் சாவடிக்கத்தான். பிரளயமுன்னு இருக்கே அத கேள்விப்பட்டிருக்கயா? அது இப்படிதான் கொஞ்ச கொஞ்சமா வருது. நாமெல்லாம் முழ்கி சாவ வேண்டியதுதான்.”

திரும்பி அவரைப் பார்த்தாள். “சும்மா சொல்லாதிங்க. இப்படியே சொல்லிட்டு இன்னிக்கு வேல எதையும் செய்யாம இருந்திடலாம்னு பாக்கிறீங்க” என்றாள் கோபமாக. மீண்டும்

வேகமாக நறுக்க ஆரம்பித்தாள். அவள் உதடுகளை உள்ளிழுத்துக் கொண்டு கோபத்தில் முறைத்தபடி நறுக்கினாள்.

“உனக்கெங்கே இதெல்லாம் புரியப்போகுது. நாம பண்ற வெனை தாண்டி இது. இருக்குறத் தோப்பு, குட்டை, ஏரியெல் லாம் தூத்துட்டு இப்படி வீடு கட்டிட வேண்டியது. அப்புறம் தண்ணியில்ல, மழையில்லன்னு சொல்ல வேண்டியது.”

“இப்ப யாரும் தண்ணியில்லனு உங்கக்கிட்டவந்து சொன்னாங்களா? கவர்மெண்ட்டு எதுக்கு இருக்கு. அதெல்லாம் அவங்கப் பாத்துப்பாங்க.”

“நா என்ன சொல்றேன். நீ என்ன சொல்ற. கவர்மெண்டுக்கும் இதுக்கும் என்னா சம்பந்தம்.”

“எல்லாம் ஒண்ணுதான் போங்க.”

“இதுக்குத்தாண்டி அந்த அய்யரு பாடா படறாரு, எங்கடி கவர்மெண்டு செய்யுது. அத செய்ய வைக்கத்தான் இருபது வருசமா போராடுறாரு.”

ஆனால் அவள் வெங்காயம், தக்காளி, பூண்டு, இஞ்சி, மிளகாய் நறுக்கிவைத்த தட்டைத் தூக்கிக்கொண்டு உள்ளே போய்விட்டாள். அவளைச் சொல்லிக் குற்றமில்லை. அவளுக்குத் தெரிந்ததெல்லாமே உணவு, தூக்கம் இரண்டும்தான்.

ராமமூர்த்தியைச் சென்று பார்க்க வேண்டும். ஐந்து ஆண்டுகளுக்கு முன் இப்படி பெய்தபோது வடிகாலைப் பற்றி யோசிக்கவில்லை. இப்போதாவது யோசிக்க வேண்டும். வெளியே தெரியும்படி இருக்கும் சாக்கடைகளை எடுத்துவிட்டு பாதாளச் சாக்கடை அமைக்க வேண்டும். குடிதண்ணீர் குழாய் அளவை முறைப்படுத்த வேண்டும். பார்க் எனச் சொல்லி இப்போது குடவுனாக இருக்கும் இடத்தைக் காலிசெய்யச் சொல்லிப் பார்க்காக மாற்ற வேண்டும். பார்க்கிலும் தெருவிலும் மரங்கள் நட ஏற்பாடு செய்ய வேண்டும். இதையெல்லாம் ஒண்டி ஆளாக அவர் செய்துகொண்டிருக்கிறார்.

தொடர்ச்சியாக ஐந்து மணி நேரமாகப் பெய்துகொண் டிருக்கிறது மழை. நீரின் அளவு நிலத்தில் உயர்ந்து வருவதை அவர் கவனித்துக்கொண்டிருந்தார். ரோடு உயர்ந்துவிட்டதால் அங்கு விழும் நீரெல்லாம் பிளாட்டுக்குள்ளேயே ஓடிவந்தது. ரோட்டுக்கும் வீட்டிற்கும் இடைப்பட்ட இடத்தில் கற்களும் மண்ணும் கொட்டப்பட்டுச் சமன்படுத்தப்பட்டிருந்த இடம் இப்போது நீரால் அரிக்கப்பட்டுத் தோல் உரிந்ததுபோல் உள்ளிருந்த செம்மண்ணும் கற்களும் நீர் விலகும்போது தெரிந்தன.

பல நாட்களாகப் பெய்யாதிருந்த மழை பெய்ததில் இருந்த மகிழ்ச்சி மெதுவாகக் குறைய ஆரம்பித்திருந்தது. பக்கத்து, எதிர் வீடுகளில் இருந்த மக்கள் மெல்லத் தலைகாட்ட ஆரம்பித்தார்கள். தூறலாக விழுந்த மழையில் நனைந்து விளையாடிய குழந்தைகள் இப்போது பயத்தில் மழையை நோக்கிக்கொண்டிருந்தன. எதிர்சாரியில் இருந்த கலியபெருமாளின் வீடு சற்றுப் பள்ளத்தில் இருக்கும். ஜல்லிகளைக் கொட்டாமல் மிக முன்பே கட்டப்பட்ட வீடு அது. தண்ணீரில் படகுபோல் மிதந்து கொண்டிருந்தது. கடைசிப் படிக்கட்டைத் தண்ணீர் தொட்டுக்கொண்டிருந்தது. இன்னும் சற்று நேரத்தில் வீட்டிள் தண்ணீர் புகுந்துவிடும். அந்த வீட்டில் இருந்த மனிதர்களின் முகங்களில் இன்னும் அந்தக் கலவரம் தோன்றவில்லை. எப்போதும்போல் இருப்பதாகத் தெரிந்தது. அவர் மனைவி மட்டும் மழையைப் பார்த்துக்கொண்டு நின்றிருந்தாள்.

மழை சற்றுக் குறைந்ததும் ஓடிப்போய் ராமமூர்த்தியைப் பார்த்துவிடவேண்டும் என நினைத்திருந்தார். மழை குறைவது போலச் சமயங்களில் பாவனை காட்டியது. பின் மீண்டும் எப்போதும் போன்ற சீரான வேகம். இமைக்காத கண்கள் உருவாக்கும் உக்கிரம்போல இருந்தது, நேராக விழும் மழை. சல்லடையிலிருந்து விழும் நீர்போலக் குறிப்பிட்ட வேகத்தில் மட்டுமே பெய்தது. துளியும் காற்று இல்லாததினால் நீர்த்துளி களில் அசைவில்லை, மரங்களின் அசைவுமில்லை. தூரத்தில் காற்றின் வேகத்தால் மாறுபடும் ஒலியின் அலைவுகள்கூட இல்லை.

என்னதான் பிரச்சினை என்கிற பயம் மனதை அரிக்க, மழை பெய்தபடி இருக்கட்டும் எனக் குடையை எடுத்துக்கொண்டு மீண்டும் கீழே இறங்கினார். இப்போது முட்டியைத் தாண்டித் தொடையைத் தொட்டிருந்தது. வேட்டியை மேலும் தூக்கிக் கட்டிக்கொண்டார். மிக நெருக்கத்தில் நீரைப் பார்ப்பது இப்போதுதான். அதன் வேகம் தன் கால்களை இழுப்பது போன்ற பிரமை. நீளமான கயிறோ அல்லது ஏதோ ஒன்று கால்களில் மாட்டி நடக்கும்போது இழுபட்டது. ரோட்டில் ஏறிக் கொஞ்ச தூரம் வந்ததும்தான் மின்சார ஒயர்கள் அறுந்திருக்குமா என லேசாக பயம் ஏற்பட்டது.

அவரது வீடு நல்ல மேட்டில் இருந்தது. எந்தக் கவலையு மின்றி வீட்டினுள்ளேயே இருந்தார் ராமமூர்த்தி. "ராமு சார்" என வெளியிலிருந்து விளித்தார். அவர் மனைவி "உள்ள ஏறி திண்ணையில உட்காருங்க வந்துடுவார்" என்றாள். படுத்திருந்தார் போல. வேட்டியைக் கட்டியபடி மேலே பனியன் உடம்புடன் வந்தார். "வாங்கோ உட்காருங்கோ" என்று எதிர் சேரில் உட்கார்ந்தார். "என்ன சார் இப்படி மழை பேயுது" தன்

சங்கோஜங்களைத் தாண்டி அதிகப்படியான ஆச்சரியத்தை வரவழைத்துக் கேட்டார். காலைலேயே சந்திரமோகன் வந்துட்டுப் போனார். அவருக்கும் பயந்தான். அப்புறம் அந்த ஜெயராணி, அந்த அம்மா போன் பண்ணிச்சு.

குலசேகரனுக்குச் சற்று தயக்கமாக இருந்தது.

"இல்ல நிக்காம பேயுதே என்ன பண்ணலாம்னு கேட்கதான் வந்தேன். இப்படி குளம்மாரி தண்ணி நின்னா என்ன பண்றது. வெளியே போக வைக்கணுமே, யார்டையாவது மனு கொடுக்கணுமா? இல்ல எந்த அதிகாரிய பாக்கணும்."

அவரைக் கூர்ந்து கவனித்தார். "அதிகாரி வந்து என்ன பண்ணுவான். சேகரா, பத்து வருசத்துக்கு, அஞ்சு வருசத்துக்கு ஒருகா இப்படி மழை பெய்யும். ஏன்னா நாம் இந்த நிலத்துல இருந்த மரத்த பூராவும் வெட்டிடோம்ல, நிலத்துல இருக்குற தண்ணிய பூராவும் உறிஞ்சி எடுத்துட்டோம். அதுபதிலா மலத்தையும் ஒன்னுக்கையும் நிலத்துல போடறோம். இங்க இருக்கிற வீடுகள்ள எல்லா அப்படிதான். போடறோமா இல்லையா?" ஆமாம் என்பதாகத் தலையை ஆட்டினார் குலசேகரன்.

"போதாததுக்கு இப்ப பிளாட்ஸ் வேற வந்துடுச்சு. ஒரு இடத்துல ஒரு வீடு போயி; பத்து வீடு வந்துடுச்சு. இந்தத் தெருவில இப்ப பதினஞ்சு பிளாட்ஸ். ஆனா வெளியில வர்ற தண்ணீ நேற மேற்கே போயி நடுவுல ஒரு சின்ன ரோடு குறுக்க வருதுல்ல, அதுக்கு அடியில பாதை இருக்கு. அதுவழியா அந்தப்பக்கம் வாய்க்காலுக்குப் போகுது. ஆனா அந்த சின்ன ரோட்ட தாண்டுடவுடனே வீடுக கட்டி வெச்சிருக்காங்க இல்லீயா. நா பலமுறை சொல்லிட்டேன், அந்த இடத்துல வீடுங்க இருக்கக் கூடாது, தண்ணீ போறத்துக்கு வழி வேணும்னு. யார் கேக்குறா. நகராட்சிக்கு இப்போ மாநகராட்சி எவ்வளவோ மனுபோட்டுப் பார்த்துட்டேன். அதிகாரிகள் நடவடிக்க எடுக்க மாட்டேங்குறா ல்லீகலா இருக்குறவா காலி பண்ணமாட்றா."

"நீங்க சொல்ற மாதிரி, எதாவது தேவைன்னு வந்தா, செய்ய வேண்டியதை செஞ்சுதான் ஆகணும்னு, இப்ப அந்தத் தேவை வந்துடுச்சே. இப்ப பாருங்க, நீங்க சொல்ற அந்த இடம் பூரா மேடாயி அதுல வீடு வேற கட்டி வெச்சுருக்கு, அத இந்த கவுன்சிலரோட தம்பி உறவுகாரங்கக் கிட்ட இருக்கு. அதுக்கு வாடக வேற வசூலிக்கிறதும், எத்தனை வீடுங்கிறீங்க, பத்து வீடாவது எனக்குத் தெரிஞ்சு இருக்கும். திங்கிறது கழுவுறது எல்லா அங்கதான்."

“சொல்றதெல்லாம் சரிதான் இப்ப என்ன செய்ய முடியும், மழை நின்னுட்ட எப்பையும் போல இருந்துருவாங்க.”

“மனு கொடுக்கிறதவிட நாம போயி நேரா பேசுறதுதான் சரியா இருக்கும். என்ன சொல்றீங்க.”

“அப்பயே பண்ண மாட்டேன்னு சொல்லிட்டாரு. இனிமே பண்ணுவாரா, வேற எதாவது செய்யணும்.”

“இல்லன்னா அப்படியே விட்டுட்டு தண்ணி எப்ப குறையுதோ குறையட்டும்னு விட்றலாம், எனக்கென்னவோ பெரிய வியாதியெல்லாம் இந்த தண்ணி தேக்கத்தால வரும்னு தோணுது.”

ராமமூர்த்தி இங்கு ரோடு பிரித்து, பிளாட் போட்டதிலிருந்து யோசிக்க ஆரம்பித்தார். ஒவ்வொரு நாளும் கனம்கூடி வந்த காற்று ஏறும் பலூன் போன்ற விரிவு. நீண்ட நெடிய நாட்கள் தறிகெட்டு ஓடி ஒரு முனையில் வந்து நிற்கும் ஆவேசம். வேட்டையை முடித்துவிட்ட திருப்தியுடன் மூச்சிளைப்புடன் நிற்கும் வனமிருகம் இது. காலம் அவரை சலிப்படைய வைத்திருந்தது.

“இந்தத் தெருவுல இருக்கிறவங்க வர்றது சந்தேகம். அதுவும் பிளாட்ஸ்ல இருக்கிறவங்க வரபோறதேயில்லை. நீங்க, நானு, இன்னும் ரெண்டுபேரும் போயி என்ன பண்ண. அதுயில்லாமல், அந்த ஆளு இருக்கிற அரசியல், பெரிய மொறடன் வேற. எதாவது வழி இருக்கும் பார்ப்போம்.”

குலசேகரனுக்கு நம்பிக்கையில்லை. இனி அரசாங்க ஆட்கள் வந்து என்ன செய்யப் போகிறார்கள். தற்காலிகத் தீர்வு ஒன்றைச் சொல்லிவிட்டு சென்றுவிடுவார்கள். மழை விட்டதும், இதற்குத் தீர்வு காணவேண்டும். இந்த வாய்க்காலின் மனிதகழிவுகளால் நாறிப் போயிருக்கும் நிலையை மாற்ற வேண்டும். நாற்றத்தில் இந்த பகுதியில் இருப்பது பெரிய அவஸ்தை. தெருவின் கடைசியில் இருக்கும் புதிய அடுக்ககக் குடியிருப்பில் எப்படி மனிதர்கள் இருக்கிறார்கள் என்று ஆச்சரியப்பட்டார். அவருடன் சொல்லிக்கொண்டு வீட்டிற்குக் கிளம்பினார்.

20

முத்துவேலன் அறிந்த இந்தச் சின்ன உலகம் கிழிந்தத் துணி தைக்கப்பட்டப்பின் மாறும் அழகுடன் மெல்ல புரண்டு தன்னை வடிவமைத்திருந்ததைப் பார்த்துக்கொண்டிருந்தான். புதிய காற்று நாசியைத் தடவி நுரையிரலை நிரப்பியது. ஒவ்வொரு நாள் காலையும் வெப்பத்தைக் கொட்டி இடத்தைத் துடைத்துவைத்தது சூரியன். நிலம் தன் பங்கிற்குத் தன்னைப் புதுப்பித்துக் கொள்வதில் அதிக முனைப்புடன் செயல்பட்டது. பாதைகள் அடைத்த வேலிகள் மாறி புதிய பாதைகள் கிழக்கும் மேற்குமாக பாய்ந்தன.

வாய்க்காலை ஒட்டிய நிலப்பகுதியில் மட்டுமே குடியிருப்புகள் இருந்தன. அவை அந்த நிலங்களின் பயிர்களால் உருவானவை. இன்று சிறுசிறு சாலைகள் கீறல் விழுந்த நிலங்களாக அங்காங்கே உருவாகியிருந்தன. எந்த இடத்தில் சாலை இணைகிறது அல்லது பிரிகிறது என்று குழப்பமாகத் தெரிந்தது. பயிர்சார்ந்த வேலைகள் நின்று வெறும் நிலங்களாக நிற்க பத்து ஆண்டுகள் ஆயின.

தன் குடிசை அலைகளில் மிதக்கும் மரக்கட்டை போல ஆடிக்கொண்டிருப்பதாகத் தோன்றியது. நிலத்தில் அது கால்பதிக்கவில்லை அல்லது நிலம் அலைஅலையாகச் சுருண்டெழுகிறது. முடிவுறாத சீரான மெல்லிய அலை. அது தாலாட்டுகிறது. மனிதர்களைத் தங்கள் உணர்ச்சிகளுக்குச் சுருதிக் கூட்டி உற்சாகமூட்டுகிறது. எல்லா குடிசைகளும் கீழ் மேல் என ஆடிக்கொண்டிருக்கின்றன. அம்மா உற்சாகமாக வெளியே வந்து எட்டிப் பார்க்கிறாள். காற்றில் வேகம் அவளைச் சிரிப்பின் ஊடாக உலகைப் பார்க்க வைக்கிறது. கண்களை மூடி பின் சிறு திறப்பின் வழியே உற்று நோக்குகிறாள். பெருமழைக்கான நேரம். மேற்கு கீழ்வானில் கண்சிமிட்டல்கள்போல மின்னல்கள் வெட்டின.

முத்துவேலன் வெளியே நின்று பார்த்துக்கொண்டிருந்தபோது, அந்தப் பகுதிக்கு இதுவரை வந்திராத, புதிய ஆட்கள் வந்து கொண்டிருந்தார்கள். அவர்களின் கக்கத்தில் சிறிய பையோ ஃபைலோ இருந்தன. அந்த நிலத்தில் நடப்பது சிரமமாக உணர்வதை அவர்கள் முகங்களில் தெரிந்தது. கூடவே சின்ன அருவருப்பும் தெரிந்தது. கருப்பு கலர் பேண்ட் இன் செய்த வெள்ளைச் சட்டை, கிட்டதட்ட எல்லா மனிதர்களும் அணிந்திருந்தார்கள்.

ஒருவர் அவன் வீட்டின் முன்னே நின்று மேற்கே பார்த்தார். “தம்பி இங்க வா” என்று சற்று அதிகார தொனியில் முத்துவேலனை அழைத்தார்.

“இங்க... எத்தனை வீடுக இருக்குத் தெரியுமா” என்றார். அவன் சொன்ன எண்ணிக்கையைத் தீவிரமாக மனதில் குறித்துக்கொண்டதுபோல தெரியவில்லை. அவனை ஏற இறங்க ஒருமுறை பார்த்தார். காக்கி வண்ண பேண்ட்டும், வெள்ளைச் சட்டையும் அணிந்திருந்தவன் ஒரு அரசு பள்ளியில் படிப்பதை ஊகித்திருந்தார். “உன் பள்ளிக்கூடத்துல நல்லா சொல்லித்தர்றாங்கலா” என்று கேட்டுவிட்டு மண்ணை கைகளில் எடுத்து விரல்களால் தேய்த்துப் பார்த்தார்.

“நிலத்தடி நீர் இன்னும் கொஞ்சம் கொரயணும். அப்பதான் சரியாவரும்” என்றார்; அருகில் இருந்த மனிதரிடம். அவரும் உதட்டைப் பிதுக்குவதுபோல பார்த்துவிட்டு “ஆமாம் சார்” என்று தலையசைத்தார்.

“கொஞ்சம் தொலைவா இருக்குறமாதிரி இருக்கே.”

“அதெல்லாம் பார்த்துக்குவாங்க ரோடெல்லாம் வந்துடும்.”

நிலம் பல வண்ணத்தைக் குழைத்து அடித்தது போன்றிருந்தது. கரும்நீலத்தை ஒத்திருந்தது. அதன் அடர்த்தி வந்திருந்த அதிகாரி களை ஆச்சரியப்படவைத்தது.

விரைவிலேயே நிலத்தைப் பங்கிட்டார்கள். அதன் வீட்டுமனை உரிமையாளர்களுக்குத் திருப்தி ஏற்பட்டுவிட்டதை அவர்கள் பார்வையே உணர்த்தியது. புது நகர்கள் உருவாயின. குடிசைவாசிகளுக்கு நிலங்கள் பிரிந்து சில இடங்களில் வழங்கப்பட்டன. அவர்கள் அங்கு சென்று தங்களுக்குத் தேவையான அளவு சிமெண்ட் வீடுகளைக் கட்ட ஆரம்பித்த கொஞ்சநாளில் குடிசைகளைக் காலி செய்தார்கள்.

மழைபெய்த ஒருநாளில் என்றுமில்லாமல் நீர் நிலங்களில் தேங்கி நின்றது. நிலங்களில் ஊறி களிமண்ணைப்போல் உருண்டு

காணப்பட்டது. அடுத்த சில நாட்களில் பெரிய மரங்களைத் தவிர மற்ற மரங்கள் வெட்டி வீழ்த்தப்பட்டன. சிறியளவில் இருந்த வாழைத் தோப்புகள் முழுமையாக நீக்கப்பட்டன. மயிர் நீக்கப்பட்ட அம்மண உடல்போலிருந்தது நிலம். சட்டென வெயில் அதிகரித்தது. ஆனாலும் நிலத்தில் குளிர்ச்சியிருந்தது. தன்னிடமிருந்த குளிர்ச்சியை முழுமையாக நீக்க அதிக காலம் எடுத்துக்கொண்டதாக நினைத்துக்கொண்டான் முத்துவேலன். அம்மா புதிய வீட்டில் குடியேறும்போது அந்தப் பகுதியில் வீடுகள் சில வந்துவிட்டிருந்தன.

முத்துவேலன் அந்த வீட்டிற்கு வந்தபோது வீடு அட்டைப் பெட்டி போல் சிறியதாக இருந்ததாகப் பட்டது. முத்துவேலன் அந்த வீட்டில் தனிமையில் வளர்ந்தான். அதற்கு முன்பிருந்த சிறிய குடிசையில் மரம் செடியுடன் நாய், கோழி, ஆடு, மாடு என்று வேறு உயிரினங்கள் இருந்தன. அவற்றைக் கவனிப்பதில் நேரம் சரியாக இருந்தது முத்துவேலனுக்கு. நகர் வளரும்போது நாய்கள் தவிர மற்ற உயிரினங்கள் காணாமல் போயின. மனிதர்கள் இருக்கும் பகுதிகளில் மட்டும் அவை வளர்ந்தன. மனிதர்கள் இல்லாத பகுதிகளுக்கு அவை செல்வதில்லை. புதிய மனிதர்களை எளிதில் நகருக்குள் வர அவை அனுமதிப்பதில்லை.

ஒரு இனக்குழுவுடன் இணைந்து வாழ்ந்த ஆதி நினைவுகள் அதன் மனதில் இன்றும் இருக்கக்கூடும். கருமை நிறத்தில் வெள்ளை புள்ளிகளைத் தெளித்தது போன்று பார்க்க விகாரமாக இருக்கும் நாய் ஒன்று முத்துவேலனை எப்போதும் சுற்றிக்கொண்டிருந்தது. இரு வண்ணங்களும் அள்ளித் தெளித்ததுபோல புள்ளிகளாக மிக நெருக்கமாகக் கலந்திருப்பதனால் பார்க்க விகாராமாக தோன்று கிறது. அது யாரையும் கடிக்கக்கூடும் என அப்பகுதிவாசிகள் நினைத்தார்கள். ஆனால் அந்நாய் பரமசாது. தேவையற்றக் குறும்புகளில் மகிழ்ந்துகொண்டிருக்கும்.

தினமும் மனதில் சூரியனின் எழுகையையும் மறைவையை யும், நோட்டுப் புத்தகத்தில் புதிய கவிதைகளாக எழுதிக்கொண் டிருந்தான் முத்துவேலன். நாட்கள் ஒரே மாதிரியானவையல்ல; அவை மழையாகவும், வெயிலாகவும், பனியாகவும் பொழிவதாக நினைத்தான். மனிதர்களுக்குத் தேவை இரண்டேயிரண்டுதான். ஒன்று உணவு, மற்றொன்று இனப்பெருக்க ஆசை. அந்த ஆசைதான் வீடுகட்டி குடும்பத்தைப் பெருக்கத் தோன்றுகிறது. நிலத்தை ஆளத்தோன்றுகிறது. நாய்களைப் போல பல்கி பெருகி பின் அழிகிறார்கள். ஆனால் கிராமம் அப்படியானதல்ல, மனிதர்கள் பிறந்து நிஜமாக ஒவ்வொரு உயிர்களுடன் கலந்து வாழ்ந்து மடிகிறார்கள்.

அளிக்கப்பட்ட நிலங்களின் முன் ஒழுங்கு செய்யப்படாத சாக்கடை கொஞ்சம் நாட்களில் உருவாகிவிட்டது. சில இடங்களில் அகன்றும் சில இடங்களில் குறுகியும் ஓடியது. அதை அவன் தாண்டித் தாண்டித்தான் செல்ல வேண்டியிருந்தது. வேங்கட ரமண தெருவைப் போல் வசதிகளைக் கொண்டிருக்கவில்லை கோமதி தெரு. சாலைகள் உருவாகாதத் தெருவாகவே ரொம்பநாள் இருந்தது. நகராட்சி ஆட்கள் உடனே சாலையைப் போட்டுவிடவில்லை. வேண்டுமென்றே நேரத்தைக் கடத்தித்தான் போட்டார்கள். ராமமூர்த்தியின் முன்னெடுப்புகளைச் செய்ய இங்கு யாருமில்லை. நிலத்தின் விலையும் மற்றத் தெருக்களைவிட குறைவாகப் போனது.

அப்பாவும் அம்மாவும் இருந்த கிராமத்திற்குச் செல்ல வேண்டும் நிலத்தைச் சார்ந்து வாழக்கூடிய வாழ்க்கையை வாழ வேண்டும் என நினைத்துக்கொண்டான். ஒருநாள் நிறைய சம்பாதித்து ஊரில் நிலம் வாங்கி அதில் வேலை செய்வேன் என்று அம்மாவிடம் சொல்லிக்கொண்டிருந்தான்.

o o o

மனோகரி புதிய இல்லம் வருவது குறித்த மகிழ்ச்சி நீருக்கடியில் இருக்கும் ஆமைபோல் மனதில் தேங்கி நின்றிருந்தது. அதை அந்தரங்கமாக மனதில் வைத்திருந்தாள். சிறிய நிலம், மண் சட்டியைத் தூக்கி அவள் வேளை செய்ததால் வீடு மிக நெருக்க மாக மாறிவிட்டிருந்தது. முதன்முதலாகக் குடிசையிலிருந்து சிமெண்ட் வீட்டிற்கு வருகிறாள். வீடு கட்டபட்டு வருவது குழந்தையின் வளர்ச்சியைக் காண்பதுபோல பெருமிதத்துடன் கண்டாள். மருதையன் இருந்திருந்தால் இதைவிட பெருமையாக இருந்திருக்கும்.

முதலில் கிழக்குச் சாலையைத் தாண்டி இருந்த வீடுகளில் கொழுத்து வேலைக்குச் சென்றாள். பின் வீட்டுவேலைக்குச் செல்ல ஆரம்பித்தாள். பாத்திரம் கழுவுவது, வீடு கூட்டி பெருக்குவது, துணி துவைப்பது என்று வேலைகளுக்குச் செல்ல ஆரம்பித்தாள். நேரமும் சரியாக இருந்தது. வீட்டில் சமைத்துவிட்டு சென்று விட்டால் இரவுதான் திரும்புவாள்.

மாலையில் வீட்டு வாசலில் அவன் வருகைக்காக எப்போதும் காத்திருந்தாள். முத்துவேலன் அன்று வரவில்லை. வீட்டினுள்ளே இருட்டில் அவன் அசைவு மட்டும் தெரிந்தது. மனோகரி விளக்கைப் போட்டபின் அவனின் கருத்து சிவந்த முகத்தைக் கண்டுத் திடுக்கிட்டாள். அவன் உடலில் வழியும் வியர்வையோடு பார்க்க அய்யனார் சிலை போலிருந்தான். புழுதிபடர்ந்த கால்களும் கைகளும் முட்டிகளில் ரத்தம் வழியும் காயமுமாக இருந்தான்.

பதறிப்போன மனோகரி, அவசரமாக ஓடி, கொடியிலிருந்தத் துணியை எடுத்துவந்து துடைத்தாள். அவனது அசையாத முகத்தையும் நிலைத்த கண்களையும் கொண்டு அவள் சில விஷயங்களை அறிந்துகொண்டாள். அவன் கண்களைக் காணமுடியாமல் அவள் உடல் பதறியது. அவளையும் அறியாமல் அவளது உடல் துடித்துக்கொண்டிருந்தது. அதே துடிப்புடன் வெளியே வந்து வாயில் வந்தபடி எல்லோரையும் திட்டித் தீர்த்தாள். தன் பிள்ளையை அடித்தவர்களின் பரம்பரையை திட்டினாள்.

யார் அடித்தவர்களெனத் தெரிந்து அடிக்க யோசிக்கப் போவதில்லை என்று கூறினாள். உண்மையில் அவன் யாரையும் சொல்லாமல் இருந்தது சுத்துப்பட்டு மனிதர்களுக்குச் சற்று ஆசுவாசம் அடைந்தது போன்று உணர்ந்தாள். கூடுக்குள் ஒளிந்துக் கொள்ளும் பெட்டைகள் போன்று ஒளிந்துகொண்டார்கள். கழுத்து நரப்பு புடைக்க அவள் கத்திக்கொண்டிருந்தாள்.

அவள் உடல் தேவைக்கு அதிகமான எதிர்வினையைச் செய்கிறது எனத் தோன்றியது. அதைக் கண்டறிந்துவிடுவான் என்கிற பதற்றமும் அவளுள் எழுந்தது. அவள் உள்ளே வந்தபோது "அம்மா நானும் இனிமே உங்கூட வர்றம்மா" என்றான் அமைதியாக. நெஞ்சினுள் எங்கோ காயம் ஏற்பட்டது.

அவன் அறிந்துதான் இதைக் கேட்கிறான் என்கிற எண்ணம் வந்தபோது அமைதியானாள். அவனைச் சீண்ட இங்கிருப்பவர்கள் யாரோ எதையோ சொல்லியிருக்க வேண்டும். தேவையற்று வார்த்தைகள் தடித்தபடி சென்று அவனைக் காயப்படுத்தியிருக்க வேண்டும். அதன்காரணமாக அவன் சண்டையிட்டிருக்க வேண்டும். அவன் உடல் காயத்தைவிட மனக் காயம் அதிகம் என்பதை அவன் முகமே சொல்லியது.

காற்றில் படர்ந்துகொண்டிருந்த முந்தானையை எடுத்து அழுத்தமாகச் சொறுகி எழுந்து நின்றாள். சினத்தின் கோப முடிச்சுகள் அவள் மென்னியை நெறித்தன. வாசலில் வந்து காறி உமிழ்ந்து கீழே துப்பினாள்.

"தேவடியா முண்டைகளா, புள்ளைகளவா நீங்களெல்லாம் பெத்து வெச்சுருக்கீங்க... சீ நாரா முண்டைகளா... உங்களையெல்லாம் நம்புனம்பாரு என் புத்தியச் செருப்பால அடிக்கணும்டி..."

வெங்கட்ரமண வீதியில் புதியதாகச் சில அடுக்கக வீடுகள் கட்டும் பணி தொடங்கியிருக்கிறது. அதற்குச் சென்று விடுவதென்றும் முடிவு செய்தாள். "டே... நாளைக்கு இங்கனையே

அந்தப் பிளாட்டுல வேலைக்குப் போலாம். கூடவே நீயும் வந்துடு" என்றாள். அவன் பள்ளிக்குச் செல்வதை நிறுத்தி பலநாட்கள் ஆகிவிட்டதை அப்போதுதான் நினைவிற்கு வந்தது. அவன் தன்னைவிட்டு சென்றுவிடக்கூடும் என்கிற பயம் முதன்முதலாக மனதில் தோன்றியது.

குறுகிய காலத்தில் அவனுள் ஏற்பட்ட மாற்றம் அவனுக்கு வியப்பாக இருந்தது. ஜாடையாக அவர்கள் பேசும்பேச்சு உள்ளத்தில் வெறுப்பை உண்டாக்கியிருந்தது. அவனைச் சீண்ட "பங்களாப் பையா" என்று விளித்தார்கள். அதன் அர்த்தம் அவனுக்கு முதலில் பிடிபடவில்லை. சொல்லும்போது அவர்களின் முகங்களில் தெரியும் அர்த்தமற்றச் சிரிப்பை அவன் முற்றிலுமாக விழுங்க முடியா கசப்பாகத் தொண்டையில் தங்கியது.

மெல்ல அதன் அர்த்தம் பிடிபட ஆரம்பித்தபோது, வெறுப்பை உமிழும் எதிர்காலம் அவன் முன் விரிந்துகிடப்பதைப் பயத்துடன் நோக்கினான். வெவ்வேறு மனிதர்கள் எப்படி தன்னை உள்ளூரப் பார்க்கிறார்கள் என்பதை நினைக்கும்போது அடிவயிற்றில் வலி எடுத்தது. இதுநாள்வரை அவர்கள் நடந்து கொண்டவைகளின் உள்ளர்த்தம் மெல்ல விளங்கிக்கொள்ள முடிந்தது. சில குறிப்பிட்ட தருணங்கள் சில குறிப்பிட்ட வசை சொற்கள் என்று எல்லாமே ஒன்றாக முடிச்சிட்டு அதன் கணபரிமாணம் நாளுக்கு நாள் தெளிவடைந்துகொண்டிருந்தது.

வாசனை நிறைந்த அம்மாவின் உடலை முகர்ந்து, பரவசத்துடன் சிரிக்கும் அவன் முகம், இன்று கோபத்தில் கொப்பளித்தது. அவள் உடல்மொழியே அவனைத்துன்புறுத்தியது. பிஷ்டத்தை ஆட்டி அவசரமாக அவள் நடப்பதிலிருக்கும் பொறுப்பின்மையும், மேலாடையைச் சரியாப்க பொருத்தி வைக்காத அலட்சியமும், பேச்சினூடே எழும் தேவையற்றக் கைகளின் சைகைகளும் அவனுக்கு அருவருப்பூட்டின.

அவனும் அம்மாவும் சென்றபோது வேலை அந்த பிளாட்டில் தொடங்கியிருந்தது. அங்கிருந்த மேஸ்திரியிடம் அம்மா தன்நிலையை விட்டு, தன் முன் இதுவரை செய்யாத, அதிக முகமலர்ச்சியுடன் உடலை வளைத்து உதடுகளும் கண்களும் ஒரு ஒத்திசைவில் ஆடுவதுபோல அவனிடம் பேசிக்கொண்டிருந்தாள்.

அங்கு உண்மையில் ஆட்கள் தேவைதான். ஆனால் மேஸ்திரியின் செய்கையில் கொஞ்சம் அழுத்தம் இருந்தது. தேவையற்றப் பேச்சுகளின் வழியே தன் அதிகாரத்தை நிலைநிறுத்த விரும்பினான். தன் வார்த்தைகளிலிருந்து தப்புவதற்கு எதையும் ஒத்துக்கொள்ளவேண்டிய காட்டாயத்தை அது வெளிப்படுத்தியது. அப்படி செய்து அவளை வேறு ஒரு கோணத்தில்

அணுகுவதுபோலவும் இருந்தது. இதுநாள்வரை கவனிக்காத இந்த செய்கைகள் அவனுக்கும் மேலும் எரிச்சலை ஊட்டின. “அம்மா போலாம்மா” என்றான். “ஒரு நிமிசம் இர்றா” என்றவளாகப் பேச்சைத் தொடர்ந்தாள். மேஸ்திரி சற்று அதிர்ச்சியடைந்தவனாக “தம்பி ரொம்ப அவசரப்படுறான். சரி உள்ளார போங்க, இன்னிக்கு கல்லு ஒடைக்கிற வேலதான்.”

கீழ்தளம் மட்டும் பெரியதாகக் கட்டப்பட்டிருந்தது. அதன் மேல் நான்கு பக்கமும் தூணுயர முதல் தளம் எழுந்து நின்றிருந்தது. வெளியே நான்கு பக்கமும் மூங்கில் கழிகள் வரிசையாக ஊன்றப்பட்டு கீற்றுவைத்துக் கட்டி மறைத்திருந்தார்கள். ஆகவே சற்று இருட்டாக இருந்தது. குளிர்ச்சியாக அதன் அடித்தளம் சிறிய கருங்கற்களாக நிறைந்து கிடந்தது.

புறம்போக்கு நிலத்தில் கட்டப்படுகின்ற வீடு அது. இதன் முதலாளி கருத்த பெரிய உடம்புடன் காணப்பட்டார். பெரிய தொப்பைதான் அவரின் ஆளுமையை அதிகப்படுத்தி காட்டியது. தூக்கிய கழுத்துடன் இடையில் வைத்த கையுமாக நடக்கும்போது நிலம் அதிர்ந்தது. லஞ்சப்பணத்தில் இந்தப் பெரிய வீட்டைக் கட்டுவதாகப் பேச்சு வேலை செய்யும் மக்களிடம் நிலவியிருந்தது.

பாவப்பட்ட ஜன்மங்கள் போல் அவர் மனைவியும் மக்களும் காணப்பட்டார்கள். அவர் மனைவி ஒரு முன்னாள் சித்தாள் தான். அவனே அவளைச் சித்தாளாகப் பார்த்திருக்கிறான். அவர் முன்னால் அவள் மிகுந்த பணிவுடன் பயத்துடன் காணப்பட்டாள். அவர் அவ்விடம் விட்டுச் சென்றவுடன் அவளது குரல் உயர்ந்து அதிகாரத்துடன் வேலையாட்களை நோக்கி பாய்ந்தது. மேஸ்திரியைத் தேவையற்று கேள்விகளைக் கேட்டு அவளுக்கு எது குறித்தும் தெரியவில்லை என்பதை காட்டிக்கொண்டிருந்தாள்.

அவளுக்கு மனோகரியைச் சுத்தமாகப் பிடிக்கவில்லை என்பதை அடுத்த நாளே புரிந்துவிட்டது முத்துவேலனுக்கு. அவள் ஒருமையில் அழைத்ததோடு நில்லாமல் வேறு இடத்தில் இருக்கும் சமயங்களில் அசிங்கமாக வைதாள். அப்படி வைது வைக்கும்போது அவள் பயன்படுத்திய வார்த்தை ‘வப்பாட்டி’, “இந்த வப்பாட்டி வந்த நேரத்த பாத்தியா”, என்றோ, “ஊரு சிரிச்சா வப்பாட்டிக்குக் கொண்டாட்டமாம்” என்றோ சொல்லிக்கொண்டிருந்தாள்.

அதிகாரத் தோரணையை அவள் மிக செயற்கையாகக் கையாளுகிறாள் என்று பார்க்கும்போது தெரிந்தது. அவள் கணவன் அங்கு வந்ததும் அவள் முற்றிலும் மாறியவளாகக்

காணப்பட்டாள். அப்போது அவள் கணவனிடம் எதையும் சொல்வதில்லை என்பதையும் பயத்துடன் இருப்பவள் போன்று உடல்மொழியை அழகாக மாற்றிக்கொள்கிறாள் என்பதையும் கவனித்தான்.

கூடிய விரைவில் அவளுக்கும் அம்மாவிற்கும் சண்டை வந்தது. அவள் ஏசுவதையும் பதிலுக்கு அம்மா அவளை ஏசுவதுமாக இருந்தது அந்த சண்டை. இதை ஒருவகையில் அவன் எதிர்பார்த்தே இருந்தான். சத்தம் கேட்டு அவள் கணவன் வந்தபோது அவள் அமைதியாகி தன்மேல் எந்த தவறும் இல்லை என்பதுபோலவும் அம்மா தன்னைத் தேவையற்று திட்டுவது போலவும் காட்டினாள். அவள் கணவன் அவளைக் கூர்ந்து நோக்கினார். அதில் அவளை முழுவதும் புரிந்துகொண்டது போலிருந்தது அவர் பார்வை.

அம்மாவைத் திட்ட ஆரம்பித்ததும் முன்னே சென்ற முத்துவேலன் "இன்னொருமுற எங்கம்மாவப் பத்தி பேசுன மூஞ்ச ஒடச்சிடுவேன்" என்றான். சட்டென அவன் சட்டையைப் பிடித்தார். "இவங்கள அனுப்புயா முதல்ல" என்றார் மேஸ்திரிடம். அவனைக் கண்டு சின்ன பயஉணர்ச்சி மேலிடுவதை அவன் உணர்ந்துகொண்டான். பிறகு ஒரு நாள் முத்துவேலன் அவரைத் தாக்ககூடும் என்கிற பயம்தான் அது. மேற்கொண்டு எந்தப் பிரச்சினைச் செய்யாமல் பணம் முழுவதும் அம்மாவிடம் கொடுத்து அனுப்பினார். வெளியே வரும்போதுதான் பெரிய ஆளாகிவிட்டதை அப்போது உணர்ந்தான்.

21

ஃபிரான்சிஸ் தேவசகாயம் வீடு கிழக்குச் சாலைக்கு அந்தப் பக்கம் சாய்நகர், மூன்றாம் முட்டு சந்தில் இருந்தது. மேற்கிலிருந்து நடந்தே சென்றாள் மனோகரி. வீடு பெருக்கி, துடைத்து, பாத்திரம் கழுவி, துணிகளைத் துவைத்துக், காயவைத்துவிட்டு வருவாள்.

ஃபிரான்சிஸ் மனைவி கிரேஸ் ஒரு நோயாளி. கால்கள் வீங்கிய உடலில் உப்பும் சக்கரையும் நிரம்பி வழியும் நோயாளி. ஒவ்வொரு நாளும் உடலைத் தூக்கி நடப்பதே அவளுக்குப் பெரும் அவஸ்தையாக இருந்தது. இந்த நிலை ஃபிரான்சிஸ்ஸுக்கு மனோகரியை நோக்கி திரும்பிவிட்டது.

சின்ன கிண்டல்கள் ஃபிரான்சிஸ் செய்தது தனக்கானது என நினைக்கும்தோறும் அடிவயிறு வரை மூச்சு நிரம்பியது. மெல்ல தன்னை அவன் வசப்படுத்துவதைக் குளிர்ந்த குளத்து நீரில் இறங்குவது போன்ற சுகமிருந்தது. இதெல்லாம் நடந்தேறி விட்டது என்று நம்ப முடிவதில்லை அவளால். அவை என்றோ எப்போதோ தன் மனதில் நிகழ்ந்தவைதாம் என நினைத்துக்கொண்டாள். அவனுடனான தொடர்பை விட முடியவில்லை. மற்றவர்களுடன் பேசியே நாளாகிறது என நினைத்தபோது இந்த தொடர்பின் அவசியம் அவளுக்குப் புரிந்திருந்தது. வெடித்து பிளந்த நிலம் நீரை பருகுவதுபோல மனோகரி அவனிடம் ஐக்கியமானாள். குற்றவுணர்ச்சிகளற்ற நாட்களாக, அந்நாட்கள் ஓடின. குற்றவுணர்ச்சிகள் கிளர்ந்து மேலெழுந்தபோது சமாதானப்படுத்த அவளுக்கு இயல்பாகவே வழிகள் தெளிந்து வந்தன.

மாத்திரைகளை உண்டு கிரேஸ் தூங்கும் நேரம் ஒன்றிருந்தது. சரியாக அந்நேரம் மனோகரி அங்கு வேலைக்குச் சென்றாள். பல நேரங்களில் வேலை முடியாமல் ஃபிரான்சிஸ்ஸுடன் கலவியில்

நிறைந்தாள். ஊரே அந்த மதிய நேரத்தில் தூங்கிகிடந்தது. அவளுக்கும் அவனுக்கும் அந்தநேரம் விழிப்புடன் புத்துயிர்ப்புடன் நட்சத்திரங்கள் மின்ன கிடந்தது.

இனிய இசையை மீட்டும் நேரம். இசையும் பாடலும் சுருதியும் சேர்ந்து கலவைகொண்ட நேரம். சரியான பதம் வந்த போதெல்லாம் மிக எளிதாக வாழ்வை தன்பால் இழுத்துக் கொண்ட பெரிய கனவுக் காலம். வெளிமனதை நெருங்காத சொர்க்கத்தில் திறக்கும் கதவின் கீறல் ஓசை. ஒவ்வாத உணவின் வீச்சம் நாசியில் நிறைந்து குமட்டல் வரும்போது இனிய பழச்சாற்றின் சுவை போன்று நாவை நனைக்கிறது. சேறும் சகதியும் மண்டிய நிலத்தில் கால்கள் மாட்டி உடலைக் குறுக்கும் உற்சாகம் பெருக்கெடுக்கும் திணவு. தோள்களின் மேல் ஏறிய குழந்தையின் சிறுகால்கள் முகத்தில் மோதும் மென்மை. எத்தனைதான் இருக்கின்றன உலகத்தில் திளைப்பதற்கென்றே. மறைவில் செய்யப்படும் குற்றங்களில் இருக்கும் குதூகலம்தான் எத்தனை.

சொற்களைத் தேடும் தனிமை அவளுக்கு இருந்தது. சொல் தேர்வுக்குப் பின்னும் சொற்கள் அவளிடம் விளையாடின. தன் மனஆழங்களைக் கண்டடையும் ஒவ்வொரு தருணமும் வாழ்வில் இதுவரை கண்டிராதவைகள். அவை மிகத்தனிமையில் குற்றவுணர்ச்சிகளை மறைக்கும் விதமாகவும் இருந்தது. சொல் தேர்வில் தேர்ந்தவளாக மாறியிருந்தாள். தோள்களின் வழியாக சொற்கள் வெளியேறின. முலையிலும், தொடையிலும் சொற்கள் பீறிட்டு வெளியேறி ஃபிரான்சிஸைத் திணறடித்தன. திரண்ட தொடைகளைத் தடவி சொற்களை உறிஞ்சினான். முலைகள் அவனுக்கானச் சொற்கள்; அவன் தேடாமல் கிடைத்த இடங்கள். ரகசியத்தைப் பாதுக்காக்கும் மனது தன்னிடமிருக்கிறது என்கிற நினைப்பு புன்சிரிப்பை அவள் முகத்தில் விட்டுவைத்திருந்தது. எந்நாளும் அதில் திளைத்தாள். ரகசியமும் நட்சத்திர ஜொலிப்புபோல மனதில் மின்னியது. கூடைகளில் வண்ணப்பூக்களை நிரம்பி ஓடத்தில் அடுக்கப்பட்டு நீரில் செல்வதுபோன்ற அழகுணர்ச்சியை மனதிலும் உடலிலும் கண்டடைந்தாள்.

ஃபிரான்சிஸ்ஸுக்குக் குழந்தைகள் இல்லை. ஆனால் அவனே ஒரு குழந்தையாக இருந்தான். வீட்டில் துள்ளும் ஒவ்வொன்றும் அவனிடமிருந்து பெறப்பட்டவையாக இருந்தன. சுழிக்கும் முகத்துடன் தீராதவலிகளைத் தாங்கும் உடலைக் கொண்டவள் போன்ற முகத்துடன் இருந்தாள் கிரேஸ். அழகான வெண்ணிற சாந்து பூசியது போன்ற உடல் கிரேஸ்க்கு. அது ஒன்றே அவளிடமிருந்தது. உடலுக்குப் பொருத்தமற்ற பெருத்த

இடை, அவள் நடக்கும்போது எல்லா திசைகளையும் நோக்கி அசைவுகளை வெளிப்படுத்தியது. கைகள் தன்னிசையாகக் காற்றில் அசைந்தாடின. ஒரு உணர்ச்சியை வெளிப்படுத்த அவளின் எல்லா உறுப்புகளும் வேலை செய்தன.

ஒவ்வொரு நாளும் மற்றவர்களை நம்பியிருக்கும் அந்நிலையிலும் அவள் ஃபிரான்சிஸின் மேல் வெறுப்பை வெளிக்காட்டுப்பவளாக இருந்தாள். அவன் அதை ஒரு பொருட்டாக நினைக்கவில்லை. அது அவனுக்குப் பழக்கப்பட்டிருந்தது. குறைவில்லாதச் சொற்களால் அவள் அவனை திட்டியபடியிருந்தாள். அப்படி செய்வது அவளுக்கு ஒருவகை திருப்தியை அளித்தது. தன் உடல் வெளியிடும் கழிவுகளாலும் நாற்றங்களாலும் உடல் வெடித்து சிதறி திசையெங்கும் பரவிவிடும் என நினைத்தாள். சீழ்வடிந்த உடல்பகுதிகள் நாள் முழுவதும் உடலின் நரம்புகளில் பரவியதை கண்டுணர்ந்தாள்.

ஃபிரான்சிஸ் அவளைக் குழந்தையை அணைப்பது போன்று அணைத்துக்கொண்டான். அவளுக்கு அந்த சுகம் தேவையாக இருந்தது. ஆனால் வார்த்தைகளில் வெளியேறும் வெறுப்பு பாவனையாக மாறுவதை அவள் உணர்ந்தபடியிருந்தாள். அவன் அமைதியுருவது தனக்கான ஆழ்மனதைத் திறக்க உதவுவதாக நினைத்தாள். அதில் கோபமும், கொந்தளிப்பும் கொண்டு கணங்கள் நிரம்பி வழிவதைப் பார்க்கும் சமயங்களில் அவளுக்குச் சிரிப்பாக இருந்தது. அவன் மெல்ல மெல்ல கிரேஸின் தூக்கத்தை அதிகரிக்கச் செய்ய மாத்திரைகளை அதிகரித்தான். தூக்கத்தில் அவள் முகம் கொதிப்பதைக் கண்டு ரசித்தான்.

மேலும் அவளுடன் விளையாட விரும்பினான். ஆனால் அதில் இருக்கும் சிறுபிள்ளைத்தன விளையாட்டுகளை மனோகரியைக் கண்டதுமே அவளிடம் வெளிப்படுத்தத் துள்ளிக் குதித்தோடியது அவன் மனம். சீண்டல்களில் ஆரம்பித்து, தொடுகைகளில் தொடர்ந்து அவளைப் படுக்கையில் ஒவ்வொரு நிமிடத்தையும் பயன்படுத்தினான். ஒவ்வொரு நாளையும் மரக்கட்டைகளைப் பிளப்பதுபோன்று அவளைப் புணர்ந்தான். அவள் துடிப்பதில் இருக்கும் ரசிப்பை அவன் இழக்கத் தயாராகயில்லை. அவன் ரசிக்கும் ஒவ்வொன்றையும் அவளும் ரசித்தாள். தன்னை ரசிக்கத் தூண்டும் ஒவ்வொன்றையும் அளிப்பதில் அவளுக்கு அலுப்பேற்படவில்லை. இருவரின் தேவைகளும் ஒன்றாயின. இருவரின் சுயநலங்கள் ஒன்றாயின.

மனோகரி சிறிய பையை மடித்துத் தோளில் மாட்டி அழகாகப் பிடித்திருந்தாள். அவளுக்கு அந்தப் பை பிடித்திருந்தது. அதன் நிறம் அதன் சிறு அறைகளில் விருப்பமான பொருட்களை

அதில் வைத்துக்கொள்ள பிரியப்பட்டாள். கணவர் வாங்கிக் கொடுத்தப் பை. அதில் எப்போதும் அவளுக்குத் தேவையான பொருட்கள் அதில் இருக்கும். அவர் இறந்த கொஞ்ச நாளில் அந்தப் பை காணாமல் போனது. பிறகு அவள் வேலை செய்யும் இடத்தில் இருக்கும் பிரான்சிஸ் ஒரு விலையுயர்ந்த ஒன்றை பரிசளித்தார்.

ஒரு நவீனத்தின் அடையாளமாக அது எப்போதும் அவள் பக்கத்திலேயே இருந்தது. எல்லா இடங்களுக்கும் அந்தப் பையை எடுத்துச் சென்றாள். வேலைக்குச் செல்லும் இடங்களி லெல்லாம் அதைக் கொண்டுச் சென்றாள். அதன் மேலான மோகம் என்பது தன் காமத்தின் மீதானது என புரிந்துகொள்ள கொஞ்ச நாளாகியது. முதலில் அதைத் தூக்கி எறிந்துவிட நினைத்தாள். ஆனால் அதை எளிதாக செய்துவிட முடியவில்லை. ஒருமுறை தூக்கி வீட்டின் மூலையில் போட்டுவிட்டாள். குற்றவுணர்ச்சிகளிலிருந்து விடுபட அதைத் தூரத்தில் கண்ணுக்குத் தெரியாமல் வைத்துக் கொள்ள நினைத்தாள். ஆனால் கொஞ்ச நாளிலேயே அவளிடம் வந்துவிட்டது.

தூரத்து மேக மறைவில் ஒளிரும் சிறுமின்னல்கள் போல அந்த ரகசியம் அவளை உயிர்ப்பித்துக்கொண்டிருந்தது. ஒவ்வொரு துளியும் ருசிக்கருசிக்க அதன் மேல் அதிக மோகம் கொண்டாள். பிறகு ஒருநாள் அதை நினைத்து நாளெல்லாம் அழுதபடியிருந்தாள். ஆனால் அவளுக்கு அவன் மேல் இருந்த காதல் அவளைவிட்டு அகலவில்லை. ஃபிரான்சிஸ்ஸின் மோகம் வியப்பூட்டும் ஒன்று. புதிய நிலங்களை வாங்கி பிளாட் போட்டு விற்க வேண்டும் என்பது குறித்து எல்லா நாட்களும் அவன் பேசியதாக அவள் நினைவில் இருந்தது. அது குறித்து பேசாத நாளை எண்ணிவிடலாம்.

வீட்டுவேலை செய்ய அவளுக்கு ஒரு மணிநேரம் போதுமானதாக இருந்தது. ஆனால் மூன்று மணிநேரங்களை அங்கு செலவிட்டாள். வீட்டைப் பெருக்கித் துணித்துவைத்துப் பாத்திரங்களை கழுவுவது மட்டுமே அவள் வேலை. சமையல் செய்வது ஃபிரான்சிஸ்தான். பாத்திரங்களின் ஓசைகள் எதிரொலிக்க சமைத்துக்கொண்டிருப்பார். ஞாயிற்றுகிழமைகளில் மட்டும் வெளியே வாங்கி வந்துவிடுவார். கைலியைத் தூக்கிக் கட்டிக் கொண்டு எதை எங்கே எடுத்தோம் என்பது தெரியாமல் எல்லாவற்றையும் ஒரே இடத்தில் குவித்துப்போட்டு செய்துகொண்டிருப்பார். ஒரு கூட்டுடன் சாம்பாரும், ரசமும் கட்டாயம் இருக்கும். கொஞ்சம் கொஞ்சமாக மதிய உணவை அங்கேயே உண்ண ஆரம்பித்தாள். பிறகு மகன் முத்துவேலனுக்கும் எடுத்துச் செல்ல ஆரம்பித்தாள்.

கலவியில் வேகம் கொண்டவராகத் தன்னைச் சித்திரித்துக் கொள்வதில் அதிக பிரியமுடையவர் என்கிற எண்ணத்தை அவள் அடைந்தது; நிலத்தின் மீதனான ஆர்வத்தில் அவருக்கு இருக்கும் பொறுமையை வைத்துதான். கலவி முடிந்த சமயங்களில் நிலம் பற்றி பேசுவார். அது ரோட்டிற்கு அந்தப் பக்கமுள்ள இன்னும் பண்படாத பிளாட்டுகளாக நிலங்களின் மீதுதான் எப்போதும் இருக்கும்.

ஆர்டிஓ அலுவலகம் சென்று நிலங்களின் சர்வே நம்பர்களை எடுத்து வந்திருந்தார். அவைகளின் வழிகாட்டுதல்களைக் கொண்டு எந்தப் பகுதியில் எந்த சர்வே எண் இருக்கிறது என்கிற செய்திகள் அனைத்தும் அவருக்கு அத்துபடியாக இருந்தது. கூடவே பேனாவை வைத்து பேப்பரில் எழுதிக்கொண்டு வருவார்.

எது மேட்டுநிலம் எது தாழ்வானநிலம், எதில் தண்ணீரின் அளவு எப்படியிருக்கிறது, அதன் வாஸ்து சாஸ்திரங்கள் பற்றி விலாவாரியாகத் தெரிந்து வைத்துக்கொண்டிருந்தார். இறந்த கணவனுக்கு நிலம்பற்றி தெரியுமே தவிர அதன் விலை, வாஸ்து போன்றவைகள் பற்றி தெரியாது. ஃபிரான்சிஸ்ஸின் ஆர்வம் நாளுக்கு நாள் அதிகரித்தது. வீட்டுமனைப் போடும்படி நிலங்கள் அவனுக்குக் கிடைக்கவில்லை. வேறு தொழில் செய்ய அவனுக்கு ஆர்வமும் வரவில்லை.

ஒருநாள் அவள் இருக்கும் வீட்டை விலைக்குக் கேட்டான். வீடு என்றதும் அவளுக்கு அவன் மீதான ஆர்வங்கள் குறைந்தன. வீடும் நிலமும் அவனும் வேறு என்ற எண்ணம் தோன்றிய போதே அவன் வீட்டிற்குச் செல்வதை நிறுத்திக்கொண்டாள்.

22

“தம்பி, உனக்கு ஒரு விஷயம் தெரியுமா? நா சின்ன பையனா இருக்கும்போது எங்கூர்ல மாடுபிடிக்கு யார் வாரதுன்னு பெரிய சண்டையே நடக்கும்.”

வரவழைத்துக்கொண்ட உற்சாகத்துடன் “அண்ணே, நீங்க என்ன மாட்டையா புடிச்சீங்க, சும்மா வேடிக்கை இல்ல பாத்திருப்பீங்க” என்றான். அவர் அதை கவனிக்காதவர் போல், “மாடுல எத்தன வகையிருக்குத் தெரியுமா? நாங்க வெச்சிருந்த மாடுங்க மாதிரி யாரும் எங்கப் பக்கத்துல வெச்சிருக்கல, நாங்க மாட்ட கொடுத்தாதான் மத்தவங்க கொடுக்க முடியும். வீட்டுக்குள்ளேயே பன்னிரெண்டு பசுமாடு இருச்சு, எட்டு காளை மாடுங்க, எருமை மாடுங்க வேற பத்து இருக்கும்.”

இன்னும் வேடிக்கை முத்துவேலன் மனதிலிருந்து போயிருக்கவில்லை. “நீங்க ஆட்ட சொல்றீங்களா அண்ணே” என்றான்.

“பலவகை மாடுங்க அப்ப இருந்துச்சு, மயிலை, செவலை, காங்கேயம், தெக்கத்தி இப்படி பல மாடுக இருக்கு. அதுல தெக்கத்தி மாடு இல்லன்னா தஞ்சாவூர் மாடுன்னு சொல்லுவாங்க, அதுதான் இருக்கும். அதுக்கு உப்பளச்சேரின்னு ஒரு பேரு வேற இருக்கும். பாக்க தக்னூண்டாதான் இருக்கும். பெரிய திமிலு, சும்மா புயல்மாதிரி பாஞ்சுவரும்பாரு, ஒரு பய நிக்க முடியாது.”

வெளியே வந்த மாரி, ராஜேந்திரனைக் கண்டது எரிச்சல்கொண்டாள். கண்களைச் சுருக்கி அவரை பார்ப்பது அப்பட்டமான வெறுப்பு என்று தெரிந்தது. சூழல் குறித்து எந்த அக்கறையும் அவளுக்கு இல்லை என்பது அவள் பார்வையிலேயே தெரிந்தது. அவளைப் பார்த்ததும் அதை புரிந்துகொண்டார் ராஜேந்திரன். ஆனால் அதை வெளிக்காட்டாதத்

திறனுடன் "என்ன புள்ள நல்லாயிருக்கியா?" என்று அவரது சுவாரஸ்ய தொடர் பேச்சுகளின் இடையே அதை கேட்டார்.

மீண்டும் அவரது பேச்சு சென்றுவிட்டது அவருக்கே தெரிந்தது. பேச்சின் சுவாரஸ்யம் எப்போது அவரை இயக்கியது. அதுவும் முத்துவேலன் மாதிரி எல்லாவற்றையும் கேட்கும் ஒருவன் இருக்கும்போது அவருக்குக் கவலையிருக்கவில்லை.

"நீங்க எங்க அண்ணே மாடு புடிக்க போறீங்க" என்றான். அவரது அலுக்காத உடையலங்காரமும் மெல்லிய நடையும் முத்துவேலனை அப்படி கேட்க வைத்தது.

"என் டிரஸ்ச பார்த்து அப்படி சொல்றே, அது ஒருவகையில சரிதான். உடம்பு மட்டுமல்ல மனசும் தயாராக இருக்கணும், இப்படி உடுப்பு போட்டுகிட்டு இருக்கிற மனசு கொண்ட மனஷனால புடிக்க முடியாதுதான். எங்க அப்பாரு புடிப்பாரு. பெரிய மாடுபுடி வீரன் அவரு, நானும் கூடவே கலந்துக்குவேன். உடல்மேல் ஆசை இருக்குறவனுக்கு மாடுயில்ல எதையுமே புடிக்க முடியாது. சின்ன காயம் பட்டாலும் மரவட்ட மாதிரி ஒதுங்கிக்கத் தோணும். ஆனா எங்கப்பாருக்கு அதெல்லாம் கொஞ்சமும் கிடையாது."

"இவ்வளவு பண்ற அப்பாருக்கு மாடு மேல அவ்வளவு காதல் இருந்துச்சு. மாடு எப்ப நல்லா உற்சாகமா இருக்கு, எப்ப உடம்பு சுகமில்லன்னு கரிக்டா சொல்லிடுவாரு. அதோட நடய பார்த்தே உடம்பு என்ன வந்துருக்குன்னு சொல்லிடுவாரு."

"அப்புறம் எப்படிண்ணே மாடு புடிக்க முடியும்"

நல்ல ஆரோக்கியமா இருக்குவனாலதான் புடிக்கவே முடியும். "மாடுபிடிக்கிறப்ப ஒரு விலக்கம் வந்துடும். அதான் வீரம்னு நாம சொல்லிகிடுதோம். இந்த உலகத்திலேந்து நாம நம்மை விலக்கிக்கிறோம். நம்ம உடம்புலேந்து வெளியே போற விலக்கம் இருக்கே, அது அவ்வளவு ஈசியில்ல. எதையும் சந்திக்கத் தயாரா இருக்குற ஒருத்தனாலதான் முடியும். எப்பையுமே மாடுகள்ல எது ஈசியோ அத புடிக்க மாட்டாரு எங்கப்பாருக்கு."

"ஆனா உங்க அப்பா சீக்கிரம் போய்ட்டாரே."

"நாந்தான் முன்னாடியே சொல்லியிருக்கேனே, மனசு ஒடிஞ்சிதான் செத்தாருன்னு, எம்பது வயசுவரைக்கும் எங்க தாத்தா இருந்தாரு. அவருமாதிரிதான் எங்கப்பாரும் கிடப்பாருன்னு நினைச்சேன். ஆனா பொசுக்குன்னு போயிட்டாரு. மாடுமுட்டி போயிருந்தாலும் பரவாயில்ல. வயல்ல உழுந்துல்ல போனாரு."

"ஆனா பாரு மாடுபிடியில எப்பையுமே தோத்தது கிடையாது. ஒரு மாட்ட தேர்ந்தெடுத்து அதுமேல விழுந்தாருன்னா, சாமான்யத்துல விடமாட்டாரு. சப்புன்னு போட்டு அழுத்திடுவாரு. மாடு தப்பிக்கவே முடியாது. ஒருமுற, ஒரு சிப்பி காளையா புடிக்கும்போது வழுக்கி விழுந்துட்டாரு, விழுந்தவரு குப்புறவிழாம மல்லாக்க விழுந்தாரு பாரு. கொட்டய மிதிச்சு போட்டு மாடு. ஒருமாசம் எங்கேயும் நவுறாம கட்டிலேயே கிடந்தாரு. அப்பதான் ஆத்தா திட்டி நா பாத்தேன், அவரால எந்திருச்சி அடிக்க முடியாதுல. பேசாம கண்ண மூடிகிட்டுக் கிடந்தாரு. அப்ப ஆத்தா திட்டும்போது பல்லபல்ல கடிப்பாரு."

அலைகளில் மிதக்கும் படகுபோல வார்த்தைகளில் மிதந்து சென்றார். கண்கள் ஒளிப்பெற்று தூரத்துத் தொடுவானத்தை பார்த்துக்கொண்டிருந்தன. கற்பனையில் தவழும் ஒரு அலாதி முகத்தில் வந்துவிடுகிறது.

"ஒருமுறை ஊருக்குப் போய்ட்டுவாங்கண்ணே" என்றான் முத்துவேலன், அவர்மேல் இருந்த கண்களை விலக்காமல்.

முகம் கற்பனையைத் துறந்து அமைதியடைந்தது. தரையை நோக்கிய கண்கள் நிதர்சனத்தை மென்று விழுங்கின. கண்கள் நீர் கோர்த்துவிடுவதற்கு முந்திய நிலையில் இருந்தன.

"அட ஊர்ல என்னதான் இருக்குன்னு பாத்துட்டு வாங்கண்ணே."

"கொஞ்சம் தண்ணி குர்றா தம்பி."

முத்துவேலன் அவசரமாக எழுந்து உள்ளே சென்றான். கையில் சின்ன சொம்போடு வெளியே வந்தான். ராஜேந்திரனின் சுரத்து குறைந்துபோனது முத்துவேலனுக்கு வருத்தமாக இருந்தது. தண்ணீர் கேட்டதுகூட அந்தச் சங்கடத்திலிருந்து எழுந்ததுதான் எனத் தோன்றியது. தண்ணீரை வேகமாகக் குடிக்க ஆரம்பித்தார். அவர் கண்கள் நாயின் கண்கள்போல கலங்கியிருந்தன. அதை மறைக்கதான் அவர் தன்னைத் தண்ணீர் மோட்டுவரச் சொல்லியிருப்பார் என நினைத்தான். லேசாகக் கணைத்துக் கொண்டார்.

"மாடுபிடிக்கிற நுட்பத்த பத்தி சொல்லிக்கிட்டே இருக்கலாம். அதுல அவ்வளவு இருக்கு. பொங்க சமயத்துல பசு மாட்டுலேந்து எரும மாடுவரைக்கு எல்லாமே வெளில வரும். தக்கையில செஞ்ச கலர்கலரா மாலை இருக்கும். இப்ப இருக்கான்னு தெரில. இப்பெல்லா புதுசுபுதுசா பிளாஸ்டிக்குல வந்திருக்கே. கொம்பெல்லாம் சீவி, அதுகளுக்குப் பெயிண்ட் அடிச்சு, முதல்ல மாட்ட நல்லா குளிப்பாட்டுவோம், மஞ்சளு

குங்குமமெல்லாம் வெச்சு, இந்தத் தக்கை மாலைய கழுத்துல கட்டுவோம். புதுவெள்ளிக்குடத்த அலங்கரிச்சமாதிரி மாடுக அப்படி அழகாயிடும். காளைகள வண்டியில பூட்டி ஊர ஒரு ரவுண்டு அடிச்சு வருவோம் பாரு, காளைகள அப்ப நீ பாக்கணும் என்ன சந்தோஷ வெறி இருக்கும் தெரியுமா அதோட கண்ணுல.”

தன்னுள் ஆழ்ந்துபோனார். தனக்குப் பிடித்தவைகளை மனிதன் பேசும்போது ஏற்படும் ஒரு சுணக்கம் வந்ததைக்கொண்டு புரிந்துக் கொள்ளலாம். கண்கள் சிறிதாகிக் கூர்மையடைந்தன. எங்கோ எதையோ பார்க்கும். ஆனால் சுற்றுப்புறத்தை எதையும் கவனிக்காத கண்கள். கண்கள் கலங்கின, உதடுகள் கோணலாயின, காதுகளை விடைத்து, தோள்கள் குலுங்க குனிந்த தலையை வலது கையால் பிடித்தபடி அழ ஆரம்பித்திருந்தார். முத்துவேலன் பதறி அவரைத் தொட்டான். ஆனால் அது அவன் எதிர்பார்த்ததுதான்.

கம்பீரமான பெரிய உடலிலிருந்து வெளிப்படும் குழந்தைத்தனம் பார்ப்பவர்களை அருவருக்கச் செய்வது. ஆனால் அவரது இந்தச்செயலில் ஒரு உண்மைதன்மை இருப்பதை மறுக்க முடியவில்லை. சம்பிரதாயமாகச் சில வார்த்தைகளைச் சொல்லி சமாதனப்படுத்துவதுபோல பேசியது அவனுக்குச் சற்று வேடிக்கையாக இருந்தது.

“அண்ணே என்ன சின்னபிள்ளயாட்டாம் அழுவ. விடுங்கணே நமக்குக் கிடைச்சது அவ்வளவுதான்.” ஆனால் இந்த அழுகையைக் கண்டு முத்துவேலனின் முகம் மாறியிருந்தது. ஒருசில நிமிடங்களில் எதுவும் சொல்லிக்கொள்ளாமல் ராஜேந்திரன் வெளியேறினார். அவர் விட்டுச் சென்ற இடத்தில் வெற்றிடமாக இருப்பதாக நினைக்க முடியவில்லை. அவர் எண்ணங்கள், அழுகைகள், தோல்விகள் அங்கே இருந்தன.

ஒரு குறிப்பிட்ட நேரத்திற்குப்பின் எரிச்சலும் கோபமும் உள்ளத்தில் உண்டானதை உணர்ந்தான் முத்துவேலன். என்ன மாதிரியான வாழ்க்கை இவருக்கு, நகரம் என்ன கொடுத்து விட்டது என்று இங்கேயே கிடக்கிறார். தன்னைத் துன்பப்படுத்தி மற்றவரையும் துன்பப்படுத்திப் பார்க்கும் குணம் ராஜேந்திரனுக்கு என நினைத்தான். தோல்வியும் பயமும் நெஞ்சில் குடிகொண் டிருக்க விட்டிருப்பவர். இந்தக் காலையின் புத்துணர்ச்சியை அளிப்பவர், இன்று இயலாமையை அளித்துச் சென்றிருக்கிறார்.

நீலவண்ண காரை ஒருமுறைத் தொட்டுவிட்டு வந்தான். அதன் முகம் லேசாகத் தூங்கி விழித்ததுபோல காணப்பட்டது. அதற்கு இந்தக் குளிர் பிடித்திருக்கும். இந்தக் குளிரின் வெம்மையைத் தன் உடலில் ஏற்றிவைத்திருக்கும். உடலை சிலிர்த்துக்கொள்வதாக ஒரு உணர்வு மனஆழத்தில் தோன்றியது. இதேபோன்ற அழகிய

பிளாட்டும் ஒரு குளிர்ந்த உடல்கொண்ட அழகான காரையும் வாங்கவிட வேண்டும். அதில் மாரியையும், மணவாளனையும் ஏற்றிக்கொண்டுச் செல்ல வேண்டும்.

எல்லா சிந்தனைகளையும் ஒருங்கிணைக்கும் ஓர் இடம் இருந்தது. காலையில் தோன்றும் சிந்தனை அவனை புத்துணர்ச்சி கொள்ள வைத்தது. எல்லா பகல்கனவுகளும் பலிக்கப்போவதில்லை என்கிற எண்ணம் மனதில் தோன்றிய அடுத்த கணமே, முகத்தில் சோகக்கலை அப்பிக்கொண்டது. காலை செந்நிறத்தை நோக்கி வந்துகொண்டிருந்தது. ஆற்றில் வரும் முதல் தண்ணீரின் சேற்று வண்ணம்போல ஒளி எல்லா இடங்களிலும் வழிந்தோடியது. கனவுகள் நிச்சயம் வெற்றியடையும். ராஜேந்திரனைப் போல கிடைக்காத ஒன்றை நினைத்து ஆசைப்படுவதும் கிடைக்கப் போவதில்லை என்று நினைக்கும்போது பதற்றமும் ஏற்படு வதை நினைத்து சிரித்துக்கொண்டான். மனிதர்கள் கரிய நிழல்போல நடந்து சென்றுகொண்டிருந்தார்கள். சிலர் பால் வாங்கபோவதும், சிலர் டீ குடிக்கப் போவதுமாகக் காலையின் மகிழ்ச்சியோடு நடந்து சென்றனர்.

நாயொன்று தன் குட்டியைத் தேடி அடித்தொண்டையில் அழைப்பது சின்ன அழறலாகக் கேட்டது. குட்டியைத் தேடும் நாயின் குரல் அவன் அலைக்கழிப்பை அதிகரிக்கச் செய்தது. மீளாத் துயரில் இருக்கும் ஒருவரது குரல் அது. அதிலிருக்கும் துயரம் மனதை சங்கடப்படுத்தியது. மனம் அதன் அருகில் ஓடி அதற்கு ஆறுதல் சொல்ல வேண்டும் எனத் தோன்றியது. எதை நான் பெற விரும்புகிறேன் என்கிற உணர்வு மனதில் சின்ன அதிர்வை உண்டுபண்ணியது.

“ஏங்க இன்னுமா உட்காந்து கிடக்கீங்க” என்கிற அலறல் உள்ளிருந்து கேட்டது. அவள் கண்முழித்து தன் வேலைகளைச் செய்யத் தொடங்கிவிட்டாள். அவளுக்கு எல்லா வேலைகளையும் உடனே செய்துவிட வேண்டும். ஒவ்வொரு நாளும் வேலைகள் செய்ய மட்டும்தான் என்கிற நினைப்பு. அதைத்தாண்டி வேறு சிந்தனைகள் இல்லை. எதைப் பற்றியும் கவலையில்லை. எதை நோக்கியும் அவள் அகம் குவிவதில்லை என்கிற நினைப்பு, அவனைச் சிரிக்க வைத்தது.

எல்லா விஷயங்களுக்கும் ஒரு தீர்க்கமானத் தீர்வு அவளிடமிருக்கிறது. மனிதர்கள் ஏற்றுக்கொள்ள முடியாதவை யாக அவை இருப்பதும் ஆனால் மனிதர்களால் அதை சாதாரணமானதாக ஏற்றுக்கொள்ளகூடியதாகவும் ஆகிவிடும் அதிசயம் அவனுக்குப் பிடிபடவில்லை. எதிர்சாரி வீடுகளில் இருந்த ஒரு பெண் ஓடிப்போனதை ஏற்றுக்கொள்ள முடியாத

அவளால் அவன் அம்மாவின் செய்கையை ஏற்றுக்கொள்ள முடிகிறது.

அம்மா என்றதும் அவன் உடல் பதறியது. நிதானமான நடையுடன் கண்களில் ஒருவித போதையை வைத்திருப்பதும் பிறரைத் துளைத்துவிடும் பார்வையில் நோக்குவதும் அவளது இயல்புகளாக நினைப்பதை அவன் அப்போது வெறுத்தான். உண்மையிலே அப்படி ஒரு பார்வையைக் கொண்டிருப்பது அவளது செயற்கையினால்தான் என்பதை நினைக்க அருவருப்பூட்டியது. அல்லது தான் அப்படி நினைக்கிறேனோ என நினைத்து ஒரு சமயம் பயந்தது உண்டு. ஆனால் இப்போது அப்படியில்லை. அறுதியிட்டு அது மனதிற்குப் புரிந்தது. எதாவது ஒரு சந்தர்ப்பம் கிடைத்தால் அவளைக் கொல்ல வேண்டும் என நினைத்துக்கொண்டான்.

23

மழையின் வழியே வயலைப் பார்ப்பது ஒரு பெரிய தரிசனம். சில்வண்டுகளின் கிரீச்சிடல்கள் முதலில் தொடங்கும். மழை வலுப்பெற, அவை ஓலங்களால் மழையை விஞ்ச நினைக்கும். மழையின் சாரல்கள் பொன்னிறமாகப் பிரதிபலிக்கும் வெயிலைக் கொஞ்ச நேரத்தில் அமிழ்த்தி இருட்டை அழைத்துவரும். ஆனால் வெளிச்சம் ஒரு நிறைபோல வழிந்து எல்லா இடங்களிலும் பரவியே இருக்கும். சில்வண்டுகள், தவளைகள், பறவைகளின் அழைப்புகள் மகிழ்வை வெளிப்படுத்துகின்றன என்பது புரிய சற்று நேரமாகும். அதற்குள் மழை விட்டிருக்கும். பூச்சிகளின் ஓசைகள் சட்டென நின்றுவிடும். எப்போதும் போன்றதொரு அமைதி யுடன் வெயில் ஒரு புதிய பொழிவுடன் வெளியே வரும்.

மழையில் சட்டையின் தோள்பகுதி நனைந்திருந்தது. தலைமுடி மழையின் ஈரத்தால் படிந்து காது ஓரமாக நீர் வழிந்தது. சிறுவன் ராஜேந்திரன் ஓடும்போது வயல்களில் இருந்த நீர்த் தெறித்து அவன் பின்பக்கமாக வீசியடித்தது. நிற்காமல் ஓடினான். கொல்லைப் பக்கமாக வீட்டிற்கு வந்தான். உள்ளே வந்தவன் யோசித்தவனாக வாசல் வழியாகத் தெருவிற்கு வந்து “ஏலே... அக்காவே...” என்றழைத்தான். ஆறு வீடுகள் தள்ளியிருந்த அவன் “ஓ . . . வ்” என்று பதிலளித்தான். “நாளைக்குப் பள்ளிக்கூடம் உண்டாடேய்” என்றான். சில விநாடிகளுக்குப்பின் “லீவுடோய்...” என்று பதில் வந்தது. “சரி...டா” என்று பதிலளித்துவிட்டு உள்ளே ஓடினான். அவர்கள் இருவரும் இப்படிதான் பேசிக் கொண்டார்கள்.

பூஜையறையில் பெரிய பாட்டியும் அம்மாவும் நின்றிருந்தார்கள். பக்கத்தில் ஆழ்ந்த கனவுக்குள் நின்றிருந்தார் அப்பா கனகசபை மழவராயர்.

குலதெய்வம் மன்னசிங்காரியின் படம் மத்தியில் இருந்தது. சுற்றிலும் விநாயகர், முருகர் கடவுளர்களின் படங்கள். சாமி அறையின் கீழ்பகுதியில் சந்தனம் குங்குமப்பொட்டு வைத்து அலங்கரித்த பாட்டியின் கருப்பு வெள்ளை புகைப்படம், ஒரு பக்கமாக பார்க்கும் வெகுளிப் பெண்ணின் தோற்றம். கண்களுக்குச் சிரத்தை எடுத்து தீட்டிய மை, தலையில் மல்லிகைச் சரம், கழுத்தில் இரட்டைவட சங்கிலி. இரண்டு மூக்குகளிலும் 'ட' வடிவ மூக்குத்திகள். அவற்றின் மினுமினுப்பு புகைப்படம் முழுவதும் நிரம்பியிருந்தது. ஒவ்வொரு மாதமும் துடைத்ததால் ஓரங்கள் சாயம்போயிருந்தது. சமயங்களில் புகைப்படத்தைக் கூர்ந்து நோக்குவார். அந்தப்படம் எப்படி அவருக்கு நிலத்தின்மீதான ஆர்வத்தைத் தூண்டுகிறது என்று நினைப்பான் சிறுவன் ராஜேந்திரன்.

வீட்டிலிருந்து இறங்கி மேற்கே செல்ல மாரியம்மன் கோயிலின் பக்கத்தில் இருந்த குளத்தில் சற்று இடப்பக்கம் திரும்பிய சாலையில் மேலே ஏறி முக்கிய கரடுமுரடான சாலைக்குள் வந்து வலது பக்கம் ஒரு பர்லாங்க் தூரம் நடந்து சென்றால் அவரது பரம்பரையான ஒரு மாகாணி இருந்தது. சாலையோரத்து சின்னஓடையில் இறங்கி கால்கள் நனைத்து பத்து தப்படி எடுத்துவைத்தால் அவர் நிலம். நிலம் காய்ந்து ராஜேந்திரன் பார்த்ததில்லை. சரியாகப் பாத்திக் கட்ட, நீர் தேக்க, களைகளைப் பறிக்க, என்று ஒவ்வொரு நாளும் அங்கிருப்பார்.

தட்டுமாட்டுவண்டியில் அப்பா அன்று வயலுக்கு வந்தார். வாய்க்காலில் கால்வைக்காமல் தாண்டி வயலில் நின்றார். கைகள் வானத்தை நோக்கியிருக்க கண்களை மூடி சில மந்திரங்களைச் சொல்லி கீழே குனிந்து மண்ணை எடுத்து நெற்றியில் பூசினார். அவர் முகம் அங்குமிங்கும் திரும்பியது. அவர் அறிந்த நிலத்தின் வாசனையைத் தேடுக்கிறார். பல ஆண்டுகளாக இந்நிலத்தைக் காய்ந்த நிலமாகவும், நீர் பாய்ந்த சேற்றுநிலமாகவும், விதைவிதைத்துப் புற்கள் போன்று வளர்ந்த நிலமாகவும், காற்றில் ஆடிதவழும் கதிர் முதிர்நிலமாகவும் பார்த்திருக்கிறார். எல்லா பருவத்தையும் கண்களில் நிறைவுடனேயே இருந்திருக்கிறார். ஆனால் இன்று தன்னை இயக்கும் சக்தி முழுவதும் இழந்துவிட்ட வெற்றுடலுடன் நிலத்தின் முன் நின்றார்.

மண்ணுக்குள் தெரியாமல் ஒளிந்திருக்கும் உயிர்ப்பைத் தன் உடல் வேண்டுவதுபோல கைகளைக் குறுக்காகக் கட்டிக்கொண்டார். இன்னும் சில மணிநேரத்தில் இந்த இடம் காணாமல் போகக்கூடும். உழுவதனால் அமையும் மேல்கீழ் மண்ணின் இடமாற்றம் போய், சுத்தமாகத் தார்க்கொட்டி மூடப்போகிறார்கள். பதினைந்து பிள்ளைப் பெற்றவளின் கனிந்த

உடலை போன்று கிடந்த நிலம்; இனி இறுகிய பிணத்தின் உடலாகப் போகிறது. இங்கேயே பிறந்து வளர்ந்து சந்ததியைப் பெருக்கிவிட்டப் புழுக்கள், எறும்புகள், சிறுபூச்சிகள் காலம்காலமாக வளர்ந்து வந்த சந்ததிகளை மொத்தமாக மூடி அழிக்கப்போகிறார்கள்.

தூரத்தில் குழந்தையின் அடம்போல நாரைக்கூட்டத்தின் சீரான ஒலிகள் கேட்டன. கண்களில் வெண்ணிறத் தூசிகள் பறந்துவந்து மோதின. செல்லமாகக் கண்களைமூடி ஏற்றுக் கொண்டார். உதட்டில் மண் துகள்களும், உப்புக் காற்றும் செல்லமாக வருடியது. உதட்டை வேகமாக ஈரப்படுத்திக் கொண்டார். காற்று ரோட்டைத் தாண்டி அந்தப் பக்கத்து நிலத்தைப் பார்த்து, பாய்ந்து ஓடின. காற்றில் தூசியும் மண்ணும் ஈரப்பதமும் கலந்திருந்தது.

அப்பாவின் கரங்களில் உணர்ந்த கனத்த அன்பை பின்னாளில் நிலத்தை நினைக்கும் ஒவ்வொரு சமயமும் ஆழ் மனதில் ராஜேந்திரனால் உணரமுடிந்தது. அவருக்கு நிலம் தெய்வம். கன்னி தெய்வம். பூச்சூடி, கண்ணுக்கு மையிட்டுப் பட்டுப்பாவடைச் சட்டை அணிந்த பெரிய கண்களுடைய குழந்தை தெய்வம். அவரைப் பெற்ற பின் இறந்துபோன அவருடைய அம்மாவின் மறுஉருவம்.

நீண்ட நேரம் நின்றிருந்தார். குறுக்காகக் கட்டியிருந்த கைகளை எடுக்கவில்லை. அப்பாவை கூர்ந்து கவனித்த ராஜேந்திரனுக்கு அவரின் செயல்களின் சந்தேகம் மனதை அரித்தது. தன் வலியை எவ்வழியில் கடத்துவது என்று தெரியாமல் குலுங்கும் தோள்கள், உதடுகளின் கோணல்களோடு நிலத்தை அறைந்து விழுந்தார். நிலம் அதிர்ந்து, அவரைச் சுற்றி தூசிகள் அலைபோல அவர்மேல் பறந்து அமிழ்ந்தன.

பின்னால் திரும்பி நின்றிருந்த மக்களை நோக்கி கைக்காட்டி வேகமாக அசைந்தான் ராஜேந்திரன். அவசர செய்கையால் நான்குபேர் ஓடிவர ஆரம்பித்தார்கள். ஓடிவந்தவர்கள் பதறிப்போய் நின்றார்கள். பிறகு மீண்டும் ஓடிவந்து அவரைத் தூக்கி அமர்த்தினார்கள். கண்கள் மூடியிருக்க, கைகள் தொளதொளவென ஆட தலை துவண்டது. முதல் குழப்பங்களுக்குப் பிறகு கால்களும் கழுத்தும் துவள அவசரமாக மாட்டுவண்டியில் ஏற்றி படுக்க வைக்கப்பட்டார். ஒருவர் அவசரமாக “எடுங்கடா வண்டிய” என்று சத்தமிட்டார். தம்பியையும் கூப்பிடு என்று ஒருவர் சொல்ல, மற்றொருவர் ராஜேந்திரனைத் தூக்கி வண்டியில் வைத்துக் கொண்டதும், மாடுகள் புயல்வேகத்தில் ஓடின.

திருக்கருக்காவூரில் ஒரு டாக்டரும் ஒரு நர்ஸும் இருப்பார்கள். மீறிப்போனால் சில ஊசிகள் போடமுடியும். தஞ்சாவூருக்குச்

செல்வதே சரி என்று முடிவோடு கிளம்பினார்கள். சிறுவன் ராஜேந்திரனின் கண்களில் சிறுஒளி ஊடாடியது. வண்டிமாடு வேகத்தைப் பார்க்கபோது அந்தப் பயணம் முக்கியமானது என நினைத்தான். தன்நிலைமையை நினைத்து அமைதியாக இருக்க அவன் மிகவும் பிரயாசைப்பட வேண்டியிருந்தது. அவன் மனதை ஒருநிலைப்படுத்த வண்டி மாடுகள் உதவின. அவைகளின் குலுங்கும் உடலின் பாகங்கள் மனஅடுக்குகளில் எங்கோ எதிரொலித்தன. வால்மட்டும் தனியே எப்படி ஒரேயளவில் அதன் வேகத்தில் துள்ளின என்பதைப் புரிந்துகொள்ள முடியவில்லை.

நேற்றிலிருந்தே ஒரே திக்கில்தான் அவர் கண்கள் இருந்தன. தன் நிலம் போகப்போவதை நினைத்து வருந்துகிறார் என்பதைவிட நிலத்தைக் கட்டாந்தரையாக்கி ரோடாக மாறப்போவதை நினைத்துதான் வருந்தினார். அரசு கொடுக்கும் பணத்தில் வேறு ஒரு சிறிய மோசமான நிலத்தை வாங்க முடியாது அல்லது இப்போதிருக்கும் கடன்களை அடைக்க முடியும். ஆனால் நிலமற்ற வாழ்வை இனி வாழ வேண்டியிருக்கும். நிலம் பெரும் கனவாக அவர் மனதில் இருந்தது. நிலத்தைப் பழித்து ஒரு சொல்லும் அவர் பேசியதில்லை. மற்றவர்கள் யாராவது பேசினால் வெகுண்டெழுந்து அவர்களை அடக்கிவிடுவார். அவர் பேசும் ஒவ்வொரு பேச்சிலும் நிலம் குறித்தச் சொல் ஒன்று இல்லாமல் இருந்ததில்லை.

அப்பாவை இழக்கப்போகிறேன் என்பதை அவன் இப்போது புதிதாக உணர்ந்தான். வண்டியின் அசுரவேகம் அதை உணர்த்திக் கொண்டேயிருந்தது. வண்டிக் குலுங்களில் அவன் குஞ்சுமணி வலித்தது. கெட்டியாகப் பிடித்துக்கொண்டான். உதடுகள் ஏதோ ஒரு தாளலயத்துடன் தொடர்ப்பிருப்பதுபோலச் சீராக ஆடியது. சற்று இளைப்பாற வேண்டும் என்பது போன்றிருந் தாலும் இந்த நேரத்தில் அது முடியாது என நம்பினான். வண்டி ஓட்டத்தில் அப்பாவின் உடல் பாகங்கள் எல்லா பக்கங்களிலும் ஆடின. வண்டியில் ஏழு எட்டு பேர் இருந்தார்கள். அவர்களில் சிலர் எதற்கு வந்திருக்கிறார்கள் என்று மற்றவர்களுக்குத் தெரிய வாய்ப்பில்லை.

மருத்துவமனையில் அப்பாவை இறக்கியபோது செல்வராஜு உதட்டை பிதுக்கினார். “நாம போறது எதுக்கும் பயன் இருக்குமோ” என்றார் மெதுவாக. “எலேய், இதெல்லாம் இப்ப பேசாத. நடேய்” என்றார், புதிய கட்டிடமே அதிருபடி சத்தமாக. அப்பாவைத் தூக்கியிருந்த கை நழுவ ஆரம்பிக்க வேகமாக செல்வராஜும் முனியாண்டியும் தூக்கி ஸ்டெச்சரில் வைத்தார்கள். அவசரமாக உள்ளே போனது ஸ்டெச்சர். மருத்துவமனையின் வாசனை

ஒருவித பயத்தை ஏற்படுத்தியது. பெட் குலுங்களை வைத்து அதன் ஒரு கால் சரியில்லை என கணித்தான். கைவிடப் பட்டவனாக ஒரு பெஞ்சில் அமர்ந்தான் ராஜேந்திரன். அங்கே அவனைத் தவிர யாருமில்லை. அவசரத்தில் ஓடும் வேற்று மனிதர்கள்கூட அவனைக் கவனித்ததாகத் தெரியவில்லை.

ஒரு அமைதி உருவாவது அந்தச் சூழலில் ஒரு மாற்றம் வருகிறதென்று ஊகித்தான். அதுவரை இருந்த பேச்சுக்கள் தடைப்பட்டன. ஏழு ஆண்களும் அமைதியானார்கள். ராஜேந்திரனை அவர்கள் கவனித்ததாகவே காட்டிக் கொள்ள வில்லை. எதையும் யாரும் யாருக்கும் சொல்லிக்கொள்ளவில்லை. அவனது சங்கடத்தைத் தவிர்க்க, அவனைப் பார்ப்பதைத் தவிர்த்தார்கள். வீட்டிற்கு வரும்வரை அவனால் அழமுடியவில்லை. அவன் தோள்மீது குமரேசன் மாமா கையைப் போட்டபடி வந்தார்.

அப்பாவை மீண்டும் தூக்கிக்கொண்டு அதே வேகத்தில் திரும்பி வந்தார்கள். வீட்டில் அவரைப் பத்திரமாக ஒரு கட்டிலில் கிடத்தினார்கள். அவசரமாக முகத்தை சோகமாக வைத்துக் கொண்டார்கள். அம்மாதான் முதலில் ஆரம்பித்தாள். வீல்... என்ற ஓசை தெருமுனையில் இருக்கும் அங்காளம்மன் கோயில் வாசலில் இருப்பவர்களுக்கு கேட்டிருக்கும். அவள் அழ காத்திருப்பதுபோல எல்லோரும் அவளுடன் சேர்ந்துக்கொண்டார்கள்.

அம்மாவின் அழுகை அவனுக்கு ஒருசேர ஆச்சரியமாகவும் வேடிக்கையாகவும் இருந்தது. இதுவரை தனக்கும் அண்ணன்களுக்கும் அக்காக்களுக்கும் மட்டுமே அம்மா என்கிற எண்ணத்திலிருந்து, அப்பாவின் மனைவி அவள் என்பதை அடைந்த இடம் அவன் நினைப்பிலிருந்து வேறாக மாறியது. அம்மாவுடன் சேர்ந்து பத்துப் பெண்கள் ஒப்பாரி வைத்தார்கள். அப்பாவுடனான நெருக்கத்தை, அன்னியோன்யத்தைச் சொல்லி அழுதாள் அம்மா. நிலத்திற்காக ஒருவன் உயிரை விடுவானா என்று சொல்லி அழுத பின்னே, அவள் அப்பா மீதான அந்தரங்கத்தை வசையாகப் பொழியத் தொடங்கினாள். தன்னைவிட்டுவிட்டுச் சென்றது, தன் பிள்ளைகளை நிர்கதியில் விட்டது, தன் வருமானத்திற்கு வழி சொல்லாமல்போனது, தன் உடல்சேர்க்கைக்கு வழியில்லாமல் விட்டுவிட்டு சென்றது என்று சொன்னதெல்லாம் அவள்தானா என்று தோன்றியது ராஜேந்திரனுக்கு. அழுது சிவந்த அவள் கண்களில் தெரிந்தது காமவெறிதான் என்று நினைத்தான்.

பதினாறு நாளும் வீடு அமைதியிழந்து துயரத்தை மட்டும் உமிழும் மிருகம்போல இருந்தது. சுவர்கள் நெருப்பின் தணலின் மேல் வைத்த பாத்திரம் போன்றிருந்தது. கைகளை வைக்க

நடுங்கினான். பெரியண்ணன் அவனைக் கவனித்து, "ஏன்டா எப்பப்பார்த்தாலும் வீட்டுக்குள்ளேயே இருக்கே, வெளியில போய் விளையாடுடா" என்றான்.

அண்ணன்களுக்கும் அக்காக்களுக்கும் மட்டுமே வீட்டில் முடிவு எடுக்கும் உரிமை இருந்தது. அவர்களில் ஒரு அண்ணனுக்கும் அக்காக்கள் இருவருக்கும் திருமணமாகியிருந்தது. அண்ணியும், மாமன்களும் அண்ணனுடனும் அக்காவுடன் பேசி முடிவு எடுத்தார்கள்.

வீடு அவனுக்குத் தனிமையில் உறைந்து கிடந்தது. எந்தப் பொருளும் அவனிடம் விரோதம் கொண்டது. எதை செய்தாலும் அவனுக்கு எதிராக அச்செய்கை அமைந்தது. சொல்லப்போனால் ஒவ்வொரு செய்கையும் தன்னைத் தனிமைப்படுத்திக்கொள்ள அவனுக்குப் போதித்தன.

மாதையன் ஒவ்வொரு நாளும் ஆடு மேய்க்க வரும் நாட்களில் அவனுக்கு ஒரு கதை சொன்னான். கதையில் ஓடிப்போதல் அல்லது காணாமல் போதல் பற்றிய செய்தி இருந்தது. ஏன் இருவரும் பட்டணத்திற்குச் செல்லக் கூடாது என தினமும் பேசிக்கொண்டார்கள். கொஞ்சநாளில் திரும்பி வந்துவிடலாம் என கடைசியில் சொல்லிக்கொண்டார்கள். காணாமல் போதல் என்பது அழகிய வண்ண பெட்டியில் இருக்கும் தைலம் போன்றிருந்தது. அதன் வாசம் திறக்கும்போதெல்லாம் எழுந்து மனதை நிறைக்கும். பட்டணத்தின் அழகைப் பலர் சொல்லிக் கேட்டிருக்கிறார்கள். பலவண்ண விளக்குகள் கொண்ட, வாசனையுடன் கூடிய மடிப்பு கலையாதப் புதிய ஆடைகள் அணியும் மனிதர்கள் கொண்ட வாழ்விடம் என்பது மனதை விட்டு நீங்க மறுத்தது.

அவர்கள் பேசிக்கொண்டதுபோல ஒருநாள் இருவரும் காணாமல் போனார்கள். ஊரில் அது ஒரு பெரிய பேச்சாகக் கொஞ்சநாள் இருந்தது. சில மாதங்களில் மாதையன் மட்டும் திரும்பி வந்தான்.

24

காற்று பலமாக வீசியது. ஈரக்காற்றில் இருந்த ஊசிகள் உடலைக் குத்திக் கிழித்தன. கண்களை அழுத்திக்கொண்டிருப்பது தூக்கமல்ல, வீம்புதான் என தோன்றியது. இனி தூங்க முடியாது எனத் தோன்றிய கணத்தில் எழுந்தமர்ந்தாள். அதன்முன் வரை அவள் நினைத்திருந்தவைகள் பொருளற்றப் பகற்கனவுகள் என்ற எண்ணமே வந்தது, சற்று வெட்கமாகவும் இருந்தது. கால்களில் கனம் கூடிவிட்டது. நடந்துநடந்து கால்களின் நரம்புகள் முறுக்கேறிவிட்டன. தூங்கும்போது நரம்புகள் பிடித்து இழுத்த கால்களை, அசைக்கமுடியாத வலியை இப்போது நினைவு கூறமுடியவில்லை. ஆனால் வலியை அவள் பொறுத்துக்கொண்ட விதம் அவளுக்கு மனநிம்மதியை அளித்தது.

எழுந்து நின்றதும் அறை சுழலுவதுபோலிருந்தது. மகனும் மருமகளும் சென்றபின் வெற்றிடம் ஸ்தூலமாக கண்முன்னே நின்று தன்னை வருத்திக் கொண்டிருக்கிறது. முத்துவேலனை நினைக்கும் போது பெருமிதமும் வெறுப்பும் ஒருசேர எழுந்தது. இருட்டிய அறைகளுக்குள் மனப்பேய் அமர்ந்திருப்பது போன்ற பிரம்மை. வீடு தன்னிடம் பெறத் துடிக்கும் பலியை நினைத்து அஞ்சினாள். குவிந்துகிடந்தத் துணிகளின் மீது எலி ஒன்று அமர்ந்திருந்தது. அவளைக் கண்டதும் மூக்கை நீட்டி வாசனைப்பிடித்து, ஒரு நொடி கண்ணிமைப்பின் இடைவெளியில் ஓட்டப்பிடித்து மறைந்தது. அது செல்லும் தடங்களில் பொருட்களின் அசைவுகளைக்கொண்டு அது எங்கே செல்கிறது என ஊகித்தாள். எழுந்து வாசலுக்கு வந்தாள்.

வெளிக்கதவு திறந்ததும், மழை பெய்து ஓய்ந்த அமைதி. சில வீடுகள் தள்ளி வார்கோலால் சிமெண்ட் தரையில் கரகரவென்று தேய்க்கும் சத்தம் ஒரு பறவையின் கூவல்போல ஒலித்தது. இன்று அவளால்

வீட்டு வேலைகள் செய்ய முடியவில்லை. அந்நினைப்பை தவிர்த்தபடி இருந்தாள்.

வீட்டைத் திரும்பிப் பார்க்க அவளுக்குப் பயமும் அதிர்ச்சியும் காத்திருப்பது போன்றிருந்தது. "மனோகரி... இங்க வா" என்று அழைத்தாள் முத்தம்மா. அவளைக்கண்டதும் வெளிப்படையாகவே வெறுப்பு தன்னிடமிருந்து வெளிப்பட்டதை கவனித்தாள். "இன்னா... இப்போ. உனுக்கு இங்கென்னா வேல... வேலய பாத்துகினு போ" என்று உள்ளே போனாள். அவளுக்கு ஒருவகையில் அதிருப்திதான் என்றாலும், அவளைச் சீண்டி விட்டது போதுமென்று உள்ளோர சிரித்தபடி நடையைக் கட்டினாள். மனோகரி உள்ளே வந்து கொல்லையில் இருந்த குழாயில் பல்லை விளக்கினாள். தலைச்சுற்றல் இன்னும் இருந்தது. பார்வை சரியாக இல்லை. முன்புபோல் வேகமாகச் சாலையில் நடக்க முடியவில்லை. யார்மேலாவது மோதிக்கொள்கிறாள். சாப்பிடும் உணவில் என்ன இருக்கிறது என்று தெரியாமல் அள்ளி வாயில் வைத்து விடுகிறாள். இயல்பாக இருக்கும் சமயங்களில் எல்லாம் தவறுகள் நடப்பதை அறிந்து கவனம் கொள்ள வேண்டி யிருக்கிறது.

மகன் விட்டுச் சென்றதை ப்ரான்சிஸின் துரோகத்துடன் சேர்த்துக்கொண்டாள். மகன் தன்னைக் கொஞ்சம் புரிந்துக் கொள்ளலாமே என்கிற ஆதங்கம் எழுந்தபோதெல்லாம் அவன் மீதான இரக்கமற்ற தன்மையும் எழுந்தது. ப்ரான்சிஸை வெறுக்கும் அதே இடத்தில்தான் அவனையும் வைத்தாள். ப்ரான்சிஸ் உயிருடன் இருப்பது அவளுக்கு இன்னும் ஆச்சரிய மாக இருந்தது. ப்ரான்சிஸின் மனைவியை இழந்து இத்தனை ஆண்டுகாலமாகியும் உயிர்வாழ்வது அவனது தீராதஆசைதான் காரணம். இல்லையென்றால் என்றோ அவன் இறந்திருக்க வேண்டும். இத்தனை உடல் பிரச்சினைகள் இருந்தும், ஒருவன் அவனை வெட்டிவிட்டு ஓடிய பிறகும் அவன் உயிர்பிழைத்திருக் கிறான்.

உயிர்வாழ்தலில் இருக்கும் தீராதஆசையை விட்டுவிட முடியாத மனிதர்கள் மட்டுமே இந்தப்புவியில் உயிர் வாழ முடியும் என்கிற அபத்தத்தை எண்ணியபடி அமர்ந்திருந்தாள். மணி வாசலில் வாலாட்டியபடியே வந்து நின்றது. தலையைத் திருப்பி மேல்கீழாக அசைத்து அவளது உணர்வுகளைப் புரிந்துகொள்ள முயற்சிக்கிறது. நல்ல மனநிலையில் இருந்தால் எதாவது கிடைக்கலாம் என்கிற நம்பிக்கை. அதையும் தாண்டி அன்பு என்கிற வித்தையை அது புரிந்து வைத்திருக்கிறது. அன்பு செலுத்தாமல் அதனால் இருக்கவே முடியாது. தன்னைப் போல் தீராதஆசை என்று எதுவும் அதற்கில்லை.

“மணி உட்காரு” என்றாள். அது சற்று யோசித்துவிட்டு ரோட்டிலிருந்து சற்று உள்ளே வந்து மண்தரையில் அமர்ந்து கொண்டு வாலை ஆட்டியது. அவளிடம் எப்போதும் வருவதில்லை. நல்ல மனநிலையில் இருக்கும் சமயங்களில் மட்டுமே வருகிறது. எத்தனை நுட்பமாக மனிதர்களைப் புரிந்துகொள்கிறது. ராமமூர்த்தி சாமி சொன்னதுமாதிரி உடலிலிருந்து எண்ண அலைகள் வெளிப்பட்டிருக்கலாம். அதைத் தன் நாசிவழி புரிந்துக் கொள்கிறதா?

குவளையை எடுத்துக்கொண்டு வெளியே வந்தாள். லேசாக கதவை சாத்திவிட்டு, ரோட்டில் இறங்கி நடந்தபோது, சாலை உயிர்ப்பெற்று நெளிந்தாடிக்கொண்டிருந்தது. மனிதர்கள் குறுக்கு நெடுக்குமாக நடந்துகொண்டிருந்தார்கள். ஆஞ்சநேயர் கோயிலுக்குப் பக்கத்தில் இருந்த டீக்கடையில் ஒரு டீயும் சில பன்களையும் வருக்கிகளையும் வாங்கிக்கொண்டாள். அவள் பின்னாலேயே மணி வந்துகொண்டிருந்தது. சில ஆண்டுகளுக்கு முன்புவரைக்கூட இந்தச் சாலை இயக்கத்தில் இல்லை. எங்கோ ஒரு காட்டின் நடுவே இருப்பதுபோலத்தான் இருக்கும்.

வீட்டிற்கு வந்தபோது அவளுக்கு முன்பே ஓடிவந்த மணி அங்கு மணலில் அமர்ந்திருந்தது. அதன் வால் இடவலமாக ஆடியதில் மணலில் முக்கோணமாகக் குழி பறித்திருந்தது. கண்கள் அவளை நோக்கியே இருந்தன. உள்ளே சென்று ஒரு டம்ளரில் டீயை ஊற்றிக்கொண்டு வராண்டாவில் அமர்ந்து, அதற்கு ஒரு வருக்கியைப் பக்கத்தில் வைத்தாள். வேகமாக அதைச் சாப்பிட ஆரம்பித்தது. பன்னைத் தின்றுவிட்டு டீயைக் குடித்தாள்.

தேநீர் குடித்து முடிந்ததும் ஒரு எண்ணம் தோன்றியது. ராமமூர்த்தி அண்ணனைப் பார்த்துவிட்டு வரவேண்டும் என்கிற நீண்டநாள் நினைப்பு மீண்டும் எழுந்தது. அதை எப்போதும் மறக்கவில்லை என யோசித்தாள். அவ்வளவு தூரம் நடக்க முடியுமா? பசிதீரும்வரை மனிதர்களை ஏசிக்கொண்டும் தூற்றிக் கொண்டும் இருக்கிறது மனம். பசி தீர்ந்ததும் மனிதர்களை அள்ளிக் கொஞ்சுகிறது அதே மனம். சேலையைச் சரிசெய்துக் கொண்டு, வீட்டை பூட்டிவிட்டு வெளியே வந்தாள். சிமெண்ட் தளமாகப் போடப்பட்ட சாலையின் வெடிப்புகள் புரளும் மரவட்டைகள் போன்று நெளிந்துகிடந்தன. செருப்பில்லா கால்களில் அந்த தளம் குத்தி அவள் வேகத்தைக் குறைத்தது. உண்மையில் தத்திச் செல்லும் குழந்தை போல்தான் நடந்தாள். வீதி திரும்பும்போது மீண்டும் மண் தரை. இணைப்புச் சாலை இரு பக்கமும் செடிகள் வளர்ந்து அகலம் குறைந்து இருந்தது. இரவில் இந்த இணைப்பு வீதிக்குள் முன்பு வரமுடியாது. சில ரௌடி கும்பல் பீடி, கஞ்சா, குடித்துக் கொண்டு கிடக்கும். இதுவரை எதையும் காணாததைப்

போன்று கும்மாளமிட்டபடி கிடக்கும். அவள் வயதில் இங்கு ஒரு பெரிய குளம் இருந்தது நினைவில் எழுந்தது. உடலைத் தழுவும் குளிர் அலைகள், சில்வண்டின் ஓசைகள், தவளைகளின் அழைப்புகள், தாமரை மலர்ந்த திரவ உலோக நீர்த்துளிகள் என்று நினைக்கும்போதே உடல் சிலிர்ந்தது. ரமணிகுளம் என்று பெயர், சுற்றியிருந்த காடுகளையும் சேர்த்து ரமணிகுளம் என சொல்லப்பட்டது. அதன் கரைகள் உடைந்த கற்களால் அணையிட்டிருந்தது. சுற்றி நீர்ச்செடிகளும் பறவைகளும் உண்டு. இரவெல்லாம் தவளைகள் ஓசையிட்டபடி இருக்கும்.

குளத்தின் கரைகளில் அமர்ந்து பல் விளக்கியிருக்கிறாள். நீரின் மேலிருக்கும் சிறு அதிர்வுகள் காற்றின் அலைகளின் வேகத்தை ஒத்து அந்தத் தாளம் மாறும். படித்துறை அல்லாத குளக்கரைகளில் மிதக்கும் வண்ணத் தாமரை இலைகள், அங்கங்கு இருந்தது. கொஞ்சம் தள்ளிப்போகும் பாதையின் முடிவில் வாழைத்தோப்புகளிலிருந்து காற்று வீசும். காற்று பலமாக வீசும்போதெல்லாம் ஒரே திக்கில் அசையும். சலசலப்பு பெரிய ஆற்றின் ஒலியை ஒத்திருப்பதாக நினைப்பாள். எவ்வளவு குளிர்ச்சி. அந்தப் பகுதி முழுவதும் குளத்தால் குளிர்ந்திருந்தது. குளிர் காற்று நெஞ்சில் அறையும் போது உடல் உதறல் எடுக்கும். மூச்சுக்காற்றில் குளிர்ந்த நீரின் திடமான வாசம். அந்த வாசம் நீரின் அருகாமையை உணர்த்திக்கொண்டிருக்கும். பறவைகளின் ஒலிகளில் சலிப்பேயில்லை. சிறகசைப்பின் ஒலியாக, அல்லது தன் ஜோடியை அழைக்கும் காதல் ஒலியாக இருக்கும். காதோரத்தில் கீச்சுகீச்சு என்று ஒலியெழுப்பும் பூச்சிகளின் ஓசைகள். சில நேரங்களில் உதட்டில் மோதி வாயினுள் சென்றுவிடும். மெல்லிய கரகரப்பு மண் துகள்கள் நாசியிலும் நாக்கிலும் இருக்கும்.

சாலையில் அவள் திரும்பியதும் சூரியன் பின்னிலிருந்து வீசியது. அதன் வெப்பம் உச்சந்தலையிலிருந்து புறங்கழுத்து வழியாக முதுகு, கால்வரை சுட்டெரித்தது. உள்ளங்கையில் வியர்வை நசநசத்தது. வேங்கடரமண தெரு என்கிற இதன் பெயரை நினைத்துச் சிரித்துக்கொண்டாள். தெருவிற்கு இப்படி பெயரிடுவதே சிரிப்பாக இருந்தது. இங்கிருக்கும் ஐந்து தெருவிற்கு நான்கிற்குப் பெண் பெயர்களான வைதேகி, சரஸ்வதி, கோமதி, கௌரி என்றே பெயர்கள். பெரியவர் ராமமூர்த்தி வைத்த ஆண் பெயர் இது ஒன்றுதான்.

முன்னும் பின்னும் வரிசையாக அழகிய வடிவில் பிளாட்டு களாக உருமாறியிருந்தன. அவற்றிலேயே சில பிளாட்டுகள் பழசு என தெரிந்தது. முன்பு வீடும் கூடவே தென்னை, முருங்கை, வேம்பு, மா மரங்கள் இருந்தன. சில வீடுகளில் கருவேப்பிலை மரங்கள்

இருந்தன. பிளாட்டுகளாகும்போது மரங்கள் வெட்டப்படும். வண்டி நிறுத்த இடங்களைத் தவிர மற்ற இடங்களில் கப்பிக்கல் பாவப்பட்டிருக்கும். மரங்களில் ஒரு சிறுஇலைகூட அப்பகுதியில் இருக்கக்கூடாது என்பதில் அந்த பிளாட் ஆட்கள் கவனமாக இருப்பார்கள். அந்த வீடுகளில் வேலைக்கு வரும்போது இலைகள் உடலில் இருந்தால் 'என்ன குப்பையெல்லாம் எடுத்துட்டு வர்ரே' என்பார்கள். பக்கத்து பிளாட்டில் மரம் இருந்தாலோ அல்லது சாலையோரத்தில் மரம் இருந்தாலோ அதிலிருந்து பூச்சிகள் வீட்டிற்குள் வருவதாகப் புகார் கூறுவதை மனோகரி பலமுறைக் கேட்டிருக்கிறாள்.

புறாக்கூண்டுபோல ராமமூர்த்தியின் வீடு கடைசியில் இருந்தது. ஆனால் இன்றும் புதிய வீடுபோலவே இருக்கிறது. பெரிய அகன்ற நிலத்தில் மரங்கள் சூழ நடுவில் கற்களால் கட்டப்பட்டது போன்ற வீடு. பக்கத்து பிளாட்டில் இருப்பவர்கள் ஒருவேளை அவரைத் திட்டிக் கொண்டேயிருக்கலாம். உங்கள் வீட்டு மரங்களால் பூச்சிகள், கொசுகள் வருவதாகப் புகார்கள் கூறலாம்.

ராமமூர்த்தி வீட்டு வாசலுக்கு வந்ததுமே களைப்பு மேலிட்டது. வெயிலில் கேட் கதவு சூடாக இருந்தது. அதைத் தொட முடியவில்லை. மெல்ல அதை நீக்கியபோது வலியில் துடிக்கும் காயப்பட்ட மிருகம்போல குரலெழுப்பியது. தூங்கிக் கொண்டிருந்த நாய் பதறி எழுந்து நின்றது. அது தெருநாய்தான் எப்போதும் அவர் வீட்டின் தோட்டத்திலேயே கிடக்கும். அவளை அடையாளம் கண்ட மகிழ்வில் வாலை ஆட்டியது. அது முன்பைவிட வளர்ந்திருக்கிறது என நினைத்தாள்.

கிரில்கேட்டின் கிறீச்சிடல் ஒலியே வீட்டில் இருப்பவர்களுக்குப் புதிய வருகையை உணர்த்திவிடுகிறது. "வா மனோகரி" என்ற குரலின் முகத்தைத் தேடினாள். மேலே மொட்டை மாடியில் நின்று சூரிய நமஸ்காரம் செய்துகொண்டிருந்த ராமமூர்த்தி கையைக் காட்டினார். "கீழே உட்காரு வாறேன்" என்றார்.

அழுத்தமாக வேட்டியைக் கட்டிக்கொண்டு கீழே வந்தார். தொளதொளவென்ற அவரது வயிற்றை வேட்டி இறுக்கி நிறுத்தியிருந்தது. மேல் சட்டையில்லை. நைந்துபோன முப்புரி நூல் சற்று வெளுத்திருந்தது. கொடியிலிருந்த பனியனை எடுத்து போட்டுக்கொண்டு எதிரே அமர்ந்தார். உடலில் வியர்வையின் மணம். எங்கே ஆரம்பிப்பது என்று தெரியவில்லை மனோகரிக்கு. "வீடெல்லாம் நல்லா வெச்சிருக்கே" என்றாள். உரிமையுடன் அவள் கேட்பது அவளுக்கே சற்று ஒரு மாதிரியாக இருந்தது.

"என்ன நல்லா வெச்சுருக்கேன். எம்பொண்டாட்டி இருக்கா. அவதான் பாத்துக்கிறா நா சும்மா சுத்திண்டுருக்கேன். பொறுமைகாரி அவ. படிச்சு வேலைக்குப் போயிருந்தா என்னவிட பெரிய ஆளா ஆயிருப்பா. குழந்தைங்க படிக்க வெச்சு வேலைக்கு வெளியூருக்குன்னு அனுப்பி வெச்சுட்டா. உன் விசயத்தைச் சொல்லு."

பலநாளாக பழகிவந்த விஷயம் ஒருவரது தினப்படியில் இயல்பாக அமைந்துவிடுவதுபோல இருக்கிறது அவர் தன் மனைவியைப் புகழ்வது என நினைத்தாள்.

"சும்மாதான் வந்தேன். உன்னையெல்லாம் பாத்துட்டு போலாமேன்னு வந்தேன். கண்ணுவேற சரியா தெரியல. எங்கையும் போவ கொள்ள முடியல."

கண்கள் வேறு எங்கோ யோசித்தன. வெளியே தெரிந்த வானத்தில் அவளது கவனம் நிலைபெற்றது. சுற்றி நின்ற மரங்கள் அமைதியாக நின்றன. அவள் சொல்வதைக் கேட்பது போன்ற உணர்வை அடைந்தாள்.

"எவ்வளவோ வாழ்க்கையில அடிப்பட்டுட்டேன் அய்யரே. செய்யாதது ஒண்ணு இல்ல. பார்க்காதது ஒண்ணு இல்ல. எல்லாத்தையும் அனுபவிச்சாச்சு. இனி போய் சேரவேண்டியது தான் பாக்கி. எம்மவன் நல்லா இருந்தான்னா அதுவே போதும் சாமி. அவன நினைச்சுதான் ஒவ்வொரு நாளும் கவல. பாக்கக்கூட வரமாட்டேங்கிறான். போய் பேசலாம்னா அதுவும் முடியல. மனது கிடந்து தவிக்குது."

அவள் சொல்வதற்கு எதிராக உடலை எந்தவித சலிப்பு களுக்குக் கவனமாக இடம்கொடுக்காமல் அமைதியாக இருப்பது போன்று அமர்ந்திருந்தார் ராமமூர்த்தி. அவள் கூறுவதைக் கவனமாகக் கேட்கிறேன் எனும் சமிக்ஞை. முகத்தை வேறு ஒரு சிந்தனையில் இருப்பது போன்று வைத்துக்கொண்டார். இதை அவள் பலமுறை கூறக் கேட்டதுதான்.

"நா பேசுறேன் மனோகரி. அவனுக்கு என்ன குறைச்சலோ தெரியல. எல்லாம் ஒருசமயத்துல சரியாகும்."

"எப்ப சரியாவும் போ. நா செத்துருவேன்போல."

"என்னாயிப்போச்சுன்னு இப்படி பேசுற. நா பேச மாட்டேனா? மனச தளரவிடாத. அவனுக்கு உம்பேல பாசம்தான்."

என்ன சொல்ற அய்யரே... அவம் போயி பத்து வருஷமாவுது. இங்கனதான் வேல செய்யிறான். ஒருநா வந்து பார்த்தா என்ன? நா என்ன அவனுக்கு அன்னியமா?

“பொட்ட புள்ளையாக இருந்தா, அம்மா செய்யறது பிடிக்கலன்னாலும் அம்மாகூடயேதான் கிடப்பா. ஆம்பளைங் கன்னா இப்படிதான் இருப்பாங்க. அவங்களுக்கு பிடிக்கலன்னா, எதுலவும் ஒத்துபோகமாட்டாங்க.”

அவள் கண்கள் கலங்கின. வாழ்க்கையில் எதிர்பாராத நிகழ்வுகளே நிகழ்ந்துள்ளன என்கிற எண்ணம் அவள் மனதில் சில காலமாக வந்துக்கொண்டிருப்பதை நினைத்துக்கொண்டாள். அதை எப்படி அவரிடம் சொல்லி புரிய வைப்பது என்கிற யோசனையுடன் கீழே பார்த்தாள். தரையின் ஈரம் அவள் உடலில் ஏறி தலைவரை செல்வது போன்ற பிரம்மை. மூக்கை உறிஞ்சினாள். அப்படி செய்யும்போது அவளையும் அறியாமல் உடல் குலுங்கியது.

“நா என்ன அப்படி வாழ்க்கைல பண்ணக்கூடாதத் தப்பை பண்ணிட்டேன்.”

“நீயா நினைச்சு குழப்பிக்காத.” மிகச்சரியாக அவள் நினைத்ததைக் கூறினார்.

“இப்ப என்ன உம்மகன் உன்ன தனியா விட்டுட்டு பொண்டாட்டி புள்ளையோட வெளியே போய்டான் உங்கூட வந்து இருக்க புடிக்கல அவனுக்கு அதானே, அதுக்கு அவம் பொண்டாட்டி எதுவும் காரணமில்ல, சொல்லப்போனா அவளுக்குத் தெரிவே தெரியாது. இவம் சொல்லவேயில்லன்னு சொல்லியிருக்கான்.”

அவள் கண்கள் ஒருமுறை அவரது கண்களைச் சந்தித்து சென்றன. தரையையும் அதன் ஈரத்தையும் கால்களால் தேய்ப்பதுபோல பார்த்தாள். அதற்குள் அவர் மனைவி காபி என்று வெளியே வந்துடுவாளோ என்கிற பதற்றம் மேலெழுந்தது. அதுவரை அதை உணராதவள் அவர் கூறிய வார்த்தையின் கடைசி வரியில் அவள் மனம் நினைப்பதை வெளிப்படுத்திவிட்டது.

“அவன் கோவம் அவனுக்கு, என்ன பண்றது? கொஞ்ச நாள் ஆவட்டுமே பார்க்கலாம். விட்டுக் கொடு, கொஞ்ச நாள்ள அவனா வருவான்.”

“அவன சின்ன புள்ளைலேந்தே பார்த்துக்கிட்டுதானே இருக்கேன். எப்பிடி நடந்துக்குவான்னு தெரியாதா? எனக்கென்னவோ அவன் வருவான்னு தோணல அய்யரே. என்னய பார்த்தாலே எரிஞ்சிஎரிஞ்சிவிழறான்.”

“கொஞ்சம் பொறுமையாதான் இருக்கணும், அதுல ஒண்ணும் சந்தேகமில்ல, நா பேசிக்கிறேன்.”

அப்பாவின் அல்லது ஒரு ஆணின் கோபமும் அரவணைப்பும் இல்லாமல் வளர்ந்த பிள்ளை. அவனுக்குச் சில விஷயங்கள் இளமையில் கிடைக்கவில்லை என்கிற கவலை அவளுக்கும் இருந்தது. நிறைய விவாதித்துவிட்டதன் சலிப்பு வந்துவிட்டது அவளுக்கு. போய்விடலாம் எனத் தோன்றியது.

அவரைக் காணவருவது ஒரு சாக்குதான். அவளுக்கு எது நடக்கும் என்றும் எது நடக்காது என்பதும் தெரியும். ஆனால் அவள் மனதில் இருக்கும் சோகத்தின் வழியே அவள் அறிந்ததெல்லாமே எதுவும் தன் கையில் இல்லை என்பதுதான். தெளிவற்ற ஓடையில் தெரியும் அடிமண்போல புரியாத வாழ்க்கை வாழ்வதாகவே நினைத்தாள். சோகங்களும் துயரங்களும் சேர்ந்து ஒரு பிடிபடாத வாழ்வின் தருணங்கள் எப்போதும் சூழ்ந்திருப்பதை ஒரு கணமேனும் அறியாமல் இருந்ததில்லை. முத்துவேலன் செய்வது சரியென்றே எண்ணியிருக்கும் அவள், ஆழ்மனச் சொல்லை வெளிப்படுத்தாமல், அவன் வெறுப்பதை புரிந்தேயிருக்கிறாள்.

மகன் முத்துவேலன் வராமல் இருப்பதே நல்லது. ஒவ்வொரு நாளும் அதையே வேண்டிக்கொண்டாள். நிலம் அவளது கணவனின் ஆசை. சொந்த வீடு அவனது ஆசை. எல்லா மனிதர்களைப்போல சுகபோக வாழ்வு என்னும் அவனது கனவை அவள் மனதில் விதைத்துச் சென்றிருக்கிறான். இந்த வீட்டை எக்காலத்திலும் விட்டுவிடக் கூடாது என்கிற வைராக்கியமும் முத்துவேலனை விட்டுவிடக் கூடாது என்கிற வைராக்கியமும் ஒரு சேர இருந்துகொண்டேயிருக்கிறது. ஆனால் ஒன்றை இழக்கத்தான் வேண்டும்.

"ரெண்டையும் இழந்துடுவேன்னு பயமா இருக்கு அய்யரே."

பதிலேதும் சொல்லாததிலிருந்து அவருக்குப் புரிகிறது என நினைத்தாள்.

25

காலையுணவை மிக தாமதமாகப் பதினொறு மணிக்கு மேல்தான் சாப்பிட ஆரம்பித்தார் குலசேகரன். மனைவியின் பேச்சுகள் காதில் விழவில்லை. ஆழ்ந்த சிந்தனையில் இருக்கும்போது அவள் என்ன சொல்கிறாள் என்பது புரிவதில்லை. ஒலிநிறுத்தப்பட்டத் தொலைக்காட்சிபோல வாயசைப்பு மட்டும் இருக்கும் அவளது பேச்சுகளில். அவர் கவனிப்பில் இல்லை என்பது புரியாமல் எப்போதும்போல பேசிக்கொண்டேயிருப்பாள்.

ராமமூர்த்தியின் வீட்டிற்குமுன் நின்று பார்த்தார் குலசேகரன். நீர் அவர் பிளாட்டை முழுமையாக ஆக்கிரமித்திருந்தது. அந்தத் தெரு தண்ணீர் முழுவதும் அங்கேதான் வடிந்தது போலிருந்தது. டெரோகோட்டோ கற்கள் போன்று சற்று நீண்ட கற்களால் வெளிப்பூச்சு இல்லாமல் வீடு கட்டப்பட்டிருப்பதை இங்கிருந்து பார்க்கச் சிமெண்ட் பூசப்படாதக் கட்டிடமாகத் தெரிந்தது. உற்று அதன் விளிம்புகளில் தெரிந்தத் தொப்பி போன்றச் சிமெண்ட் பூச்சு பார்க்கும்போது அதன் முழுமையான அழகை உணர முடியும். பிளாட்டின் ஒரு பகுதியில் நிறைய மரங்களும் செடிகளும் இருந்தன. அந்தப் பகுதியின் குளிர்ச்சியை அவர் வீடுதான் அளித்துக்கொண்டிருந்தது.

தென்னை, வாழை, வேம்பு, மா போன்ற மரங்கள் இருந்தன. ஒரு கருவேப்பிலை மரமும், ஒரு முருங்கை மரமும் மற்றொரு பக்கம் இருந்தன. செடிகளில் அவரையும், கத்திரியும் தக்காளியும் இருந்தன. ஆனால் அவையெல்லாம் நீரில் முழ்கிக் கிடந்தன. பாம்பு ஓணான் ஏதோ ஒன்று நீரில் நீந்திச் சென்றுக்கொண்டிருந்தது. அதன் கூம்பு வடிவ அலை அதன் வேகத்தை உணர்த்தியது.

ரெயின் கோட் அணிந்து தெருவின் முனைவரை சென்று பார்த்தார். மழை குறைந்திருந்தது. ஆனால்

தூறல் இருந்தது. நான்கு தொகுப்பு வீடுகளிலிருந்த மனிதர்கள் குடைகளுடன் வெளியே நின்றிருந்தார்கள். மிச்சமிருந்த வீடுகளிலிருந்தவர்கள் பிளாட்டுகளில் தேங்கியிருந்த நீர் மேல் நின்றிருந்தார்கள். தொகுப்பு வீடுகளில் உயரத்தில் கட்டப்பட்டிருந்ததால், சிமெண்ட் பூசி மூடியிருந்ததாலும் அங்கு தண்ணீர் தேங்கவில்லை. நேராக ஓடி மற்ற நிலங்களை ஆக்கிரமித்திருந்தது தண்ணீர்.

மனிதர்கள் வெளியே வர ஆரம்பித்திருந்தார்கள். வானத்தில் சற்று ஒளி கூடியிருந்ததை உணர்ந்தார். இதுவரை காணாத ஒளி. மங்கலான ஜீரோ வாட் பல்பின் மஞ்சள் ஒளி. ஆயிரம் ஜீரோ வாட் பல்புகளின் ஒளி. எல்லோர் முகங்களிலும் கவலை ரேகைபோல படர்ந்திருந்தது. மழை ஈரத்தில் முடித் தலையோடு ஒட்டிக் கிடந்ததால் அனைவரின் முகங்களின் வடிவம் மாறி, புது தேசத்து மனிதர்களாகத் தெரிந்தார்கள். எப்போதும் முகப்பூச்சுகளோடு அலையும் சாகர் தொகுப்பு வீட்டின் நாலாவது பிளாட்டில் வசிக்கும் மாலினி முகப்பூச்சு இல்லாத மேடுபள்ளமுள்ள முகம் விகாரமாகத் தெரிய அங்குமிங்கும் அலைந்துகொண்டிருந்தாள். உற்றுப் பார்த்த அவளது கண்களைத் தவிர்க்க வேகமாகக் கண்களை எடுத்து வேறுதிசையில் பார்த்தார். சுப்ரமணியன் வேட்டியை மேலே தூக்கி இறுக்க கட்டியபடி குலசேகரனை வழிமறித்து “என்ன செய்ய போறோம் சார். எதாவது வழியிருக்கா” என்றார்.

“வழியில்லாமலா? இப்பத்தான் ராமமூர்த்தி சாரப் பாத்துட்டு வரேன். அவரு, மலைச்சாமி, எலக்ட்ரிக் சேகர், அப்புறம் இன்னும் ரெண்டுபேரு போயி காவா கிட்ட இருக்குற வீட்டுச் சுவர கொஞ்சம் இடுச்சு, தண்ணீ போக வழி பண்ண சொல்லப்போறோம். யார் யாரெல்லாம் வாரீங்களோ வாங்க.”

ஏதோ முக்கியமானதைச் சொல்கிறார் என நின்றிருந்த சிலர் அருகில் வந்து கூர்ந்து கேட்டனர். இந்தத் தெருவின் ப்ளூபிரிண்டின் ஜெராக்ஸ் காபியை கையில் வைத்திருந்தார். அது மழையில் நனைத்துவிடாதிருக்க ஒரு நெகிழிபையில் வைத்து கோட் பாக்கெட்டில் வைத்திருந்தார். மீண்டும் ராமமூர்த்தி வீட்டின் முன் வந்து நின்று அவர் வீட்டில் தேங்கியிருக்கும் நீரைப் பார்த்தபடி “ராமு சார்” என்று குரல் கொடுத்தார். சிறு தயக்கம் தெளிய உடனே அந்தத் தண்ணீரில் இறங்கினார். தொடைவரை நீரில் நடந்து அவர் வீட்டு வாசல்படியில் வந்து நின்றார். “சார்” நீளமாக விளிக்க, வெளியே மெதுவாக நடந்து வந்த ராமமூர்த்தியிடம், “மலைச்சாமி, எலக்ட்ரிக் சேகர் அப்புறம் இன்னும் ரெண்டு பேரு இருக்காங்க. நீங்களும் வந்துட்டீங்கனா போயி பேசிடலாம்.”

அமைதியாக அவரைப் பார்த்தார் ராமமூர்த்தி. கண்களில் தயக்கமிருந்தது. வெள்ளை படர்ந்தத் தோலின் நிறம் அவருக்கு வயதாகிவிட்டதெனக் காட்டியது. தளர்ந்த உடலை எப்படி நிறுத்துகிறார் என தெரியவில்லை. எதையாவது பிடித்தபடிதான் நிற்கிறார். வரவில்லை என்று சொல்ல நினைத்தவர் "சரி வாரேன்" என்றார். மனைவி உள்ளிருந்து "ஏன்னா உங்களுக்கு இப்ப இந்த வேலை. பசங்க ரெண்டுபேரும் இப்ப இங்க இல்ல. ஞாபகமிருக்கில்லயா" என்றார். "நீ சும்மா இருடீ" தலை வலப்பக்கமாக திரும்பி சுவரைப் பார்த்துச் சொன்னார். அவர் பின்னால் ஏதோ சொல்ல நினைத்தார்.

"அம்மா எதாவது சொல்றாங்களா?"

"அவ கிடக்குறா நா வரேன் நீ போ."

"தண்ணீயா இருக்கே எப்படி வருவீங்க"

"அதெல்லாம் வந்துடுவேன். பாலாஜி பையன் இருக்கானே அவன அனுப்பு. அவன் கொஞ்சம் பாத்து அழைச்சுட்டுப் போவான்."

"சரி நான் அவன அனுப்புறேன்" என்று வேகமாகக் கீழே இறங்கி நடந்தார்.

எல்லாம் கூடிவரும் தோற்றம் ஏற்பட்டிருந்தது. மகன் பாலாஜி வீட்டில்தான் இருந்தான். அவனை அழைத்துவரச் சொல்லிவிட்டு, மூன்று பேரை அழைத்துக்கொண்டு தெருவின் நேரே வாய்க்காலை மறைத்தபடி இருந்த வீட்டின் வாசலில் வந்து நின்றார்.

ஜெயபால் வாசலில் வயிறு பெறுத்த பெரிய உடல்கொண்டு பரந்து நின்றிருந்தார். முண்டா பனியன் லுங்கியுடன் அந்தக் குளிரில் நின்றிருந்தது சூழலில் பொருத்தமற்று இருந்தது. அக்குள்களிலும் நெற்றியின் இருபக்கங்களிலும் பூசியதுபோல தோல்நிறம் கருமை படிந்திருந்தது. தலைக்கு, மீசைக்கு டை அடித்தால் அதன் வேர்களில் வெள்ளைநிறம் ஒரே அளவாக தேங்கியிருந்தது. திறந்த வாயில் பற்கள் ஒன்றையொன்று சண்டையிட்டதுபோலிருந்தன. கைகளை அசைத்தபோது கீழேதொங்கிய சதைகள் வேகமாக அசைந்தன.

"யோவ் நா சொன்னது சொன்னதுதான்யா ... நீ என்னா மயிறப் புடுங்கினாலும் புடுங்கிக்கோ ... அதான் சொல்றேனே உன்னால என்ன முடியுமோ அத பண்ணிக்க... ஒரு மயிரானுக்கும் நா பயப்படணும்னு அவசியம் கிடையாது ..."

அடிக்கடி இந்த வார்த்தைகளை யாரிடமாவது அவர் சொல்லிக்கொண்டிருந்தார். கேட்டிற்கு இந்தப்பக்கம் நால்வரும்

நின்றிருக்க அவர்வீட்டின் மேல் நிலைப்படியில் நின்றபடி அவரின் குரல் தூரல் மழையிலும் மூச்சிறைத்தபடி கேட்டது. வீட்டுச் சுவரில் கீ. ஜெயபால், தாசில்தார் அலுவலகம் என்று நீலநிறப்பலகையில் வெள்ளை எழுத்துக்கள் தெளிவாகப் பளிச்சிட்டன. அதன் அளவு சாதாரண பெயர்ப்பலகையைவிட இருமடங்கு பெரியது. அதை வைத்திருப்பதன் நோக்கம் எல்லோருக்கும் தெரிந்திருந்தது.

தொளதொளவென்றிருந்த ராமமூர்த்தியின் கைகளைத் தாங்கிப் பிடித்து அழைத்து வந்து சேர்த்தான் பாலாஜி. அவரால் வேகமாக நடக்க முடிந்தது. சாதாரண வேகத்தைவிட சற்று அதிகம். பரபரப்பாகச் செய்வதுபோன்றிருந்தாலும் அது அவரது இயல்பான நடைதான் எனத் தெரிய சற்று தாமதமானது. ஈரம்படிந்த மணல் சேறாகப் படிந்திருந்தச் சாலையில் வெறும்காலுடன் நடந்துவந்த ராமமூர்த்தி நேராக ஜெயபாலின் வீட்டின்முன் நின்றதுமே, "இங்க பாருப்பா ஜெயபாலு, நீ என்னா அட்டூழியம் பண்ணி இந்த இடத்த வாங்கினேன்னு எனக்கு தெரியும். நீ எப்படி இந்த ஊருக்கு வந்தேன்னும் எனக்குத் தெரியும். உனக்குக் கொஞ்சமாவது மனசாட்சி இருந்தா, இந்தப் பாதைய தண்ணீ போறத்து உடைச்சு விடு. வேணும்னா அப்புறம் கட்டிக்க. நா நகராட்சிக்கு மனு கொடுக்கல".

மூச்சிறைத்தது அவருக்கு. அவர் பேசியது சூழலை முழுமை யாக மாற்றிவிட்டது போலிருந்தது. ஜெயபாலின் அடாவடியானப் பேச்சை மிகச்சரியான வார்த்தைகளால் அடித்திருந்தார் ராமமூர்த்தி. ஆனால் சுற்றி நின்ற மனிதர்களுக்குச் சற்று பயத்தை உண்டு பண்ணிவிட்டிருந்தது. அவரின் அசிங்கமான வார்த்தைகள் அவரையும் தாக்கக்கூடும் என்று பயந்தார்கள்.

மற்ற மனிதர்கள் பேச ஆரம்பித்ததும், தன் வார்த்தைகளுக்கு இருந்த பயம் போய்விட்டதை உணர்ந்தார். மீண்டும் கண்களில் ஒருவித வெறியோடு பேச ஆரம்பித்தார் ஜெயபால்.

"யோவ் அய்யரே, நீ இன்னா பெரிய புடுங்கியா. உனக்கு அரசாங்கம் பக்கத்துல இருக்குன்னு நினைப்பா. உன்ன உண்டு இல்லேன்னு பண்ணிபுடுவேன் பாத்துக்க."

"போடா போக்கிரி பயலே. என் வயசுக்கு நீ சின்ன பய. சப் காண்ராக்ட் வாங்கி ஊரை ஏமாத்துற பயதானே நீ."

"யோவ் தெரியும்யா. ஆமா நீதான் வந்து எனக்குப் பணம் கொடுத்த."

“இது பொரம்போக்கு நிலம். அதுவும் காவா பக்கத்துல இருக்குல நிலம் இங்க வீடே கட்டக் கூடாது. நீ அதுல வீடு கட்டி வாடகைக்கு வேற விட்டுருக்க.”

வேகமாக மூச்சிறைத்தது ஜெயபாலுக்கு. அவர் கோபமடையும் சமயங்களில் எல்லாம் ஒன்றைச் செய்வார். பக்கத்திலிருப்பவர்களைத் தட்டி “இன்னா, இன்னா” என்பார். அதாவது எதிராளி சொல்வது சரியா என்பதாக இருக்கும். தட்டப்படுபவர் சற்று உரக்கவே எதிராளியைப் பார்த்து உணர்ச்சிவசப்படுவார். எதிராளி தன்னை இழக்குமிடம் அதுதான்.

பக்கத்தில் தட்ட யாரும் கிடைக்கவில்லை அவருக்கு. உரக்கச் சில பெயர்களைச் சொல்லி அழைத்தார். ஏப்பம் விடுவது போன்ற கர்ஜனை. சந்துவழிகள் கொண்ட வீடுகளிலிருந்து பழைய டீ சர்ட்டும் ஜீன்ஸும் அணிந்த மூவர் அரக்கபரக்க ஓடிவந்தனர். மூவரும் ஒரே மாதிரியான மெல்லிய உடல்வாகு கொண்டவர்கள். ஒட்டிய கன்னங்களின் தாடி அவர்களின் முகங்களை மறைத்திருந்தது. அவர்கள் முகங்களில் பயம் இருந்தது; கூடவே பணிவும். வேலை செய்ய உடனே காத்திருப்பவர்கள் போன்றிருந்தார்கள்.

“இன்னாயா உங்களுக்கெல்லா உள்ளார வேல. பொண்டாட்டிகூட சில்மிஷம் பண்ணிகினு கிடக்கிறீங்களா, இன்னா சொல்றாங்கன்னு கேளுங்கய்யா.”

அவர்கள் முகங்கள் திரும்பி கூட்டத்தை அப்போதுதான் பார்ப்பது போல் பார்த்தார்கள். எதையும் யோசிக்காமல் ஜெயபால் சொல்வதைக் கீழ்படியும் வேகம் அவர்கள் உடல்மொழியில் உடனே வந்தது. கூட்டத்தின் கண்களில் தெரிந்த வெறி அவர்களைத் துணுக்குற வைத்தது. வேகமாகத் திரும்பி ஜெயபாலைப் பார்த்தார்கள்.

“ஏம் மூஞ்சியா இன்னா பாக்குற” என்றார்.

“இவரு என்னா சொல்றாரு தெரிதா? உம் வீட்ட இடிக்க சொல்றாரு. அப்பதான் தண்ணீ போகுமா. இல்லேன்னா போவதாம்”

“ஜெயபாலு, நீ சொல்றது சரியில்ல. உங்க ரெண்டு பேரு வீட்டுக்கு நடுவுல இருக்குற இந்தப் படிகட்டுகல இடிச்சி விடுங்க. தண்ணீ போவட்டும். பிறகு நீ கட்டிக்கலாம்” என்றார் குலசேகரன்.

“இப்போ படிய இடிக்கச் சொல்லுவ. அப்பால வீட்ட இடிக்கச் சொல்லுவ. உங்க வீட்டுக் கொழுத்துக்காரன்னு நெனைச்சியா என்னய? பாத்தியாடா இவனுவோ நல்லா

இருக்க நாம நம்ம பொண்டாட்டி புள்ளைகளை விட்டுப்போட்டு வேற எங்காவது போவணுமாம்”

அவர்கள் ஜெயபால் பேசி முடியட்டும் என்று காத்திருந்தார்கள். நிதானம் கொண்டது போன்ற பாவனையில் அவர்கள் முன்னகருவது ஒருவிதமான முன் தீர்மானத்துடன் இருப்பது போலவும், சூழலை மாற்றுவது போலவும் தெரிந்தது.

“என்னா பெரியவரே சும்மா போமாட்டியா? உவ்வீட்ட நாங்க இடிக்கச் சொன்ன ஒத்துப்பியா? ஏழையா போனா அவ்வளவு இளக்காரமா?”

அதற்குள் மனிதர்கள் சிலர் முன்னகருவது, சிலர் பின்னகருவதுமாக இருந்தார்கள்.

“படிய இடிச்சுவுட்டா அது நேரா வாய்க்காலுக்குப் போவப்போவுது இதுல என்னா பிரச்சன இருக்குச் சொல்லு” என்றார் சுந்தரம்.

“இந்தாப்பா, என்னா நீ சண்டைக்கு வரியா அவரு வயசு என்னா, நீ பேசுறது எப்படி இருக்குத் தெரியுமா?” என்றார் குலசேகரன்.

“இருங்க, அவன் சொல்லட்டும். என்னா தம்பி உனக்கு என்ன விளக்கம் வேணும் கேளு. நான் சொல்றேன்” என்றார் ராமமூர்த்தி.

“நீ இன்னாய்யா மயிரு எனக்கு விளக்கம் சொல்றது” என்றான் இரண்டாமவன்.

“இன்னாடா அவருகிட்ட மருவாத இல்லாமல பேசுற” என்று முன்வந்து கேட்ட குலசேகரனின் கண்களிலும் உதட்டிலும் இருவர் ஒரே சமயத்தில் தாக்கினார்கள். கோபம் தீபோல மூண்டெழுந்து சட்டென தாக்குதல் தொடங்கிவிட்டது. இதை யாரும் எதிர்ப்பார்க்கவில்லை. யாரையோ சமாதானம் படுத்தினார்கள். யாரோ யாரிடமோ கோபப்பட்டார்கள். சத்தமாகப் பேசினார்கள். சிலர் கைகளைக் காற்றில் வீசினார்கள். எச்சிலை கூட்டிக் கீழே துப்பினார்கள்.

குலசேகரனைத் தாக்க ஆரம்பித்தார்கள். அவர் கீழே விழும்போது முட்டிவரை இருந்த தண்ணீர், தெரித்து எல்லோர் மேலும் விழுந்தது. சிலர் விலகினார்கள், சிலர் அவர்களை விலக்கினார்கள். வேகமாக முன்னோக்கி வந்த ராமமூர்த்தியின் கைகளைப் பிடித்துக்கொண்டார்கள். ஒருவன் மாறிமாறி அவரைத் தாக்கினான். அவர் சட்டையில் இருந்த பட்டன்கள்

தெறித்து சிதறின. திறந்த மார்போடு அவர் கீழே விழ, மீண்டும் எழமுடியாமல் கிடந்தார்.

மழை தன்னை மீண்டும் புதுப்பித்துக்கொள்ள தொடங்கி யிருந்தது. மெல்ல வேகம் கொண்டது. அதன் தூறல்கள் சற்று சாய்ந்து ஒளியுடன் கூடிய அதிர்வு மழையின் துல்லியத்தை அதிகப்படுத்தியிருந்தது. சற்று அதிர்ச்சியாக இருந்தது குடியிருப்பு வாசிகளுக்கு. இதுவரை நடந்தவைகளை மறுபரிசீலனை செய்ய வேண்டுமெனத் தோன்ற ஆரம்பித்திருந்தது. சற்று கண் மூடினாலும் பெரிய மக்கள் திரள் கண்களினுள் தோன்றி பீதியடைந்தார்கள். எதற்கு இந்தச் சண்டை தேவையே இல்லை, சமாதனமாகப் போயிருக்கலாம். ஒருவருக்கொருவர் விட்டுக்கொடுப்பது கடினமானதா என்ன? பலவாறு பேச்சுகள் நீண்டன. மழை அவர்களைப் பிரித்தது. பாலாஜிதான் அவரைத் தூக்கி அவசரமாக அழைத்துச் சென்றான். அவன் இல்லையென்றால் அவர் அங்கேயே விடப்பட்டிருப்பார். உதடுகிழிந்து ரத்தம் கொட்டியது ராமமூர்த்திக்கு. தலைகலைந்து சட்டைக் கிழிந்து வேட்டி கீழே விழுமளவிற்கு நெகிழ்ந்து கௌபீனம் தெரிந்தது. ராமமூர்த்தியைப் பார்த்து கண்கள் சிவக்க "உன்னை என்ன பண்றேன் பார்" என ஜெயபாலும் அவரோடு இருந்தவர்களும் சத்தமிட்டுக்கொண்டிருந்தார்கள்.

26

வாழைத்தோப்புகளும் சவுக்குத் தோப்புகளும் இன்னும் மிச்சம் இருக்கும் என நினைக்கும் பகுதியில்தான் நின்றிருந்தான். கடலுக்குப் பக்கத்தில் வந்துவிட்டது போல கருவாட்டின் வீச்சம் இருந்தது. தண்ணீர் தேங்கிநிற்கும் கருத்த மண் கொண்ட சேற்று நிலங்கள் எங்கும். அவற்றில் எப்போதும் நீர் இருக்கும். வாழை, சவுக்கு, தென்னை போன்ற மரங்களுக்கு ஏற்ற நீர்த்தேங்கும் நிலம்.

இங்கிருந்து பார்த்தபோது அவனிருக்கும் குடியிருப்புப் பகுதி புதிய மேட்டுநிலத்தில் புதியவடிவில் தெரிந்தது. மணல், ஜல்லி, ரப்பீஸ் கொட்டப்பட்டு ஒவ்வொரு பகுதியாக உயர்த்தப் பட்டதால் வந்த உயரம். முதலில் ஒரு அடுக்கக வீடு வந்தது. அது வந்து பத்தாண்டுகளாகியிருக்கிலாம். இப்போது சிறு தீப்பெட்டிகள் அடுக்கி வைக்கப் பட்டிருப்பது போன்று கிட்டத்தட்ட எல்லா இடங்களிலுமே பிளாட்டுகளாக இருந்தது. முதலில் அரை கிரவுண்ட்டில் சிறு வீடுகளாகத் தொடங்கு கிறது. நாலைந்து சிறுநிலங்களைச் சேர்த்து ஒருவர் வாங்கி அதில் பிளாட் ஒன்றை கட்டி விற்று காசு பார்த்துவிடுகிறார். அடுக்ககங்கள் வளர்ச்சியின் முகங்களாகப் பார்க்கப்படுபவை. அடுத்து வரும் அடுக்ககம் முன்னதைவிட வசதிகளைக் கொண்டதாக அமைக்கப்படுவதிலிருந்தே இதைப் புரிந்துகொள்ளலாம்.

அங்கிருந்து இந்நிலங்களைப் பார்க்கும்போது அதிக பச்சையாகத் தெரியும். எல்லாம் ஒரே பரப்புதான் என்கிற எண்ணத்தைத் தோற்றுவிக்கும். இங்கு வந்து நாம் உணரும் மேடு பள்ளங்களை, குளிர்ச்சியை அங்கிருந்து உணர்ந்துகொள்ள முடிவதில்லை.

முத்துவேலன் நடந்துநடந்து கால்கள் வலிக்க நின்றான். இவ்வளவு நாட்கள் நடந்ததில்லையோ

என நினைக்குமளவிற்கு மனம் சோர்ந்திருந்தது. கால்கள் சூம்பிப் போயிருந்தன. இடது காலில் கணுக்காலில் கல்லில் உரசி ரத்தம் வந்திருந்தது. அதில் மணலை அள்ளிப் போட்டு அழுத்தினான். எரிச்சல் லேசாக ஊசியைப் போன்று மேலேறியது. காதுகளில் கிசுகிசுக்கும் காற்றின் ஓசை மெல்ல அதிகரிக்க எழுந்து நின்றான்.

பெருமழையின் தண்ணீரில் முழ்கிய தோப்புகள், வற்றியபின் ஒட்டிய வயிறுபோல் காட்சியளித்து. சேறும் சகதியும் கலந்து அதில் நாற்றமடித்துக்கொண்டிருந்தது. மரங்கள், செடிகள், தென்னை ஓலைகள் கீழே விழுந்து ஓடிய நீரின் ஓட்டத்திற்குத் தகுந்தார்போல் சுழியுடன் வளைந்துகிடந்தன.

தலைத்தூக்கிப் பார்த்தபோது சற்று தூரத்தில் ராமமூர்த்தி தோப்பைப் பார்த்து அமர்ந்திருந்தார். தெரியாத புதிய இடங்களில் பழக்கமான நண்பர்கள் பார்க்கும்போது அவர் தானா என்று சந்தேகம் வந்துவிடுகிறது. பேசாமல் கடந்துவிடலாம் என நினைத்தான் முத்துவேலன். ஆனால், இருவர் கண்களும் எதேச்சையாகச் சந்தித்துவிட்டன. “அண்ணே . . .” என்று அழைத்து அருகே சென்றான் முத்துவேலன். அவரும் எப்போதும் பார்ப்பதுபோல கண்களை விரித்து வரவேற்றார்.

“உட்காரு” என்று அருகில் இடமளித்தார். அவர் அமர்ந்திருந்த ஒரு மரம் மட்டும் ஆரோக்கியமாக இருப்பது போன்றிருந்து. மற்ற மரங்கள் பல பட்டும், சில சாய்ந்தும் காணப்பட்டன. அவை இனி வாழ்வது தேவையில்லை என்பதுபோல காற்றில் அமையாமல் நின்றிருந்தன.

“என்னங்கண்ணே இப்படியாச்சு.”

“மழையும் புயலும் வந்தா அப்படிதான்.”

ராமமூர்த்தி கண்களில் வெறிகொண்டதுபோல மெல்ல உருக்கொண்டது. “இனிமே இங்க தோப்பு இருக்காது.”

“ஏங்கண்ணே.. திரும்ப முளைச்சு வராதா என்ன?”

“வரும். ஆனா உடமாட்டாங்க... இப்படியே பொட்டலா இருக்க உடுவானுங்க... அப்பதானே இங்க வீடெல்லாம கட்ட முடியும்”

மெதுவாகத் திரும்பிப் பார்த்தான் முத்துவேலன். சிறிய தோப்புதான், அழகான நவீன வகைத் தோப்பை அவ்வளவு எளிதாக விட்டுவிடுவார்களா எனத் தோன்றியது. எங்கும் பச்சையாகத் தெரியும் இடங்கள் வெறும் தரையாக நினைக்க கடினமாக இருந்தது. சாலை வசதி, மனித நடமாட்டம்

எதுவுமில்லாத இங்கே எப்படி வீடுகள் வரும் என நினைத்தான். “வழியே சரியா இல்லையே” என்றான்.

அவர் கண்களில் அப்போது தெரிந்த வெறுப்பு எப்போதும் இதற்கு முன் கண்டதில்லை. மெல்ல தன்னை சமநிலைபடுத்திக் கொள்கிறார். ஆனால் முத்துவேலனுக்குத் தன் சுயம்சார்ந்த கவலைகள்தான் அப்போதும் மனதில் இருந்தன. அதை வெல்வது கடினமே எனத் தோன்றியது. அவர் பேசுபவை அவன் மனஉலகத்திலிருந்து வெகுதூரம் இருந்தாலும் அந்தப் பேச்சு பிடித்திருந்தது.

“எப்படி சொல்றீங்கண்ணே ...”

மெல்ல நிமிர்ந்து அமர்ந்தார். கைகளை முன்னுக்குக் கொண்டுவந்து முறுக்கினார்.

“மனுசங்களுக்கு நிலத்து மேல ஆச வந்துடுச்சு, நிலத்துல இயற்கையா எதுவும் வளந்துடக்கூடாதுங்கிற ஆசை. மனுசங்களுக்கு எப்போதும் பசியடங்க சாப்பிடணும். அர வயித்துக்குச் சாப்பிட்டுடக் கூடாது. ஒருநா கூட அப்படி இருந்துட்டா, அது என்ன வாழ்க்கன்னு நினைக்க ஆரம்பிச்சிருவாங்க. ஒர்ரூவாக்கு ரெண்டுபழம் சாப்பிடறதவிட, நால்ரூவாக்கி நாலுபழம் சாப்பிடறதுதான் சரின்னு நினைக்கிறாங்க. அதுக்காகத் தினம் உழைப்புங்கிறப் பேர்ல தன்னை வருத்திக்கிறாங்க. ஏன் நான் இவ்வளவு உழைக்கணும்னு தெரியாது. எவ்வளவு சாப்பிடணும்னு தெரியாது. எவ்வளவு கொடுக்கணும், எவ்வளவு கொடுக்கக் கூடாதுன்னு எதுவும் தெரியாது. எல்லாத்தையும் அனுபவிக்கணும், அதேநேரத்துல மத்த யாரையும் அனுபவிக்கவிட்றகூடாது.”

“மனுசங்ககிட்ட ஒண்ண கவனிச்சியா, எது இப்ப திறமையா விலை பேசப்படுதோ அதுபின்னாடி ஓடறது. இப்ப நிலத்த கண்டுக்கிட்டோம்கிற வெறி தெரியுது பார், அதுபின்னாடி ஓடறது. அதான் அவன அழிக்கப்போவுது.”

ஏன் இத்தனை கூறுகிறார் என்று தோன்றியது. பேசாமல் எழுந்து போய்விடலாம் என நினைத்தான். சற்று ஆசுவாசப் படுத்திக்கொள்ள நினைக்கும் அவனது மனதை அறியாதவராக பேசச் தொடங்கினார்.

“நம்ம கைல ஒரு நூறுரூவா இருந்தா அத வெச்ச எப்படி நல்லவிதமா செலவழிக்கலாம்னு நினைக்க தோணும். நூறு நூறு ரூவா இருந்தா என்ன செய்ய தோணும், நீயே சொல்லு. இந்த நிலத்தெல்லாம் இனி விவசாயம் செய்ய மனிதனுக்கு ஆசை இருக்காது. அதை வெச்சி விளையாட நினைக்கிற

மனுஷனோட கைல போயிடும். அப்ப பாரு, இது எப்படி சின்னாபின்னமாவுதுன்னு."

"அதுதான் ஏற்கனவே ஒரு பக்கம் ஆயிடுச்சே. நாம இருக்கிற இடத்துல எல்லாம் புதுசா மக்க வராரம்பிச்சதும், புதுவகை வீடு கட்டுறதும் நடக்குதே."

"ரமணிகுளம் அதுக்க அடுத்தத் தெரு நிலத்துல முச்சூடும் வீடு வந்துடுச்சு. அது சும்மா தொடக்கம்தான். அந்த இடத்துல சின்ன டெஸ்ட் பண்ணிருக்காங்க. அது சக்சஸாயிடுச்சுல்லா, இனி இது எல்லாமே ஆயிடும். நல்லா விளையிற நன்செய்யா இருந்தாலும்சரி புஞ்செய்யா இருந்தாலும் சரி, ஆப்புல ஆப்ட வாலு கத தான். எடுக்கவும் முடியாது, ஓடவும் முடியாது."

அவசரமாக அதை தன் மனதிடம் மறைப்பதுபோல கேள்விகளைக் கேட்டு வைத்தான்.

"ஏங்கண்ணே இந்த நிலத்தெல்லாம் வாங்கி என்ன பண்ணுவாய்ங்க."

அவன் முகத்தை ஒரு நிமிடம் கூர்ந்து கவனித்தார். அதில் அசிங்கமாக ஏதோ தெரிந்திருக்கும் போலும்.

"என்ன பண்ணுவாங்கன்னு நீ நினைக்கிற."

"வீடு கட்டுவாங்கன்னு நினைக்கிறேன். பெரியபெரிய தோட்டம் போடுவாங்கன்னு தோணுது."

"அப்படிதான் தோணும். அதுதான் நடக்கணும். ஆனா கிட்டத்தட்ட அப்படிதான் நடக்கப்போவுது. ஆனால் நீ நினைக்கிற மாதிரி வெளிநாட்டுல தூரதூர வீடுக இருக்கே அதுமாதிரி இருக்காது. நம்மூரு மனுசங்களுக்குத் தூரமா இருக்க பிடிக்காது. அதே நேரத்துல அடுத்தவன் மூச்சி காத்து நம்ம மேல படக்கூடாதுன்னு கவனமா இருப்பான்"

"அரைகிரவுண்ட், கால்கிரவுண்ட் சின்னச் சின்னத் துண்டுகளாக நிலத்தக் கூறுபோடுவாங்க, தனித்தனியா வித்துபோடுவாங்க. அதுக்கு ஒரு நகர்னு பேரப் போடுவாங்க, அதுல பிளாட்டுங்கிற பேர்ல சின்னச்சின்ன வீடுகளா கட்டுவானுக, அதுல என்ன பெரிய லாபம்னு நினைக்கிறியா, அதான் சூட்சுமமே. பெருசா ஒண்ண விக்கிறதவிட சின்னச் சின்னதா அதக் கூறுபோட்டு விக்கும்போது பெரிய லாபம் கிடைச்சுடும், எப்படி காய்கறிய விக்கிறோமே அப்படி"

நல்ல பேச்சு மூடு அவரிடம் இருந்தது. வார்த்தைகளைக் கூட்டி அதன் மீதான அர்த்தத்தை மற்றவருக்குத் தெளிவாக்கி தரும் முயற்சியும் அவரிடமிருந்தது. எப்போதும்போலவே மிக

மென்மையான மனிதராக இருந்தார். அவரின் மீசையற்ற மேலுதட்டை அவ்வப்போது நீவி விட்டுக்கொண்டார். புள்ளிப் புள்ளியாக வெள்ளை முடி தாடையில் தொடங்கியிருந்தது. அவர் ஆழமாகப் பேசும்போதெல்லாம் முத்துவேலனின் கவனம் அதன் மீதுதான் சென்று நின்றது. ஆரம்ப வெள்ளை முடிகளை மறைக்க நினைக்கும் விதமாகவோ என்னவோ அடிக்கடி அதை கவனிக்கும் சமயங்களில் நீவிவிட ஆரம்பிப்பார்.

"வீட்டுக்குப் போலாம்ணே"

"ஆமா போயி என்ன பண்றது. திருப்பி அதே வாழ்க்கதான்"

"நாமதான்னே உற்சாகமா இருக்கணும்ணே. வாழ்க்க அப்படிதான் இருக்கும்"

அப்படி சொன்னது அவனுக்கே சற்று வேடிக்கையாக இருந்தது. இந்த இடத்தில் சொல்லியிருக்க வேண்டாம் எனத் தோன்றியது. கிண்டலாக எதுவும் சொன்னால்கூட தப்பாக எடுத்துக்கொள்ளமாட்டார்.

லேசாகச் சிரித்துக்கொண்டிருந்தார். அவரிடம் கிண்டல் தொனி சின்ன மாற்றத்தை உருவாக்கியிருந்தது. ஆனால் மிகத்தெளிவான மனநிலையில் இருந்தார்.

"என்னிக்காவது நா இப்படி பேசி கேட்டுறிக்கியா."

அவன் அமைதியாக இருந்தான்...

"இல்ல சொல்லு, என்னிக்காவது நா இப்படி பேசிக் கேட்டிறிக்கியா."

"இல்லண்ணே."

"ம். உண்மையான ஆதங்கம்ன்னு தெரியலை உனக்கு. நா போயி கொஞ்ச நேரத்துல நார்மலா ஆயிடுவேன். இந்த நிலத்தயெல்லா விக்கிறானுவோலே அது நின்னுடுமா. இந்த நிலத்துக்கும் நமக்கு சம்பந்தமேயில்லையா. மனுஷன தடுக்க தெய்வத்தால மட்டும்தான் முடியும். அவனது ஆசையைக் குறைக்க தெய்வம் தோன்றிக்கிட்டே இருக்கும்.

அவர் உளறுகிறாரா என்று நினைத்தான். ஆனால் அவர் எப்போது உண்மையில்லாமல் பேசியதில்லை.

இருவரும் எழுந்து நடக்க ஆரம்பித்தார்கள்.

27

மரங்கள் சூழந்த இலைகள் படபடக்கும் குளிர் காற்றின் உச்சத்தில், வெற்றுடம்புடன் குளிர்ந்த கடப்பா கல்லில் சம்மணமிட்டு அமர்ந்திருந்தார் ராமமூர்த்தி. கண்களின் வெறுமை வார்ப்பிரும்பின் சாயலைக் கொண்டிருந்தது. கண்களில் அன்பும், வெறுமையும் மாறிமாறி சுழன்றன. நேற்றைய நிகழ்விலிருந்து அவர் இன்னும் விடுபடவில்லை.

வேலை சேர்ந்த புதிதில் ஒரு சப்–காண்ட்டிராக்டரிடம் அடிவாங்கியது. அப்போது இளவயது என்பதால் பெரும் அவமானமாக அதை கருதினார். மனத்திலிருந்து துடைத்தெரிய முடியவில்லை. அதை மறக்க சில நாட்கள் பிடித்தன. அந்த நினைவுகள் நாள்முழுவது உடலில் ஒட்டிய மண்போல நரநரவென்று அரித்தது.

இடையே நிறைய அவமானங்கள் நிகழ்ந்துள்ளன; அவை வாய் வார்த்தைகள் மட்டுமே. அதற்குத் தகுந்த பதிலடியை அவர் வாயால் திருப்பி அடித்திருக்கிறார். நேற்று நிகழ்ந்தது ஒரு வகையில் எதிர்பார்த்ததுதான் என்று நினைத்து மனத்தைச் சமாதனப்படுத்தினார். ஆனால் அலமேலுவிற்கு இதெல்லாம் சரியாக தெரிந்துவிடுகிறது.

மேகங்களின் அடர்த்தி குறைந்து சற்று வெளிச்சம் கூடியிருந்தது. அன்றைய தினம் என்ன மாதிரி இருக்கப்போகிறது என்ற யோசனையில் இருந்தார். பழங்களை உண்ட களைப்புடன் ஒரு குரங்கு வடக்குத்திசை மரமொன்றில் அமர்ந்து அவரையே பார்த்துக்கொண்டிருந்தது. குரங்குகள் ஓரிரண்டு அடிக்கடி வரும். மனிதர்களை எதுவும் செய்வதில்லை. கட்டிடங்களைத் தாவித்தாச் செல்லும். இந்த இடம் அதனுடையது என்று நினைத்திருக்கலாம். கைகூடாத ஒன்று தன்னைச் செலுத்துகிறது என்று எண்ணினார் ராமமூர்த்தி. வாழ்வில் இனி கிடைக்காத ஒன்றிற்காக ஏங்கி

தன்னை அர்ப்பணிக்கும் மந்திரம் அறிந்திருக்கிறது இந்த மனம். அதன் வழியே சென்று நான் அடைவதெல்லாம் ஏமாற்றம். ஆனாலும் நிறைவின் தழும்பல்கள் கொண்ட வாழ்வு. சொல்லமுடியா வலிகளின் சொர்க்கம் இந்த வாழ்வு. எதை இழந்தேனோ அதன் வழியே வாழ்வு அமைகிறது. எதை எண்ணி நினைக்கிறேனோ அது எதிர் எண்ணம் நிறைகிறது.

நிறைந்து வழிகின்ற பாத்திரம் போன்றது என்மனது. மனதை அடக்கியாளும் வெற்றியில் இருக்கிறது அதன் மகிழ்வு. நிறைவேறாத ஆசைகளின் இயல்பு மற்றொரு மாற்றுபாதையைக் கண்டடைகிறது. தோல்வியடையும் மனது வெற்றிகளின் வழியைத் தேடுகிறது.

அப்பாவின் தீராத அன்பும், அம்மாவின் பின் தொடரும் வெறுப்புதான் தன்னை உருவாக்கிக்கொண்ட காரணிகள். வெறுப்பின் சொற்களை மீற முடியவதில்லை. அவை பாதுகாப் பாகச் சிறிய பெட்டியில் வைத்துக்கொண்டதாக நினைவு. ஒவ்வொரு நாளும் அப்பெட்டியைத் திறந்து தன் முகத்தைப் பார்த்துக்கொண்டார். தன் முகத்தின் மாற்றங்களைக் குறித்துக்கொண்டார். அம்மாவின் வெறுப்பு எங்கிருந்து தொடங்குகிறதென தெரியவில்லை. அதன் வேரடி நிலத்தின் ஆழத்தில் ஊன்றிவிட்டது. அதைத் தேட முயற்சிக்கையில் வெறுப்பெனும் மரம் மேலும் வளர்ந்தது. ஒருவித ஆனந்தம் அதில் அவளுக்கு இருக்கிறது. அம்மாவை நெருங்க நினைத்து அன்பை செலுத்தும் சமயங்களில் ஒருவித அலட்சியத்துடன் எதிர்கொண்டாள். அவ்வலட்சியம் முட்களின் கூர்முனைக் குத்தி வேறு ஒன்றில் மனம் செலுத்தமுடியா அவஸ்தையில் முழ்கடிக்கும்.

வெறுப்பின் பிரிவில் தன் உலகை வெளியே நோக்கினார். இனிய சொற்களாக நிறைந்திருந்தது உலகம். ஒவ்வொரு இனிய சொல்லும் ஒரு உலகை சமைத்திருந்தது. அதில் திளைத்து தன்னை மீட்டுக்கொண்டார். தனிமையை நீந்திக் கடந்தார். அம்மாவைக் கொஞ்சம்கொஞ்சமாகப் பிரதியெடுக்க ஆரம்பித்தார் ராமமூர்த்தி. அம்மாவின் சொற்களை வேறுவகையில் அவரும் எதிரொலித்தார். புதிய வேலை, புதிய உலகமாக்கியது. வேறு ஊர்களுக்குச் சென்றார். புதிய நண்பர்களின் உலகில் தானும் ஒருவரானார். புதிய இலக்கியப் புத்தகங்கள், புதிய உலகைக் காட்டின.

அம்மாவை மறக்கும் சமயங்களிலெல்லாம் அவள் பேருரு கொண்டு மனத்தை நிறைத்தாள். அந்தப் பேருருவை அழிக்க ஒவ்வொரு நாளும் புதிய உத்திகளைக் கையாண்டார். ஒருநாள் இலக்கியம், ஒரு நாள் இசை, ஒருநாள் பயணம். ஒருநாள் அலமேலு

வந்தாள் முழுதுமாக அம்மாவை மறந்தார். மனதில் வைராக்கியம் பிறந்தது. தன்னை இனி யாரும் ஒன்றும் செய்யமுடியாது என நினைக்கத் தொடங்கினார். வேலையில் அவர் சொன்னது எடுப்பட்டது. அவரது நேர்மை, அவரின் முகவரி. "ராமமூர்த்தி செய்றதுல நேர்மை இல்லாம இருக்குமா?", "ராமு அய்யர் விடாக் கண்டன்யா" போன்ற வார்த்தைகளைத் தன் வாழ்நாளில் தொடர்ந்து கேட்டபடி இருந்தார்.

சக ஊழியர்களின், உயர் அதிர்காரியின் பயங்காட்டல் களுக்கு அவர் பயந்ததில்லை. ஒப்பந்தக்காரர்கள், உப ஒப்பந்தக்காரர்களின் மிரட்டல்களுக்கும் அவர் பயந்ததில்லை. பிறரது உதாசீனமும் அலட்சியமும் மிரட்டலும் அவரை மேலும் உயிர்ப்புடன் வைத்தது. ஒவ்வொரு நாளையும் மிகுந்த எழுச்சி யுடன் எதிர்கொண்டார். ஒரு வருடத்திற்குள்ளாகவே வேறு ஊருக்கு மாற்றல் வந்துவிடும். கொஞ்சம்கொஞ்சமாக அலமேலு வும் அவரைப் பற்றி பெருமையாக நினைக்க ஆரம்பித்தாள்.

நிலைத்துவிட்ட சொற்குவியல்கள் அவர் மேல் கவிந்தன. மேலெல்லாம் வழிந்து உடலை ஈரப்படுத்தியது போலிருந்தது. வழித்து எடுக்க மீண்டும் ஊறி வேர்வைபோல வழிந்தது. காற்று வீசும்போது கொஞ்சம் நிதானமானார். தூரத்தில் சிறுபூச்சிகளின் ஓசைகள் விட்டுவிட்டுக் கேட்டது. அம்மாவை உற்றுநோக்கும் கண்களை நினைத்துக்கொண்டார். அவளின் முகச்சுழிப்பு, வெறுப்புதான் தன்னை, தன் மனதை வீட்டிலிருந்து வெளியேற்றி தேடலின் வழியைக் கண்டறிய வைத்ததோ என எண்ணினார். ஆனால் அப்பாவின் வார்த்தைகள்? அது எத்துணை வீரியமானது? அதுதானே தன்னை வழிநடத்தியிருக்கும்.

அம்மாவுக்கு நீண்ட முடி. அதை என்னேரமும் பின்னிக் கொண்டிருந்தாள். சொற்களைப் பின்னுவதுபோல. பின்னிப் பின்னி அவள் விரும்பும் ஒன்றை எய்துவாள். எதிராளியை மடக்க அவரை வெறுப்படைய வைக்க அவள் தேர்ந்தெடுத்தலை எண்ணி வியந்திருக்கிறார் ராமமூர்த்தி.

"ஏன்னா, குழந்தைகள திட்டாம வளக்கிறதுன்னு முடிவோடதான் இருக்கேளா, நீங்க நல்ல பேர வாங்கிக்கிட்டு ரொம்ப வருசம் இருக்க போறேள். இவன் தறுதலையாக ஆவணுமா உங்கப்பா மாதிரி."

"உங்கப்பா" மாதிரி என்கிற அழுத்தம் அவள் வேண்டு மென்றே சொல்கிறாள் என அறியக்கூடும். ஆகவே அமைதியாக இருந்தார். ஒரு கட்டத்தில் அப்பா ஆவேசம் கொண்டு எழுந்து அறைவார். பீதியளிக்கும் அமைதி அந்த வீட்டில் கொஞ்சநாள் இருக்கும். அம்மா எப்போதும் போலவே இருப்பாள். அப்படி

தன்னை உருமாற்றிக்கொண்டாள். வெறுப்பும் கோபமும் கொண்ட அம்மாவின் முகம்; ராமமூர்த்தியின் வாழ்நாள் முழுவதும் அலைக்கழிய வைத்தது.

"அப்பா கொஞ்ச நேரம் தூங்குப்பா" என்றாள் சுசித்ரா, மூத்த மகள் சென்னை அடையாறில் வீடு. இரு குழந்தைகள் கணவனுடன் இருக்கிறாள். அப்பா தாக்கப்பட்டார் என அறிந்ததும் ஓடிவந்துவிட்டாள்.

"ரொம்ப யோசிக்காதப்பா. பிபி தான் உனக்கு ஏறும். இப்ப கொஞ்ச நேரம் தூங்கு. காபி போட்டதும் எழுப்பறேன்" அவளுக்குக் கட்டுப்பட்டு சாய்வு நாற்காலியிலேயே கண்களை மூடினார்.

இலக்கியம் படிக்கும் அவளுக்கு அப்பாமீது அளவில்லாத பாசம். இலக்கியம் தேர்ந்தெடுத்தது அவள்தான். வீட்டிலிருந்து கரடுமுரடான பாதையைக் கடந்து முக்கிய சாலைக்குச் சென்று அங்கிருந்து பஸ்பிடித்து மவுண்ட் ரோடு சென்று படிக்கும் கல்லூரிக்கு நடந்து செல்வாள். இரவு ஏழு மணிக்கு மேல் அந்த இருண்ட பாதையில் நடந்து வருவாள். பெரியவன் கிரியும் இளையவன் ஹரியும் பற்றி கவலைப்பட தேவையில்லை. தைரியவான்கள். ஆனால் அவள் ஒருநாளும் கோபித்துக் கொண்டதில்லை. இளையவள் பிரபாவதி மட்டும் சுணங்குவாள். "இந்தக் காட்டுக்குள்ளதான் இருக்கணுமா? வேற இடம் போலாம்பா" என்பாள்.

"அப்பா, நீ சாப்பிட்டியாப்பா". "அப்பா, நீ குளிச்சியாப்பா". "அப்பா, உனக்கு இந்த சட்ட நன்னாயில்ல, இந்த சட்டய போடுப்பா". "அப்பா, ஷேவ் பண்ணிக்கப்பா, மூஞ்சி நன்னாவே இல்ல."

வீட்டில் இருக்கும்போது சுசித்திரா இப்படிதான் கேள்வி கேட்டபடி இருப்பாள். பிரபா நேரெதிரானவள், ஒவ்வொன்றையும் குறித்து அவளுக்குக் கேள்விகள் இருந்தன. இந்த நகை தனக்கு முதலில் வேண்டும், இந்தப் பொருள் தனக்கு ஏன் தரவில்லை என்கிற கேள்விகள் வீட்டைச் சுற்றி எழுப்பிக்கொண்டிருந்தாள். பாகப்பிரிவில் இந்த வீடு தனக்கு வேண்டுமென திருமணமான கொஞ்ச நாளிலேயே கேட்டுவிட்டாள். தான் மிகத் தெளிவானவள் என்கிற வரையறையை வீட்டில் இருப்பவர்களிடமும் வெளியிலும் ஏற்படுத்திவிடுவாள்.

வெளியே வந்து நின்றார். நேரமாகிவிட்டிருந்தது. இருள் கவிழ்ந்த வானம். அந்தக் குளிர்ச்சி இருளிலிருந்து வருகிறதென நினைத்தார். வானத்தில் விண்மீன்கள் மிகக் குறைந்த ஒளியில்

மின்னின. அவர் கவனித்தபோது சற்று நகர்ந்த அசைவு, மீண்டும் அதே இடத்தில் திரும்பியது போன்ற பிரம்மை. மகள்களை ஏன் அம்மாவுடன் நினைத்துக்கொள்கிறேன். அலமேலுவை அம்மாவுடன் நினைத்து ஒப்பிட்டுக்கொள்வதில்லை. அம்மா என்றும் மகள் ரூபத்தில் திரும்பி வருகிறாள்.

மனைவி அலமேலுவை அந்த வரிசையில் வைக்க முடியவில்லை. அலமேலு தன் முனைப்பில் எதையும் செய்யக் கூடியவள் என்பதை அவர் கண்டுக்கொள்ள சற்று காலம் ஆனது. அவற்றில் மூழ்கியதும் அதிலிருந்து வெளிவருவது சற்று நேரமாகும் ஆனால் முற்றிலும் வெளிவந்தவளாக பிறகு தெரிவாள். அவளுக்கு பிடித்த எம்ராய்டரி வேலைகளை மிகுந்த சிரத்தை யுடன் செய்வாள். குழந்தையின் ஆர்வம் போன்று அதில் இருக்கும் வேகத்தைப் பார்க்க ஆச்சரியமாக இருக்கும். அதே கவனம் சமையலில், குழந்தைகளின் படிப்பில், வீட்டுச் சாமான்களைப் பத்திரப்படுத்தி வைப்பதில் இருக்கும். நன்றாகத் தூங்கினாளா எனத் தோன்றுமளவிற்கு எந்த சஞ்சலமுன்றி தூங்கியிருப்பாள். அவள் தூங்கும்போது அவளுக்கு தெரியாமல் அவளைப் பார்ப்பார். சிறுபூனை தன்னை மறந்து தூங்கும் தோற்றம் அப்போது அவளுக்கு.

எப்படி அலமேலு இந்தக் குடும்பத்தைக் காப்பாற்றினாள். அவளால் எப்படி தன்னை எல்லோருக்கும் மையத்தில் நிற்க முடிகிறது. அலமேலு இல்லையென்றால் நானில்லை என நினைத்தார். மனம் சற்று லேசானது.

ஆனால் மனோகரி வேறானவள். எடையற்றப் பொருளின் எளிமைபோல் இலகுவானவள். எதைக் குறித்தும் அலட்டிக் கொள்ளாத நிதானம் அவளிடம் உண்டு. தன்னைமட்டுமே தேர்வு செய்யும் உயிரினத்தின் தனிமைகொண்டவள். தன் மகனின் விலகல்தான் அவளுக்குத் தெரியும் ஒரே துயரம்.

உள்ளே வந்து சோபாவில் அமர்ந்தவர் கொஞ்ச நேரத்தில் அப்படியே தூங்கிப்போனார்.

28

வீடுகள் உயர்ந்ததும், தெருவும் உயர்ந்தது போன்றிருந்தது. புதியதாக வந்த வீடுகள் அனைத்துமே பிளாட்டுகள். அடுக்கக வீடுகள் அனைத்தும் உயரமானவை. இரண்டு மாடி அல்லது இரண்டரை அடுக்கு மாடி உயரம். கார்கள் வைக்க கீழ்தளம் முழுவதும் அல்லது பாதி நிலம் ஒதுக்கி, மேலே வீடு கட்டப்படுகிறது.

குலசேகரன் வீட்டிற்கு வரும்போதெல்லாம் கூறுவது,

“எப்ப சார், வீட்ட கொடுக்கப் போறீங்க.”

கண்களில் அதே அதிர்ச்சியோடு அவரை பார்ப்பது குலசேகரனுக்குப் புரிந்ததில்லை. இருவருக்குமான நட்பு வேறு மாதிரி. எதையாவது கேட்பது என்று முடிவோடுதான் வருவார் குலசேகரன். ஆனால் அவர் இன்று வந்திருப்பது தன்னைச் சமாதானப்படுத்தத்தான்.

“சேகரா, இந்த வயசான காலத்துல நா வீட்ட விப்பேன்னு நினைக்கிறீயா, எனக்குச் சில ஐடியாலஜி இருக்கு. அதுபடிதான் வாழறவன். இந்த மாதிரி பிளாட் கட்டிக்கிட்டு வாழற புது வாழ்க்கைக்கு நான் ஒத்துக்கமாட்டேன். அவளும் ஒத்துக்கமாட்டா எம்பையன் என்ன பண்ணுவானோ தெரியல.”

“அதுக்கில்ல சார், இந்தத் தெருவுல இருபத்தி இரண்டு வீடுகள்ள பதினெட்டு பிளாட்டா மாறிடுச்சு. ஒண்ண இடிச்சுப் போட்டு வெச்சிருக்கு, ஒண்ணு சும்மா நிலமா கிடக்கு. இப்படி எல்லா வீடும் மாறாத்தானே செய்யும். அடுத்திருக்கிற வாசுகி தெருவுல எல்லாமே பிளாட்டா மாறிடுச்சு அதுக்குத் தான் கேட்டேன்.”

அவர் கண்கள் உள்ளிழுத்து கீழ்நோக்கியது. ஆழ்ந்து யோசிப்பதைக் காட்டின. “நா ஒத்துக்கமாட்டேன்.” என்றார் மெதுவாகப் பிறகு மௌனமானார்.

180 கே.ஜே. அசோக்குமார்

“காலமாற்றத்த ஏத்துக்கலன்னு நினைக்கிறேன். வாழைத் தோப்பா இருந்ததுதான் குடிசையும் பிறகு ஓட்டு வீடுகளுமா மாறினுச்சு, அப்புறம் நாம சுண்ணாம்ப சிமெண்ட் கட்டிடமா மாத்தினோம். இப்ப பிளாட்டா மாறப்போவுது. ஒண்ணு புது ஆளுவோளுக்குக் கைமாறணும், இல்லென்னா நாமலே புதுசா கட்டணும்.”

“அது சரிதான். நான் பிளாட்டா மாத்தமாட்டேன். ஏன் சொல்றேன்னு கேளு. முதல் விஷயம் ஒரே இடத்துல பல வீடுகள் வருது. அப்படி வரும்போது எல்லோருக்கும் தேவையானத் தண்ணீர், கரண்ட் எல்லாம் கொடுக்க வேண்டியிருக்கு. இரண்டாவதா மலம் எல்லாத்தையும் இன்னும் பூமிக்கடியிலதான் சேமிக்கிறாங்க, இன்னும் பாதாளச் சாக்கடை வரல பாருங்க. அந்த டாங்க் நிறைச்சிடுச்சின்னா, வெளியிலேந்து லாரி வந்து எடுத்துக்கிட்டு போகணும். இது நடைமுறையில இருக்கிற பிரச்சனை.

சில வினாடி நேரம் அமைதியாக இருந்தார்.

“ஆனா அதைத்தாண்டி உணர்வுபூர்வமா பார்த்தா, நாம பேசிக்கிற அளவுக்குகூட பிளாட் மக்கள் அங்க ஒருவருக் கொருவர் பேசிக்க முடியாது. ஒரே சுவர ரெண்டு வீடுகள் பகிர்ந்துக்கிட்டாலும் ஒரு பிரச்சனைன்னா ஒருத்தருக்கு ஒருத்தரு உதவிகிறதில்ல. ஏன்? ஒரே இடத்த, ஒரே உணவைப் பகிர்ந்துகிற மாதிரி இது. அவனோட அடிப்படைக் குணத்த அது சீண்டுது. மனிதன் தனிமை விரும்பி, அவனுக்குத் தனியான ஒரு இடம் வேணும். அங்க வேறு மனிதன் வரக்கூடாது. அவன் உலகத்துல அவன் மட்டும்தான், அவன் பிள்ளைகள், அவன் மனைவிக்கு மட்டும்தான் இடம். ஒரு நாய் தன் ஏரியாவுக்குள்ள இன்னொரு நாய விடாது அதுபோல.”

குலசேகரன் அவரையே கவனித்துக்கொண்டிருந்தார். கண்களை அவரிடமிருந்து எடுத்தால் அவர் பேச்சு தடைபடும் என பயந்து நேராக அமர்ந்துகொண்டார்.

பிளாட்டுல இருக்கிறவங்க எப்போதும் சண்ட போட்றத நீங்க பார்க்கலாம். அவங்கப் பேசிக்காதவரை சண்டையில்ல, பேசுனா சண்டை வரும் பார்த்திருக்கீங்களா? அதனாலதான் பிளாட்ல இருக்கிறவங்கப் பேசிக்கிறதேயில்ல. தனிவீட்டுல சந்தோஷமா இருந்தவங்க அங்கப் போனதும் பேசிக்காம ஏதோ வெளிநாட்டிலேந்து வந்தவங்க மாதிரி அமைதியாவாங்க. அம்மா, அப்பா, பொண்டாட்டி, புள்ளைங்ககூட பேசமாட்டாங்க பார்த்திருப்பீங்க, அப்படி என்னால இருக்க முடியாது, நா

பேசணும், பழகணும், எனக்குத் தெரிஞ்சத மத்தவங்களுக்குச் சொல்லணும், அது அங்க முடியாதே.”

குலசேகரன் சற்று அமைதியானார். அவருக்கு உண்மையான விஷயம் இதுவரை யோசிக்காதக் கோணம் என தோன்றியது.

“நீங்க சொல்றதும் சரிதான் சார்...”

கொஞ்ச நேரம் அமைதியாக இருந்தார். “மனுஷன் தனிமை விரும்பின்னாலும், அங்க போனதும் மத்தவங்ககிட்டேந்து விலகுற விரும்பியா மாறிடறான். தன் அந்தரங்க விஷயங்களை மத்தவங்க பார்த்திடறாங்கன்னு எண்ணம் வந்துடுதோன்னு நினைக்கிறேன். நமக்குத் தேவையான எல்லாம் இருந்தாலும், மத்தவங்ககிட்ட சொல்ல, பகிர்ந்துகிற விஷயங்கள் நிறைய இருந்தாலும், சில விஷயங்கள் மறைச்சுதான் இருக்கணும்னு நினைக்கிறான். அது வெளிப்படையா தெரிஞ்சிடுதோன்னு உள்ளூர ஒரு பயம் அவனுக்கு. உலகம் முச்சூடும் அப்படிதானே இருக்கு.”

குலசேகரன் அமர்ந்திருந்தச் சேரில் சற்று மேலே எழுந்தமர்ந்தார்.

“உலகம் முழுசும் மனுஷன் அப்படிதான் இருக்குறான். தனி வீடுகள்ள இருக்கிறவங்களும் இருக்காங்கல்ல. யாருக்கு அந்த பிளாட்டுங்க சரிப்பட்டுவரும் பாருங்க. நகரத்து வேகத்துக்கு ஓடிக்கிட்டு இருக்கிற ஜனங்க, அமாவாசை பௌர்ணமின்னு அன்னைய தேதிப்பத்தி கவலைபடாம வாழுற ஜனங்க, சினிமா டிவின்னு மீடியாவுல இருந்து தன் முகத்த மறைச்சுக்கிட்டு வாழவேண்டிய ஜனங்க, இவங்களுக்குத்தான் சரிபட்டுவரும். எல்லாத்துக்கும்மேல மனுஷனுக்குத் தன்னை மறச்சுக்கிட்டு வாழுறதுல ஒரு அடிப்படை இன்பம் இருக்கு. தப்பு செய்றவன் மறைஞ்சு வாழுவான் இல்ல, வெளிப்படையானவன் எப்பயாவது பயப்படுவானா?”

எப்போது எதையாவது சொல்லி சீண்டும் குலசேகரன் எதுவும் பேசுமுடியாமல் அவர் மீண்டும் பேசும்வரை காத்திருந்தார்.

“பிளாட்டுல இருக்கஇருக்க உம்மனா மூஞ்சியா ஒரு ஆளு மாறிக்கிட்டிருக்கிறத பாக்கலாம். நம்ம கீதாளயன் பாத்திங்கல்ல, வந்தப்பா எப்படி கலகலப்பா இருந்தாரு, மூனு வருசம் இருக்கும், இப்ப எப்படி இருக்காரு. முகம் இருக்கமா மாறிப்போயி என்னேரமும் எல்லோரையும் சந்தேகப்படற முகத்தோடதான் சுத்துராரு.”

“வேறு எதாவது கவலையாக இருக்குமோ, அவருக்கு வேல சரியா அமையல.”

“அப்படி என்ன கவலை அவருக்கு. பணப்பிரச்சனை இல்லை. வீட்டுப் பிரச்சனை எதுமில்ல, பொண்டாட்டி தங்கமானப் பொண்ணு. முக்கியமா இப்படி இருக்கிறது ஒரு கலையா மாறிப்போச்சு. சாதாரணமான விடுகள இருக்குற மனிதர்களுக்கு வீடு என்னது, நிலம் என்னதுங்கிற எண்ணம் இருக்கும். வரி கட்டுறதுலேந்து கரண்ட் பில் கட்டுறதுவரைக்கும் எல்லாத்தையும் அவனே செய்வான். சின்னதா எதாவது விரிசல் விட்டாகூட அவனே இறங்கி வேலைய பார்ப்பான். அவன் கால் மண்ணுல இருக்கு, மண்ண ருசிப்பாக்குது, அதன் சுவாசத்த அவன் நாசி உணருது. பிளாட்டுல இருக்குறவன பாரு, இதுல எதையும் அவன் செய்ய வேண்டாம். எல்லாத்தையும் மத்தவங்க யாரோதான் செய்யப் போறாங்க. உண்மைய சொல்லணும்னா அவனுக்கும் வீட்டுக்கும் சம்பந்தமில்ல, காலைல வீட்ட விட்டு கிளம்பினா ராத்திரிதான் வருவான். வந்தோன்ன தூக்கம்தான். மத்த பிரச்சனைய பார்க்க அவனுக்கு விருப்பமுமில்ல, தேவையுமில்ல, பின்ன எப்படி வீட்டோடையும் நிலத்தோடையும் தொடர்பில இருப்பான். வீட்டிலேந்தும் நிலத்துலேந்தும் விலக ஆரம்பிக்கும்போதே அவன் மனிதர்கள்டேந்து விலக ஆரம்பிச்சிடுவான்.”

“கேட்குற உனக்கு அதிர்ச்சியா இருக்கும். ஆனா அதான் உண்மை. ஒவ்வொரு நாளும் மனிதனுக்குப் பேச எதாவது வேணும். எப்படி சாப்பாடு மூனு வேளைக்குத் தேவையோ, எப்படி மூச்சு காத்து சுவாசிக்கத் தேவையோ, அப்படி மனிதனுக்குப் பேச கொஞ்சம் நேரம் தேவை. அப்படி போசாம போறவன நீ பார்த்தேன்னா தெரியும். அவன் இன்னும் ஒரு நிலைக்கு வரலேன்னு, பேசாம இருக்குறவனுக்கெல்லாம் பிபி இருக்கும். பொம்பளைங்களா பாரு, என்னேரமும் பேசிக்கிட்டு இருக்குங்க. அவங்களுக்கு பிபி ஒன்னும் கிடையாது. பேச்சு நின்னோன்ன தான் என்கிற அகம்பாவம் சேருது. வெளியில வேலைக்காக அதிகாரிககிட்ட பல்லிளிச்சுகிட்டு இருக்கிறவன் வீட்டுக்கு வந்தோன்ன அப்படியே மாறி அமைதியா யார்டேயும் பேசாம ஆகிடறது எவ்வளவு பெரிய கொடும. ஊமையா ஆகுறது என்ன சாதாரண காரியமா?”

“நகர வாழ்க்கைன்னு சொல்றது இதைத்தான். முன்ன கிராமமா இருந்தப்போ இல்லாத வாழ்க்கை, நகரத்தோட சேர்ந்த இந்த இடம், இப்போ நகர வாழ்க்கைக்கு அதே மனிதன்தான் பழகிக்கிறான். கிராமத்தை நகரமா மாத்தப்பாக்குறான். மரமிருந்தா வெட்றான். அதுல புழு பூச்சி பாம்பு இருக்குங்குறான். அது வீட்டுக்குத் தேவையில்லங்குறான். மனுசன் எப்போ மத்த ஜீவராசிய பார்த்து பயப்பட ஆரம்பிச்சானோ, அப்பவே

அவனோட உலகத்துலேந்து விலக ஆரம்பிச்சுட்டான். மத்த மனுசங்களுக்கிட்டேயுமிருந்து விலக ஆரம்பிச்சுடுவான். அப்புறம் அவனுக்குக் கடவுள் நம்பிக்கையும் போயிடும். எப்ப மத்த மனுசனோடு மூச்சு காத்துப் படக்கூடாதுன்னு நினைக்கிறானோ எப்ப மத்த மனுசனோட பேச்சைக் கேட்க கூடாதுன்னு நினைக்கிறானோ அப்பவே அவன் மனித தன்மையை இழந்துட்டான்."

இவ்வளவு நீண்ட விளக்கம் குலசேகரனுக்குச் சற்று அயர்ச்சியாக இருந்தது. தன்னை அவர் கவனிக்கிறாரா என்ற ஐயமும் ஏற்பட்டது. அவரது பேச்சில் சுவாரஸ்யமாக கலந்துகொள்ள வேண்டும் என நினைக்க ஆரம்பித்தார். "அதில்ல சார். உங்க பயகளும் பொன்னுகளும்கூட இங்க இல்லையே, அத்தோட அவங்கெல்லாம் பிளாட்லதான் இருப்பாங்கனும் நினைக்கிறேன்."

"ம்ம்" என்று கண்களைக் கசக்கியபடிச் சற்று யோசிக்க ஆரம்பித்தார். இதைக் கேட்டிருக்க வேண்டாமோ என்று குலசேகரன் நினைக்கும்போது பேச ஆரம்பித்தார் ராமமூர்த்தி.

"பெரிய பொண்ணு பக்கத்துலதான் இருக்கா, அடையாறுல. சின்னவ பெங்களூரு, பெரிய பையன்வந்து வடநாட்டுல இருக்கான், சின்னவன் அமெரிக்காவுல. பெரிய பையன் எனக்கு அப்புறம் இந்த வீட்டுல இருப்பான். எல்லாம் பிளாட்டுலதான் இருக்காங்க. ஒரு வயசு வர அவங்க வளர்க்கிறேன்கிற பேர்ல சில விஷயங்கள் என் மூலமா அவங்களுக்குத் தெரியும். ஆனா அதுக்கப்புறம் அவங்களா சிந்திக்கப்போறாங்க, முடிவெடுக்கப் போறாங்க. சின்னவன் இந்த வீட்ட நிச்சயம் வித்துடுவான். அதுல எந்த சந்தேகமும் இல்ல. பெரியவனுக்குப் பழமை, மரபு அப்படின்னு கொஞ்சம் நம்பிக்கை, ஆனா அவன் பொண்டாட்டி என்ன சொல்லுவாளோ, அவங்க நாலுபேரும் இந்த வீட்டுல இருக்குறவரைக்கு இந்த வீட்ட எப்படி பார்த்துக்கிட்டாங்கன்னு எனக்குத் தெரியும்."

ஏதோ யோசனைபோல் சற்று நேரம் அமைதியானார். மோடாவில் அவர் அமர்ந்திருந்த நிலையிலிருந்து சற்று நகர்ந்து கால்களால் சற்று உந்தி வேறு திசைக்குத் தன்னைத் திருப்பிக் கொண்டார். யோசனையில் ஆழ்ந்தார். ஜன்னல் வழியாக தோட்டத்தைப் பார்த்து யோசித்தபோது அங்கே காகங்கள் இரண்டு கத்திக்கொண்டிருந்தன. ஒரு பல்லி உச்சுக்கொட்டி அவர் நினைவை திருப்பியது.

"வீடுதான் மனிதனோட சிந்தனையை மாத்துதுன்னு சொன்னா நம்புவீங்களா? அவன் எப்படி வீட்ட வெச்சுருக்கான்னு

பார்த்தாலே அவன் எண்ணத்தைப் புரிஞ்சுக்கலாம். வீடு பேறுன்னா என்ன?”

“நீங்களே சொல்லிடுங்க சார்.”

“வீடுபேறுன்னா சொர்க்கம், முக்தி, மோட்சம் இப்படி எவ்வளவோ பேரு சொல்லலாம் அதுக்கு. வீடுபேறுங்கிற வார்த்தை எப்படி வந்ததுன்னு பாருங்க. ‘வீடு பெறு’ என்கிறதுதான் திரிஞ்சு வீடுபேறாச்சு. உலக வீட்டுலேந்து சொர்க்க வீட்ட வாங்கிகிறீங்க, அதாவது பெற்றுகிறீங்க. அத ஏன் வீடுங்குற வார்த்தையில சொல்றாங்க. வீடு வசிப்பதற்கான இடம்தான். ஆனால் நம்ம எண்ணம் வசிக்கிற இடம் ஒண்ணு இருக்கே அதுக்கு மனசுன்னு பேருமாதிரி ஆன்மா வசிக்கிற ஒரு இடம் அதாவது வீடுதான் முக்தி.”

“இவ்வழி கண்பனேன் தீருமென் சிறுமை மற்றிவ் வீடுவேன் இவ்விலங்கன் மேல் இலங்கையை வீட்டு” இது கம்பராமாயணத்துல வர்ற வரி, அனுமன் சீதையைத் தேடி போகும்போது அவன் மனசுல தோன்றது இது. எவ்வளவு அர்த்தம் தோய்ந்தது பாருங்க. இந்த வீட்ட எப்படி செல்வ செழிப்பா வெச்சுகிறீங்க அப்படிங்கிறது முக்கியமில்ல. எப்படி மத்தவங்ககிட்டேந்து யாருக்கும் தெரியாம வாழ்றீங்க. அதுவும் முக்கியமில்ல, எப்படி இன்முகத்தோட அறம், பொருள், இன்பம் எல்லாத்தையும் சேர்த்து மனிதர்களோட வாழறீங்களோ அப்படிதான் அவனோட முக்தி வீட்டுலேயும் வாழப்போறான்.”

அவர் மீதான பக்தி கண்களில் பரவியது. விளையாட்டாகப் பேசிய பேச்சுகள் தீவிரமடைய, அமைதியானார் குலசேகரன். ஏதோ சொல்ல வந்தார் குலசேகரன். அவரை இடைமறித்து மீண்டும் பேச ஆரம்பித்தார்.

“இந்த வீட்டை அடையறது எவ்வளவு கஷ்டமோ அவ்வளவு கஷ்டம் அந்த வீட்ட விட்றது. அந்த வீடுபேறை அடைய முதல் இந்த வீட்ட விடறதோடு வனம் புகுதலும் நடக்கணும். வனம் புகுதல்ன்னா என்ன வானபிரஸ்தம்தான். தவநிலை, அங்க யாருக்குமிடமில்லை, தனியே இருக்கணும், அல்லது மனைவியோட இருக்கலாம். அதத்தாண்டி யாரும் இருக்கக்கூடாது. அங்க தனிமை, அமைதி எல்லாம் இருக்குற வாழ்க்கை. அகம்புகுதலுன்னும் சொல்லலாம். அது மனுஷனுக்கு மட்டுமில்ல, நாய்க்கு உண்டு, பூனை மத்த ஜீவராசிகளுக்கு உண்டு, மரத்துக்கு உண்டு, வீட்டுக்கும் உண்டு, இந்த நிலத்துக்கும் உண்டு, அத நோக்கிதான் நானும் போயிகிட்டு இருக்கேன்.”

குலசேகரன் அமைதியாக இருந்தார்.

29

உலகம் வேகமாக சுழல்வது போன்ற பிரம்மை. மரங்கள், மனிதர்கள், வீடுகள் வேகமாக பின்னோக்கி சென்றன. உதறி வேகமாக செல்வது ஒருவகையில் நன்மைக்குத்தான். உலகத்து உடமைகளை வெறுப்பது தனக்குப் புதுமை இல்லவே. புதிதாக எதையும் ரசிக்கும் மனநிலை தனக்கு வாய்க்கப்போவதில்லை. இந்த உலகம் அந்த இடத்தில்தான் இருக்கிறது. அவரவர்க்கு எது தேவையோ அதை மட்டுமே எடுத்துக் கொள்கிறார்கள். மற்றவர்கள் தன்னிடமிருந்து எதையும் பறிக்க அவர் இடம் கொடுப்பதில்லையே. தன்னுடைய தன்மானம், சுயமரியாதை, கௌரவம் எதையும் மற்றவர்கள் எடுக்க முடியாது.

முத்துவேலன் நல்ல தூக்கத்தில் இருந்தான். அவன் தலை பேருந்தின் ஆட்டத்திற்கேற்ப ஆடியபடி இருந்தது. தூக்க கலக்கத்தில் அவன் முகம் கோணலாகக் கிடந்தது. அவனது தூக்கத்தை வெறுப்புடனே கவனிப்பதை நினைத்து துணுக்குற்றார் ராஜேந்திரன். எல்லா நேரங்களிலும் அவன்மீது அளவிலாத அன்புடன் இருக்கும் அவருக்கு, அவன் தூக்கத்தில் இருக்கும்போது அவன்மீது ஏன் ஒருவித வெறுப்பு வருகிறது. அவனை அந்தப் பக்கம் தள்ளிவிடவேண்டுமெனத் தோன்றுகிறது. அவனைச் சத்தமிட்டு அல்லது எதையாவது செய்து பதறடித்து எழுப்பவேண்டு மெனத் தோன்றியது. அவனது வெகுளித்தனம் தன்னை அப்படி சிந்திக்க வைக்கிறது என நினைத்தார். மெல்ல மனத்தைக் கட்டுப்படுத்தி வெளியே நோக்கினார் ராஜேந்திரன். சில்லென்ற காலைக் காற்று முகத்தில் அறைய கன்னங்களில் குளிர்மை பரவியது.

ஒரு திருப்பத்தில் திரும்பி நின்றதும், தஞ்சாவூர் வந்துவிட்டதை நடத்துனர் உற்சாகமாக அறிவித்தார்.

சட்டென எழுந்து தலைக்குமேலிருந்த சுவிட்சுகளைப் போட்டு வண்டியைப் பிரகாசமாக்கினார் நடத்துனர். தூக்கத்தில் இருந்தவர்கள், தங்கள் அந்தரங்கம் வெளிப்படுவதை விரும்பாமல், பதறி எழுந்தனர். எஞ்சினை அணைத்துவிட்டு ஓட்டுநரும் இறங்கி வெளியேறினார்.

முத்துவேலன் இன்னும் தூங்கிக்கொண்டிருந்தான். அவனது செய்கை அவருக்கு அருவருப்பூட்டியது. வெளியே கடைகளைப் பார்த்துக்கொண்டே அவனைப் பார்ப்பதை தவிர்த்துக் கொண்டே, அவன் கையைத் தட்டி எழுப்பினார். முத்துவேலன் எழுந்தபோது அவன் காதுகளில் வெளியே இருந்த சத்தங்கள் விழ ஆரம்பித்தன, "எந்த ஊர்ண்ணே". "தஞ்சாவூர் வந்துடுச்சிடா எழுந்திரி" என்றார். அப்போதும் வெளியே பார்த்துக்கொண் டிருந்தார். மடித்து வைத்திருந்த கால்கள் வலியெடுத்தன. கீழே வந்தபோது இன்னும் வலித்தது.

மீண்டும் டவுன்பஸ் பிடித்து ரெங்கநாதபுரத்திற்குச் செல்லவேண்டும். பேருந்து நிலையத்தில் குளித்து வேறு உடையணிந்து தயாரானார்கள். பைகளின் அழுக்குத் துணி ஈரம் காயாமல் மட்கிய நாற்றமடிப்பதாக நினைத்துக்கொண்டார். விறகுஅடுப்பால் ஏற்பட்ட கருமை பூசிய சாப்பாட்டுக் கடையில் அமர்ந்து இட்லி சாப்பிட்டார்கள். சாம்பாரில் கரியின் வாசமிருந்தது. மூன்றுசுவர்களிலும் கரிபூசப்பட்டக் கடையை ராஜேந்திரன் இப்போதுதான் பார்க்கிறார்.

கண்கள் கூசுமளவிற்கு வெயில் ஆரம்பித்திருந்தது. புது இடங்களில் வெயிலின் தாக்கம் அதிகமிருப்பதுபோல தோன்றும். தான் விரும்பி வரவேண்டி பல ஆண்டுகள் தவமிருந்த நகரமாக இருந்தாலும், சலிப்பை ஏற்படுத்தும் நகரமாகக் காட்சியளித்தது ராஜேந்திரனுக்கு. எல்லா இடங்களிலும் குப்பைகள் கிடந்தன. எச்சில் துப்பிய இடங்களில் காய்ந்து சிவப்பேறியிருந்தது. பொதுக்கழிப்பிட பகுதி அதே அழுக்குகளுடன் இருப்பதாகத் தெரிந்தது. கழிப்பிடத்தில் இருந்த எல்லா அழைப்பு எண்களும் ஒரே நபருடையதுதான் எனத் தோன்றியது.

மனிதர்களின் இயக்கங்களுக்குத் தகுந்தாற்போல் மெல்ல நகரம் சூடேறுகிறது. தான் கண்ட நகரம் இதல்ல. ரம்மியமாகத் தோன்றிய இடங்களில் ஏதோ ஒன்று குறைவிருந்தது. சிறுவயதில் பார்த்த கட்டிடம் ஒன்று இன்னும் பழுப்பேறி பழமையாகி விட்டது; தன் உள்மனதிற்கு மட்டுமே தெரிந்த ரகசியம் போலிருந்தது. அந்த பலகைகூட அப்படியே இருந்தது. ஆனால் விசித்திரமாக இந்த கட்டிடம் மட்டும் நினைவிலிருப்பது ஏன் என நினைத்துக்கொண்டார்.

சோம்பலடித்த முகங்கள், ஆனால் பரபரப்பான அவர்களின் இயக்கங்களால் சமன்படுத்தும் முயற்சியில் இருப்பவர்கள் போலிருந்தார்கள். யாரும் வந்து அவர்களை எதுவும் கேட்காதது ஆச்சரியமாக இருந்தது. சென்னை போன்ற நகரத்தில் ரிக்ஷாக்காரகளிலிருந்து கடைக்காரர்கள்வரை எதாவது கேட்டுக் காசு பிடுங்கப் பார்ப்பார்கள். அம்மனிதர்களுக்கு வெளியூர்காரர்கள் யார் என்று தெளிவாகத் தெரியும். கொஞ்சநேரம் அமர்ந்து முத்துவேலன் பீடி வளித்தான். அவனுக்கு அவன் மனைவியைவிட்டுவிட்டு வருவது பெரும்பாடாக இருந்தது. அவள் ராஜேந்திரனுடன் வெளியே செல்லும்போதெல்லாம் பதறினாள். அவள் முகத்தில் அந்த பயம் அப்பட்டமாகத் தெரியும்.

முத்துவேலனின் முகத்தில் எதிர்பார்ப்பில்லாத ஆர்வமிருந்தது. தன்னை முழுமையாக நம்பும் நம்பிக்கை. "அண்ணே அண்ணே" என்று வாய் நிறைய அழைக்கும் பாங்கிலிருக்கும் கீழ்படிதல். பொய்ச் சொல்லா அன்பின் முகம். திடீரென திரும்பி "ஏன்ண்ணே, அண்ணி ஒண்ணுமே சொல்லாம உங்கள அனுப்பிட்டாங்க" ராஜேந்திரனின் கண்கள் தன்னை இத்தனை நேரம் நோக்கிக் கொண்டிருந்தது என்பதை உணர்ந்து கொண்டது அவன் முகம். ராஜேந்திரன் வேகமாக கண்களைத் திருப்பி, "அவ என்னய முழுசா நம்புறாடா உன்னய மாதிரி, கண்ணாலம் கட்டுனதுலேந்து அப்படிதான், எம்போக்குல உட்றுவா" என்றார். கடைசி புகையை இழுத்துவிட்டு "அதுக்கெல்லாம் ஒரு கொடுப்பின வேணும்ண்ணே" என்றான்.

"அந்தா திருக்கருக்காவூர் பஸ் வருது பாரு நாம போவோம்" என்று அவசரமாக எழுந்து ஓடினார்கள். ஆனால் மெதுவாகத்தான் பஸ் திரும்பி நின்றது. அவசரஅவசரமாக இருவரும் ஏறி அமர்ந்தபின்னும், மக்கள் யாரும் வராதது அவர்களுக்கு ஆச்சரியமாக இருந்தது. பெரிய நகரத்தின் பழக்கம். முதலில் செல்பவனுக்குத்தான் எதுவும் கிடைக்கும் என்கிற ஜனத்திரள் திரண்ட ஊரிலிருந்து வந்ததன் விளைவு.

வயிறு சரியில்லாதவனின் நடைபோல மெதுவாக சென்றது பேருந்து. ஊர் நெருங்கநெருங்க மனதில் சின்ன பதைப்பு அதிகரித்தது. அது ஆசனவாயில் எரிச்சலுடன் குடல் முழுவதும் காலியாக்க வேண்டும் என்கிற பயத்தினால் என்பதுதான் என மெதுவாக உணர்ந்தார் ராஜேந்திரன்.

ரெங்கநாதபுரத்தில் இருவரும் இறங்கி நின்றார்கள். ஊர் என்ற பெயரில் வீடுகள் பள்ளி மாணவர்கள்போல வரிசையில் நீண்ட சாலையின் இருபக்கமும் நின்றிருந்தன. அதன் பின்னால் இடைவெளிகளில் வயல்கள் தெரிந்தன. குளிர்காற்று

அங்கிருந்துதான் வருகிறது என நினைத்தார். சின்ன சாலை அதிலிருந்து பிரிந்து சென்றது. அந்தச் சின்ன சாலையின் முனையில் இருந்த பெரிய அரசமரம் அவர் நினைவில் சரியாக இருந்தது. சற்றுப் பெரியஉருவம்கொண்டிருக்கிறது அவ்வளவுதான். அதே சலசலப்பு, யாருக்கோ காத்திருக்கும் பொறுமை. தனக்கு வழிக்காட்டத்தானா?

லேசாக அதைத் தொட்டுப்பார்த்தார். அடியாழத்தில் இழப்பின் வலி, சின்ன குழந்தையின் அலறல்போலக் கீரிச்சிட்டது. “ரொம்ப பெரிய மரம்ண்ணே, இல்ல...” என்றான் முத்துவேலன். அவனைப் பார்த்ததும் எங்கோ மேட்டுநிலத்தில் கைக்கு எட்டாத உயரத்தில் அவன் நின்றிருப்பதுபோன்ற பிரமை. அவன் குரல் கிணற்றின் ஆழத்திலிருந்து வெளிப்பட்டது போன்றிருந்தது. அந்த நேரத்தில் ஒழுங்கற்றப் பல்வரிசையைக் காட்டி அவன் சிரித்தது அவன் வேறு யாரோ என்று தோன்றியது.

கொஞ்சம் நடந்ததும் நெருக்கமாக சின்னச்சின்ன வீடுகள் இருந்தன. முன்பு சற்றுப் பெரிய வீடுகளாக இருந்தது என நினைத்தது பொய்யாக இருக்கலாம் எனத் தோன்றியது. சில வீடுகள் அப்படியே இருந்தன. புதிய வீடுகள் புதிய பாணியில் இருந்தது. முன்பிருந்த அதே குளம் வந்தது. ஆனால் பச்சை யானப் பாசியுடன் படித்துறைகள் இடிந்து கோரைப் புற்கள் மண்டிகிடந்தது. தற்போது அது மனிதர்களின் உபயோகத்தில் இல்லை போலும். லேசாக இடப்பக்கம் திரும்பியது தெரு. குளக்கரைப் பக்கத்தில் காளியம்மன் கோயில். அது புதிய பெயிண்டுடன் பழமையை நீக்கிப் பார்க்க விசித்திரமாக இருந்தது. கோயிலைப் பார்த்தபடி நேராகத் தொடர்ந்து சென்றது அந்த வீதி. முன்பைவிட சற்று வளைந்திருப்பது போன்ற பிரம்மை. இருமருங்கிலும் அதேமாதிரியான வீடுகள். ஆனால் வீடுகளின் உயரம் குறைந்து நெருக்கமாக இருந்தது; தன் உயரத்தினாலா என்று குழப்பமாக இருந்தது.

மாடுகள், ஆடுகள், குறுக்காக ஓடிக் கொண்டிருக்கும் தெருவில் பறவைகளின் ஒலியோடு குழந்தைகளின் குரல்கள் அதிகாலையில் கேட்டபடி இருக்கும். எதுவுமில்லை. தூக்கத்தில் இருக்கும் நோயுற்ற விலங்குபோல அமைதியாகக் கிடந்தது தெரு. அந்த அமைதி அவரை என்னவோ செய்தது. திரும்பிவிடலாமா என எண்ணினார். புதிய மனிதர்கள் வரும்போது தெரியும் விசாரிப்புகள் அங்கு எதுவுமில்லை. மனிதர்கள் சில வீடுகளில் இருந்தார்கள். அவர்கள் யோசனையில் இருப்பது போன்று வேறு எங்கோ பார்த்தபடி இருந்தார்கள். இவர்களைக் கண்டுகொண்டதாகக்கூட தெரியவில்லை.

தனக்கு எதுவும் தெரியாது, மனிதர்களை நான் நினைவில் வைத்திருக்கவில்லை. ஆனால் அவர்களுக்கு என்னை தெரியும் என்று முத்துவேலனிடம் கூறியிருந்தார். முதல்பாதி சரிதான், இரண்டாம் பாதி தவறாக இருக்கிறதே! "தெருவின் கடைசி வீடுதான் எங்கள் வீடு வா போவோம்" என்று வேகமாகக் கூட்டிச் சென்றார். வெயில் ஒருபக்கமாகச் சாய்ந்து சறுக்குமரம்போல கிடந்தது. வலப்பக்க வீடுகள் கண்களில் வெயிலின் உறுத்தலால் இருட்டாகக் கிடந்தது. ஒரு நாய் அவர்களைப் பார்த்துவிட்டு எழுந்து நின்று கூர்ந்துகவனித்தது. அவர்களின் உடைகள் வைத்திருந்தப் பைகளைப் பார்த்து வேற்று மனிதர்கள் என்பதைச் சரியாகக் கணித்துப் பெருங்குரலெடுத்து அலறியது. அவர்கள் அதைச் சட்டை செய்யாமல் தொடர்ந்து சென்றார்கள். கடைசியில் ஒரு இடத்தில் இதுதான் இருக்கும்டா தம்பி என்றார்.

அந்த வீடு இடிந்துபோய் கிடந்தது. திண்ணை, காரைகள் பெயர்ந்து மண் தெரிந்தது. வீட்டுக் கதவை திறந்ததும் நட்ட நடுவில் ஒரு பெரிய மரம், அது நாழியைப் பீய்த்துக்கொண்டு மேலேறிச்சென்றிருந்தது. வீடு முழுவதும் ஓடு சிதறல்கள். ராஜேந்திரன் மனம் நீரற்ற வறண்ட தொட்டிபோல் சொற்கள் இல்லாமல் கிடந்தது. உள்ளே சென்றபோது ஒரு பழைய மாடல் பைக் ஒன்று சுவற்றோடு சேர்ந்து நின்றிருந்தது. அது பலகாலமாக அங்கு நின்றிருந்த சுவடுடன் இருந்தது. அதன் தோல்கள் பீய்ந்து உள்ளே கருத்த தகர இரும்பு தெரியும் உடல். காற்று இறங்கிய டயர்களில் வெடிப்புகள். அமரும் சீட்டு கிழிந்து உள்ளே இருந்த மஞ்சள் நிறம், பச்சையாக மாறியிருந்த பஞ்சுகள். இந்தப் பைக் அவர் நினைவில் எங்கோ இருந்தது. ஆம், நினைவிற்கு வந்துவிட்டது. சித்தப்பாவின் மாமனார் அவருக்கு வாங்கிக் கொடுத்த பைக். உள்ளே சென்றபோது அடுப்படியில் சில பொருட்கள் சிதறிக்கிடந்தன. சமையல் பொருட்கள்தாம். ஆனால் கருத்த அப்பொருட்கள் என்ன என்று சரியாக விளங்கவில்லை. ஆனால் எங்கும் நூலாம் படைகள் இல்லை என்பது ஆச்சரியமாக இருந்தது. முக்கியமாகக் கூரை இல்லாதது ஒரு காரணமாக இருக்கலாம்.

எப்போது தொணத்தொணக்கும் முத்துவேலன் எதுவும் இன்று பேசாமல் இருக்கவேண்டும் என நினைத்தார். அவன் முகத்தைப் பார்க்க பயந்து வேறு பக்கம் பார்க்கத் தொடங்கினார். ஆனால் அவனது பார்வை ஆச்சரியத்திலும் ஏமாற்றத்திலும் விரிந்திருந்தது. கண்களும் உதடுகளும்தான் எல்லாவற்றையும் சொல்லிவிடுகின்றன. ராஜேந்திரன் அவனைப் பார்க்கும்போதெல்லாம் அதை மறைக்கும் முயற்சியும் தெரிந்தது. மிக உற்சாகமானவனாகக் காட்டிக்கொள்ள செய்யும்

சேட்டைகள் அவனிடம் இருந்தன. "அண்ணே, இந்த மரத்துக்குப் பேரென்னண்ணே ..."

"இரு சொல்றேன்."

வெளியே வந்து வீட்டை முழுமையாக நோக்கியபோது இளஞ் சூரிய ஒளியில் எதுவுமே தெரியவில்லை. அழகாக அமைதியான வீட்டைப் பார்ப்பதைப் போன்றிருந்தது. விளையாடியக் கால்தடங்கள், திண்ணையில், நடையில், கொல்லையில் எதுவும் தெரிகிறதா என பார்ப்பதுபோல பார்த்துக் கொண்டிருந்தார். அவர் கையில் சின்னக் குச்சி எடுத்து அங்கங்கே அதைக்கொண்டு கீறிப்பார்த்தார். சுவரைக் கீறியபோது அதன் கோடு அழுத்தமாக ரணம்போல விழுந்தது. பதறி கையை எடுத்தார்.

வெளியே வந்தபோது மடித்துக் கட்டிய வேட்டியுடன் கையில் பல்பொடி டப்பாவும், வாயில் பிரஷும் இருந்த ஒருவர், ஓரத்தில் துப்பிவிட்டு வந்து, "என்ன வீடு வாங்கப் போறீங்களா" என்றார். அவர் கேட்டதை எரிச்சலாக உணர்ந்த மறுகணம் கிராமத்தில் இது சகஜம்தான் என்று நினைத்து லேசாகச் சிரித்தார்.

"அப்படிதான் வெச்சுக்கங்களேன்" என்றார் ராஜேந்திரன்.

வந்தவர் லேசாகச் சிரித்து, "நல்ல அகலமான வீடு. பின்னாடி கொல்லைக்கு அப்புறம் ஒரு தோப்பு இருக்கு. நல்ல காத்தோட்டம் இருக்கும். நாகூட கேட்டிருந்தேன். எம்வீட்டம்மாதான் வேணான்னுடுச்சி."

ஏன் என்று கேட்க நினைத்தார். எதாவது சாபம் இந்த வீட்டில் இருக்கு என்பார்கள். அப்படியும் அவர் அதைச் சொல்லி விடுவார் எனத் தோன்றவில்லை. திண்ணையில் அமர்ந்து நிதானமாகப் பேச ஆரம்பித்தார். "நீங்க யாருக்கு உறவு" என பேச்சைத் தொடங்கினார்.

"இந்தக் குடும்பத்துக்கு வேண்டியவன்னு வெச்சுகங்களேன்."

"எங்கேந்து வர்றீங்க."

"சென்னை."

சென்னை என்றதும் லேசாகப் பெருமிதத்துடன் அவரைப் பார்த்தார். சென்னையில் வாழ்பவர் கொடுத்து வைத்தவர் என்கிற அர்த்தமும் அதற்கு இருந்தது. நாகரீகமாக எல்லாம் அறிந்திருப்பவர் என்கிற அர்த்தமும் அதற்கும் இருக்க வேண்டும்.

"நல்ல வீடு யார் வாங்குவான்னுதான் தெரியல? பெரியவரோட ரெண்டு பொண்ணுங்க சாலியமங்கலத்துல

ஒண்ணும், தஞ்சாவூர்ல ஒண்ணும் இருக்கு. கும்மோனத்துல அவர் தம்பி பசங்க இருக்காங்க, ஆனா சொத்த வித்தா எல்லாருக்கும் பாகமாயிடும், சாலியமங்கலத்துல இருக்குற பொண்ணு குடும்பந்தான் ரொம்ப முயற்சிக்குதுவோ, ஆனா விக்கமாட்டேங்குதே...”

“நா வித்து தாரேன்னு சொல்லியிருக்கேன். வித்தா ரெண்டு பர்சன்ட் கிடைக்கும்” என்று அவர் ஃபோனிலிருந்து நம்பரும் பேரையும் சொன்னார். அந்த பெயர் அவர் அக்காவினுடையது. “அது என் அக்காதான்”. என்றார். சற்று அதிர்ந்த அவர் “சொந்த அக்காவா” என்றார். “ஆமா சொந்த அக்காதான்.” சற்று யோசனையில் இருந்தார். பின் “அவங்க வீட்டுல சின்ன வயசுல ஒரு பையன் ஓடிட்டான்னு சொல்லுவாங்க, அது நீங்கதானா” என்றார். மிகச்சரியாக அந்த இடத்திற்கு வந்தது, அந்த வீட்டு மனிதர்களைச் சரியாகப் புரிந்துவைத்திருக்கிறார் என்று தோன்றியது.

“வாங்கணும்னா உங்க பங்க கழிச்சுட்டு வாங்கிடுங்க.”

“முதல்ல அக்காவீட்டப் போயி பார்க்குறேன். உங்கக் கிட்ட அட்ரஸ் இருந்தா கொடுங்க” என்றார்.

அவர் உள்ளே சென்று ஒரு காகிதத்தில் எழுதி எடுத்து வந்தார். இருங்க பையனவுட்டு டிபன் வாங்கியாரச் சொல்றேன். என்றார். “இல்லல்ல நாங்க அந்த அக்கா வீட்டுக்குப் போயி சாப்பிட்டுக்கிறோம்” என்று கிளம்பினார்கள்.

பஸ் ஏறி நேராக தஞ்சாவூர்தான் சென்றார்கள். வழியில் இறங்கவில்லை. ஏன்ணே என்று அதிர்ச்சியாகக் கேட்டான் முத்துவேலன். இனிமே பார்க்குறத்துக்கு ஒன்னுமில்லடா என்றார்.

“வாழ்க்கை இனி அவ்வளவுதாண்டா. வாழணும்னு நினைக்கும்போது எல்லாம் என்னைய துரத்துனது, இப்ப விலகுனும்னு நினைக்கிறேன். அதுவா வாரேங்குது. இந்த வாழ்க்கைல இருக்குற தனிமனித பெருமைல என்ன அர்த்தம் இருக்குச் சொல்லு.”

தஞ்சை பஸ் நிலையத்தில் இறங்கியதும் சென்னை செல்லும் பஸ்ஸை நோக்கி நடந்தார்கள்.

30

வீட்டின் முன் சுற்றுச் சுவர் இடிக்கப்பட்டுக் கிடந்தது. சாலையில் போகும் மனிதர்களுக்கு வீடும் தெரியும்படி கழன்ற ஆடைகள் போல் கிடந்தது. செங்கல்லும் சிமெண்ட்டின் பலமான கலவையாக ஒட்டிக் கிடந்தன. புதிதாகப் போடப்பட்ட இரும்பு கம்பிகள் நிற்கும் வரிசையில் நேர்க்கோடு கிழித்தால் வீட்டைப் பாதி இடித்துக்கொண்டும் நீண்டு செல்லும் எனத் தோன்றியது. அதுதான் பாலத்தின் வெளிச்சுவர். மனதில் ஆங்காரம் வெடித்தது. கம்பிகளின் மேல் விழுந்து உயிரை மாய்த்துக்கொள்ள நினைத்தாள். துடிக்கும் உதடு களில் சொற்கள் வராமல் அழுகை வந்தது.

மனோகரி இருந்த கடைசி சாரி நிலமும் வீடுகளும் இந்தப் பாலத்தால் அடிபடும் என்று பேச்சு வந்தபோது அவள் பெரிதாக எடுத்துக் கொள்ளவில்லை. அவ்வளவு சீக்கிரம் எதுவும் நடந்துவிடாது என்ற பேச்சும் இருந்ததால் அவளும் அமைதியாக இருந்தாள். ஆனால் நேற்று ஒரு அரசு அதிகாரி வந்து சொன்னதிலிருந்து அவள் மனம் நிலைகொள்ளாமல் தவித்தது.

வாய்க்காலின் ஒரு பகுதி தூர்வாரப்பட்டுப் பாலம் அமையவிருக்கிறது. பாலம் முடியும் இடத்தில் நிலங்கள் கையகப்படுத்தப்பட்டு மேடாக்கி உயர்ந்த சாலை அமைக்கப்படும். தங்கள் நிலம் இருப்பதால் உரிய இழப்பீடும் அளிக்கப்படும். ஆனால் அந்த இழப்பீடு அரசாங்கம் என்ன கொடுக்கிறதோ அதுதான்.

எந்த வகையிலும் இழப்பீடு அவளுக்கு முக்கியமானதாக இருக்க முடியாது. வாழ்வில் எதிர்கொண்ட இழப்புகளை இந்தச் சிறிய இழப்பீடு சரிசெய்ய முடியாது. இந்த வயதில் பணம் அவள் விரும்பும் பொருளாக இல்லை. அவள் கணவன் தன் இளமையில் சம்பாதித்த நிலத்தை எதன் பொருட்டு

இழக்க மனம் வரும். தொண்ணூறு வயதில் தன் உடல் இழந்த சோபையைத் தன் நிலம் இன்னும் இழந்துவிடவில்லை. அதன் ஒவ்வொரு துளியிலும் உயிர் இருந்து தழைத்து நிற்கிறது. கணவன் மருதையனின் கனவு நிலம் இது. அவன் செப்பனிட்ட, உழுது பயிரிட்ட நிலம். அவனால் உருக்கொண்ட நிலமிது. அவன் எப்படிக் காத்தானோ அப்படி அவன் சந்ததியினர் காக்க வேண்டிய நிலம். தன் மகன் பிறகு அவன் மகன், பிறகு அவன் மகன் என்று வைத்துக் காக்கப்போகிறார்கள். அப்போது இருந்த நாயுடுவிற்குத் தெரியும் எப்படி மருதையன் இந்த இடத்தைப் பண்படுத்தினான் என்று.

இதெல்லாம் அவள் யோசித்து வைத்திருந்தவை. மருதையனின் ஆன்மாவை அவள் நெருக்கமாக அறிந்திருந்தாள். அவள் இறந்த பின் அவள் ஆன்மா அவனுடன் இணைந்துகொள்ளும் என முழுமையாக நம்புகிறாள். இந்த நிலத்திலும் அவன் ஆன்மா ஒளிந்திருக்கிறது. அவன் விட்டுச்சென்ற ஒவ்வொரு காலடித் தடத்தையும் இந்த நிலம் தன்னிடம் பத்திரப்படுத்தி வைத்திருக் கிறது. இந்தப் பகுதி முழுவதும் அவன் நடந்தான். அவனது வலுவான கால்கள் தயக்கமின்றிப் பதிந்த தடங்களை நிலம் உவகையுடன் ஏற்றுக்கொண்டிருகிறது.

ஒவ்வொரு இடமாக நடந்து அவன் அளந்த இடத்தை இன்று இந்த அரசாங்க ஆட்கள் அளக்கிறார்கள். இவர்களால் அவன் காலடித் தடத்தை அழிக்க முடியாது. அவன் நேர்செய்த நிலத்தில் தன் கனவுகளைச் செலுத்திச் சென்றிருக்கிறான். ராமமூர்த்தி இங்கு வரும்போது சொன்னது இன்றும் நினைவில் இருக்கிறது. "உன் புருஷன் இல்லேன்னா நாங்க இங்க வந்திருக்க முடியாது பொண்ணே." அவருக்கும் தெரியும், நாயுடுவிற்கும் முழுமையாகத் தெரியும், நான் யாரென்று. இன்று அய்யர் இல்லாதபோது இந்த நிலத்தைக் கூறுபோடுகிறார்கள். அவர் இருந்திருந்தால் இப்படி விட்டிருக்கமாட்டார்.

மனோகரி வெளியே வந்தாள். கருத்த மனிதத் தலைகள் எந்தக் குற்றவுணர்ச்சியுமற்றுச் சுற்றித் திரிந்தன. அவர்கள் தங்களுக்குள் பேசிச் சென்றார்கள். யாரும் நின்று மனோகரியிடம் பேசவில்லை. அவள் நிற்பதுகூட அவர்களுக்குப் பொருட்டாகத் தெரியவில்லை. இந்த இடத்தைத் தான் அடைய யத்தனித்த முயற்சிகள், அதன் வெற்றிகள், தோல்விகள், அதன் தொடர்ச்சி யாகப் பெற்ற அனுபவங்கள் எதுவும் இவர்களுக்குத் தெரியாது.

சரியாகக் கண் தெரியாத, காது கேட்காத, ருசியறியாத இந்த கிழட்டு உடலை நின்று கவனிப்பவர் யாருமில்லை. அவர் களுக்குத் தெரியுமா நான் இந்த நிலத்தின் மூலத்தை அறிந்தவள் என்று. நான், மருதையன், வெள்ளையம்மாள், சரோஜா, கலியன்,

எல்லோரும் செய்த வேலைகள் இவர்களுக்குத் தெரியாது. நிலத்தில் கால்வைக்க முடியாத, காட்டைத் திருத்தித் வீடு கட்ட வைத்தது நாங்கள்.

கைகளை மட்டும் உடைத்துவிட்டது போன்ற உணர்வு. கண்களால் பொருட்களை மட்டும் அறியும் திறன் அதற்கு வந்திருக்கிறது. அதையும் தாண்டி அதன் உள்சிக்கல்களின், அதன் கனபரிமாணங்களின் உள்ளர்த்தங்கள் இருக்கின்றன. சுவர்களின் மூச்சுக்காற்றை நான் கேட்கிறேன். நெளிந்தாடும் பாம்புகளின் உடலசைவுகளை வீட்டின் ஒவ்வொரு மூலையிலும் காண்கிறேன். அவை என்னை நோக்கிச் சொல்லும் செய்தியை மற்றவர்களுக்குக் கடத்த முடியாதவை. அந்தச் சொற்களின் அழுத்தத்தால் உடைந்து சிதறிவிடுவேன் என்கிற பயம் நாளும் பயங்காட்டியபடி இருக்கிறது. தொண்டையை அடைத்துக் கொள்ளாமல் இருக்க ஒவ்வொரு மணித்துளியையும் நீரில் நனைத்து உண்கிறேன்.

இருளும் ஒளியும் தெரியாமல் வீட்டிலேயே கிடக்கிறேன். இருள் வரும்போது ஒளியைக் காணும் ஆர்வம் வருகிறது. ஒளி வரும்போது இருளைத் தேடியடையும் சுகம் இருக்கிறது. வெப்பமும் குளிரும் மாறிமாறித் தாக்குகின்றன உடலை. வறண்டு, கருத்து, சிறுத்துத் தோல்களின் இசைவிற்கு மாற்றிக்கொள்கிறது உடல்.

குளிரிலிருந்து உடலை மீட்டெடுக்க வேண்டும். அதேபோல் இந்த வீட்டை மீட்க வேண்டும். வீட்டிற்குச் செங்கல், மணல், ஜல்லி, கம்பிபோல உடலும் ரத்தம், சதை, எலும்பு, உயிர் கொண்டு கட்டப்பட்டிருக்கிறது. உயிரின் தொடக்கம் பிட்டத்திற்குச் சற்று மேல்தானே இருக்கிறது. உயிரை மாய்த்தால் உடலுக்கு இயக்கம் இல்லாததுபோல வீட்டிற்கு எது உயிர், எது இயக்கம்?

வீடு குழந்தைபோலக் கூடவே வளருகிறது. குழந்தைமீதான ஆசைபோலத்தான் வீடும். வீட்டை நீங்கினால் தன் குலக் கொழுந்தை நீங்கியதுபோல. குழந்தையைக் குளிப்பாட்டி அழகு பார்ப்பதுபோல வீட்டைத் துடைத்துச் சுத்தம் செய்து அழகு பார்க்கிறேன். ஒவ்வொரு மூலையிலும் அழகிய வடிவம் கொண்ட பொருட்களை வைத்து அழகு பார்க்கிறேன். யாரையும் உள்ளே நுழையவிடாமல் தன் மனம்போல அதை அழகுறச் செய்கிறேன். பழிச்சொல் ஏதுவும் விழாமல் வீட்டைச் சுற்றிப்போடுகிறேன். வெயிலிலும் மழையிலும் நிறம் மாறாமல் இருக்க எத்தனை பிரயத்தனங்கள்.

முத்துவேலன் ஒருமுறை கேட்டான், “அம்மா, உனக்கு என்னையவிட இந்த வீடுதான் முக்கியமா” என்று. மருதையனைத் திருமணம் செய்தபோது இந்த வீட்டைக்

கனவுகளில் கண்டிருக்கிறேன். அதன் வடிவப்பரிமாணங்களும் அடர்த்தியும் அதன் வெப்பமும் எனக்கு முன்பே தெரியும். வீட்டு மொட்டைமாடியில் அமர்ந்து மனிதர்களைப் பார்க்கும் ஆசை அப்போதே இருந்தது. நான் வீட்டிற்கு வந்தபோது பிரான்சிஸ் ஒருமுறை வந்தான். அவன் கையால் எனக்கு அரசு கொடுத்த பத்திரத்தைக் கொடுத்துச் சிரித்துவிட்டுச் சென்றான். கோழிக்கிறுக்கல்கள்போலக் கருப்பு மையால் எழுதியிருந்த அந்தப் பத்திரத்தில் என் பெயரை பலமுறை தேடி மகிழ்ந்தது நினைவிருக்கிறது.

வனஜா வீட்டிற்கு வரும்போதெல்லாம் பிளாஸ்டிக் உறையில் மடித்து வைத்திருக்கும் பழுப்பேறிய பத்திரத்தை எடுத்துக்காட்டுவாள். பீரோவைத் திறந்து பட்டுப்புடவையைப் பார்க்கும்போதெல்லாமும் அந்தப் பத்திரத்தை எடுத்துப் பார்ப்பாள். அதன் அந்துருண்டை மணத்தை மூக்கின் அருகே வைத்து நுகர்ந்து மகிழ்ந்தாள். தனக்கு பிடித்திருந்த பட்டுப் புடவையின் மடிப்பில் நீளவாக்கில் அந்தப் பத்திரத்தை வைத்திருந்தாள். புடவையின் மணத்தோடு அதுவும் வெளியே வரும். இன்று எழுந்து அந்தப் பத்திரத்தை எடுக்க முடிய வில்லை. தளர்ந்து குறுகிய உடலைத் தூக்கிக்கொண்டுச் செல்ல முடியவில்லை. கூடவே மனதில் எழுந்து வரும் சொற்களை அவளால் ஒருங்கிணைக்க முடியவில்லை. எப்போதும் இருக்கும் தெளிவான சிந்தனை இப்போது இல்லை. உடைந்த பாகங்களைப் பார்க்கும்போது ஏற்படும் வலி நெஞ்சுக் கூட்டை அழுத்திக்கொண்டிருந்தது. யாரோ தன்னைத் தண்ணீரில் அமிழ்த்துவதுபோல் திமிறிக்கொண்டிருந்தாள். மெதுவாக நடந்து வந்து அடுப்படியில் இருந்த மண்ணெண்ணெய் டின்னை எடுத்தாள். நீலநிறமாகச் சோடா பானம் போன்றிருந்தது. தூக்கும்போது ஆடிஆடி நிலைகொண்டது. ஐந்து லிட்டர் கேனில் முக்கால் அளவு இருந்தது.

நடையில் வேகம் இருந்தும் மெதுவாகத்தான் கடக்க முடிந்தது. ஒரு தெரு கடந்தால் அனுமன் கோயில் வந்துவிடும். சிறிய வளைவில் தயங்கி நின்றாள். மூச்சு இறைத்தது. உடல் ஒத்துழைக்கவில்லை, ஆனால் மனதில் இன்னும் திண்மம் இருந்தது. வேகமாக நடை போட கைகளை வீசினாள். அனுமன் கோயில் வாசலில் வெயில் நீளமாகப் படிக்கட்டுகளில் பாய்போல விரிந்து கிடந்தது. கோயில் அய்யர், நாலாவது படிக்கட்டில் நின்றுகொண்டிருந்தார். கையில் சிறிய பித்தளை வாளி, அதில் நெய்வேத்தியத்திற்காகச் சக்கரைப்பொங்கல். "பாட்டி சித்த இரு, பூச முடிஞ்சோன்ன சக்கர பொங்க வாங்கிட்டுப் போலாம்" என்று சொல்லிவிட்டு உள்ளே போனார் குருக்கள்.

யாரையாவது முதலில் அழைப்போமா என முதலில் நினைத்தாள். மருதையனின் மணம், வீட்டின் குளிர்ச்சி, முத்துவேலனின் கோபம், ஃபிரான்சிஸின் பரபரப்பு கலவையாக மனத்தில் ஓடியது. தன்னைத் தூய்மைப்படுத்தும் ஒன்று இவ்வுலகில் இல்லை. எல்லோரும் தன்னிடம் எதிர்ப்பார்த்தது தன் சுயநலத்தை, தன் அகங்காரத்தை வெல்லும் பொருட்டே, தன் சுதந்திரத்தைச் சீண்டும் படியாகவே அவர்களின் செய்கைகள் இருந்துள்ளன. இதில் தன்னை வென்றெடுக்கும் முதல் செய்கை தற்போது நடக்க இருக்கிறது. மூடியைத் திருகி வீசி, தலையிலிருந்து ஊற்றிக்கொள்ள ஆரம்பித்தாள், சரியாகத் தூக்க முடியவில்லை. உடலில் தொடங்கி ஊற்றியதும் தலைக்கு வந்தாள். கோயிலுக்கு உள்ளே சென்ற வாடிக்கையாளருக்காகக் காத்திருந்த ஆட்டோக்காரன் மணி சிரித்தபடி பார்த்துக் கொண்டிருந்தவன், “ஏ கிழவி இரு இரு” என்று சொன்னபடி ஓடிவந்தான். மெதுவாக அவள் கை இடுப்பில் சொருகியிருந்த தீக்குச்சியை எடுத்து கிழித்தது. இரண்டாவது கீற்றலில் பக்கெனப் பற்றிக்கொண்டது. மணி பயந்துகொண்டு திரும்பி ஓடினான். பூவித்தப் பெண், சைக்கிளில் பொருட்களை வைத்து தள்ளிக் கொண்டு வந்த மனிதன், எல்லோரும் தத்தமது வேலைகளில் இருந்து நின்று விட்டார்கள். தேமே என ஓடிக்கொண்டிருந்த நேரம் பரபரப்பு தொற்றிக்கொண்டது. பலவகையான குரல்கள், அவளைப் பிடிக்கச் சொல்லியும், கீழே தள்ள சொல்லியும், வெளியே இழுக்கச் சொல்லியும் ஒலித்தன. எதுவும் நடக்கவில்லை. சிவப்பான பொக்கை வாய் திறக்க ஓவென ஓலமிட்டாள் மனோகரி. சுற்றிலும் வெயிலால் மெல்லிய சிவப்பு கோடுகீற்றல்கள்போல அவளை சுற்றி தீ.

மெல்லதான் சாய்ந்தாள். கண்கள் மூடியிருந்தன. உதடுகள் இறுக்கமாகப் பூட்டியிருக்க, கைகள் விரைத்து, விரல்கள் நெளிய வலியைப் பொறுத்துக்கொள்ளும் அசைவு இருந்தது. மூடிய ரப்பையில் கண்கள் உள்ளே இடவலமாக ஓடின. உதடுகளின் ஓரத்தில் சுகந்தமான வாசனையை நுகர்ந்ததன் சிரிப்பு.

பூக்காரியிடமிருந்த ஈரமான சாக்கை எடுத்து அவள் சுற்றப்பட்டாள். ஆட்டோவில் ஏற்றப்பட்டு மருத்துவமனைக்கு எடுத்துச் செல்லப்பட்டாள்.

31

வாசலில் பூத்திருந்த பவழமல்லியின் வாசனைக் காற்றின் அலையோடு பெருமழைபோல் முகத்தில் வந்து மோதியது. தரை முழுவதும் சிதறிக்கிடந்த பூக்களில் கால் வைக்க தயக்கமாக இருந்தது. கால்களை அழுத்தாமல் வைத்தார் ராமமூர்த்தி. மூச்சிளைப்பு வயதானதால் ஏற்பட்டிருக்கிறது. இல்லையானால் நன்றாக ஓடுவேனென மனதில் ஒரு புன்முறுவலுடன் நினைத்தார்.

பேரன் வாங்கி வந்திருந்த வாக்கிங் ஸ்டிக் கையில் இருந்தது. அவன் கொண்டுவந்து கொடுத்தபோது, “நோ, ஐ அம் நாட் தட்மச் ஓல்ட்” என்று அவனிடம் கூறினார். அமெரிக்காவில் தன் இளைய மகன் மருமகளோடு இருக்கும் அவனுக்கு, ஆங்கிலம் தவிர வேறு மொழிகள் தெரியவில்லை. மகனும் மருமகளும் வீட்டில் என்ன மொழியில் பேசுவார்களெனக் குழப்பமாக இருந்தது. குழந்தையிடம் பேசுவதற்கு நேரம் இல்லாமல் வேலைவேலை என்று ஓடுகிறார்கள். குழந்தை ஸ்பானிஷ், ஆங்கிலம் பேசும் ஆயாவிடம் வளர்கிறது.

“யூ ஆர் பிரட்டி ஓல்ட்மேன், யு கான்ட் ஸ்டண்ட் வித்தவுட் ஸ்டிக்” என்று மழலையில் பேசியது.

அவன் மழலையை ரசித்தபடி அவருக்கு வயதாவதன் வேகம் அப்போது புரிவதுபோல் சிரித்தார். பேரனுக்கு மகன் ராம்நாத் என்று பெயர் வைத்திருந்தான். அது தன் பெயர்தான் என அவன் சொல்லவில்லை. மருமகள், “இவன் உங்கள மாதிரியே இருக்கான் பா” என்பாள். “ஏதாவது வேலை செய்யும் போது உதடு குவிகிறது, வேர்த்த சட்டையைத் தூக்கி விட்டுக்கிறது எல்லாம் உங்கள் மாதிரிதான்.” அவன் அழகு நடை, பேச்சுக்களைக் காணும்போது ஏற்படும் மகிழ்ச்சிக்கு அளவே

இல்லை தான். ஆனால் அவனை பார்க்கும்போதெல்லாம் இனி திரும்ப முடியாத இடத்திற்கு வந்துவிட்டதைக் கூடவே நினைத்துக்கொண்டார்.

படியில் இறங்கிய போது நானும் வருவேன் என்று கூடவே வந்தான் ராம். குச்சியைப் பிடித்துக்கொண்டு முன்னே நடந்தான். கொஞ்சம் தூரம் கூட நடக்க முடியவில்லை அவரால். கால்கள் பின்னி இழுத்துக்கொண்டன. நடப்பதில் இருக்கும் சுகம் காணாமல் போய்விட்டது. உடல் பெரும் பாரமாக மாறிவிட்டது. ராமின் சிறுகால்கள் மீனின் துடுப்புகள்போல லாவகமாகத் தத்தித்தத்திச் சென்றன. புழுதியும் வெப்பக் காற்றுமாக இருந்தத் தெருவில் ஆள் நடமாட்டமே இல்லை. அவர் இங்கு குடிவந்த சமயத்தில் மனிதர்கள் கிட்டத்தட்ட தெருக்களில்தான் வாழ்கிறார்கள் என்று தோன்றுமளவிற்கு மக்கள் நடமாட்டம் இருந்தது. வணக்கம் வைக்க, நல்லா இருக்கியளா என்று கேட்க, ஆட்கள் இருந்தார்கள். "என்ன கீதா, உம் புருஷன் வந்துட்டானா?" என்று ராமமூர்த்தி கேட்குமளவிற்கு நட்பு இருந்தது.

"தாத்தா மாட்டின் மலம் கீழே கிடக்கிறது, கவனமாக வாருங்கள்" என்றான் ராம் ஆங்கிலத்தில். நிலத்தில் கிடக்க அது உரம் தான் என்று சொல்ல நினைத்தார்; சொற்கள் தீர்ந்து போனது. சாணியல்ல, ஏதோ ஒன்று காலில் தட்டுப்பட்டது, அது என்ன என்று யோசிப்பதற்குள், அவர் தலை சுற்றி, உடலை ஈர்ப்புவிசைக்கெதிராக நிறுத்த முடியாமல் ஒரடி முன்னே சென்று விழுந்தார். விழுந்ததும் எழுந்துவிட முடியும் என்றுதான் நினைத்தார். ஆனால் ரோட்டிலிருந்து உடலில் சூடேறுவதை உணர்ந்தபடி மயங்கிப் போனார்.

ராம் பதறி திரும்பி ஓடினான். தன் தாயையும் பாட்டியையும் வாசலிலிருந்து அழைத்தான். அவன் எப்போதும் கொடுக்கும் குரல் என நினைத்தவர்கள், இத்தனை பெரிய குரல் எழுப்பியதில்லை என்று பயந்து கொல்லையிலிருந்து ஓடிவந்தார்கள். அம்மாவும் மகளும் ராமமூர்த்தியை எழுப்பினார்கள். முடியவில்லை. கொஞ்சம் தண்ணீர்கொண்டுவந்து முகத்தில் தெளிக்க சற்று கண்களைத் திறந்து பார்த்தார். ஆளுக்கு ஒருபக்கம் கைகளைப் பிடித்தபடி அவரை அழைத்து வந்தார்கள்.

குலசேகரன் கால்கள் மண்ணில் தேய ஓடிவந்து விட்டிருந்தார். அவர் வந்தது அங்கிருந்த கவலை தோய்ந்த வீட்டு மக்களை ஆசுவாசப்படுத்தியிருந்தது. கட்டிலில் படுக்க வைத்தபோது கண்கள் சிவந்திருப்பது தெரிந்தது. போதும் என்கிற அயர்ச்சி அவர் மனதில் வந்திருந்தது. வேகமும் கோபமும்

ரமணிகுளம்

முடிவுற்றிருந்தது, நிறைவேறா ஆசை என்று எதுவுமில்லை. எல்லாவற்றையும் பார்த்துவிட்டேன் என்கிற தெளிவு. இனி யாரிடம் பேச ஒன்றுமில்லை, பேச நினைத்தால் அது பெரியவனின் மகன் ஹிமான்சுடன் அல்லது இளையவனின் மகன் ராமுடன் தான் பேச வேண்டும். அவர்களின் சொற்களின் வழியே இந்த உலகை புதியதாகப் புரிந்துகொள்ள முடிகிறது. ஆனால் குலசேகரனிடம் நீண்ட நேரம் சைகைகளில் பேசினார். மற்றவர்கள் நினைவில் இல்லாதபோதும் அவர் நினைவில் இருந்தார். ராமமூர்த்தி சொன்ன சிறுவார்த்தைகளும் அசைவுகளும் குலசேகரனுக்கு மட்டுமே புரிந்தது.

அன்றிரவு தஞ்சாவூர் வேங்கடரமண ராமமூர்த்தி அய்யர் தன் நீண்ட பயணத்தை முடித்துக்கொண்டார். எண்பத்தியேழு வயதில் தளர்ந்த தன் சதைகளைக் கொண்ட உடலை விட்டு பிரிந்தார். அலமேலு அழவில்லை. தன் கணவரின் மரணத்தை வரவேற்றாள். அவரது அலைபாய்ந்துகொண்டிருந்த மனம் நிலை பெற்றுவிட்டது. நிறைவான வாழ்வை வாழ்ந்துவிட்டு தனக்குத் தேவையானதை எல்லாம் கொடுத்துச் சென்றிருக்கும் அவரை மனதார வாழ்த்தினாள். ஒருநாள்கூட தான் உற்சாக மற்று இருந்ததை அவள் பார்க்கவில்லை. அளவற்ற அன்பை மனிதர்கள், உயிரினங்கள், மரங்கள், உயிரற்றப் பொருட்கள்மீது செலுத்தாமல் இருந்ததில்லை.

விடுமுறைக்கு வந்திருந்த பெரியவன், சின்னவன், இருமகள்களின் குடும்பங்கள் கலங்கிப் போயிருந்தன. மகள்கள் இருவரும் நீண்ட நேரம் அழுதுகொண்டிருந்தார்கள். வெளியே சென்றிருந்த ஹிமான்சு, ஸ்ருதி, ஹரிதா, புருஷோத் எல்லோரும் வீட்டிற்கு வந்ததும் கதறி அழுதார்கள். ராமிற்கு என்ன நடக்கிறதெனப் புரியவில்லை. எல்லோரின் அழுகையையும் பார்த்துக்கொண்டிருந்தான். கண்ணாடிக் கூட்டுக்குள் இருந்தார் ராமமூர்த்தி. இந்தக் குளிரானச் சூழலில் அவர் இருந்ததேயில்லை, ஏசி செய்யப்பட்ட அறையில் இருக்கமாட்டார். ஒருவேளை அவருக்கு ஷாக் அடிக்குமென பயந்தாள் அலமேலு.

முதன்முதலில் திருமணம் நடந்த சமயத்தில் கும்பகோணம் ராமசாமி கோயிலுக்கு அழைத்துச் சென்றது நினைவிற்கு வந்தது. அப்போது அவர் பெரிய கதாநாயகனைப் போன்றிருந்தார். தாட்டியமான உடல்வாகும், நிமிர்ந்த நடையும் அவரை அப்படி காட்டுவதாக நினைத்தாள் அலமேலு. அப்போதே அவர் பேண்ட் சட்டை அணிந்து அதை இன் செய்திருந்தார். அவர் சொன்ன ஒவ்வொரு சொல்லும்கூட அழகு நிறைந்ததாக இருந்தது. அங்கிருந்தச் சிற்பங்களை விளக்கிச் சொன்னார். அழகிய

வேலைப்பாடுகள்கொண்ட இருண்ட வெளியில் தூண்களின் நடுவே அவர் நின்றிருக்கும் வடிவம் இன்றும் நினைவிற்கு வந்தது. அந்தச் சிற்பங்கள் சுதை வடிவங்கள் பின்னாலிருந்து புடைத்து எழுந்து வந்த போன்ற காட்சி.

"அலமேலு இப்படி நின்னு பாரு, மேல் கூரையில பக்கமா போற சுவத்துல ஒரு பல்லி தெரியுதா?" என்றார். கொஞ்சம் நேரமான பின்னே தெரிந்தது, "அவ்வளவு உசரத்துல இருக்குறது உங்களுக்குத் தெருஞ்சுடுதா" என்றாள். "அது நிஜப் பல்லியில்ல, சிற்பம் தான்" என்றார். அதிர்ந்து மீண்டும் அதைப் பார்த்தார். ஆமாம், அவர் சொல்வதை நம்பத்தான் வேண்டியிருக்கிறது. அன்றிலிருந்து ஒவ்வொரு நாளும் அவர் அதிசய மனிதராகவே தெரிந்தார்.

முதன்முறையாக அங்கே வைத்துதான் அவரை "ஏன்ணா" என்று ஆசையாக அழைக்க விழைந்தாள். செல்லமாகக் குழைவுடன் அழைப்பதில் இருக்கும் இன்பத்தை அங்குதான் உணர்ந்தாள். அவருக்கென்று தனிஉலகம் எப்போதும் இருந்தது. அவர் தன் மனம்போலவே வாழ நினைத்தார். வாழவும் செய்தார். அவர் வாழ்க்கையில் தான் இணைந்தது தற்செயலானதுதான். உலகம் ஏற்றுக்கொண்ட ஒன்றை மிக ஆவேசமாக எதிர்த்தார். அதை உற்சாகமாகச் செய்வதாகவும் காட்டிக்கொண்டார். அவர் இல்லையென்றால் தன் வாழ்க்கை இத்தனை சுவாரஸ்யங்கள் நிறைந்திருக்காது என்றே நினைத்தாள் அலமேலு.

பத்தாம் நாள் பன்னிரண்டாம் நாள் நிகழ்வுகள்வரை நாட்கள் வேகமாகச் சென்றன. பெரியவன் கிரி உடனே கிளம்பவேண்டும் என நினைத்தான்.

மும்பையில் இருக்கும் அவனது பிளாட்டிற்கு அம்மாவை அழைத்துச் சென்றுவிட வேண்டும் என்பது அவனது திட்டம். தம்பி ஹரி உடனே அமெரிக்கா சென்றுவிடக்கூடும். இங்கிருக்கும் மகளின் வீட்டில் இருக்க அலமேலுவிற்கும் பிடிக்கவில்லை. வீட்டை மகள் யாராவது வாங்கிக்கொள்ளலாம் என நினைத்திருந்தாள். யாருக்கும் அதில் ஆர்வமில்லையென்பதால் வீட்டை விற்பதைத் தவிர வழியில்லை.

"ஏண்டா யாருக்குமேவா இந்த வீடு பிடிக்கல" என்று கேட்டாள் அலமேலு.

"அம்மா, நானோ, தம்பியோ சென்னைல இருக்க போறதில்லை. பவித்ராவுக்கு இந்த வீடு பழைய மாடலாத் தெரியுது. என்ன பண்றது."

அலமேலு ஆழ்ந்து யோசிக்க ஒன்றும் பிடிபடவில்லை. மகன்களையோ மகள்களையோ கட்டாயப்படுத்துவதில் என்ன வரப்போகிறதெனப் பேசாமல் இருந்தாள்.

"அத்தோட இப்ப வித்தா உண்டு, தம்பியும் ஊர்ல இருக்கான். இப்படியே வீட்ட போட்ட பழசா போயி வாங்குறதுக்கு ஆள் இருக்காது. அடுத்தத் தெருவுலேயே ஒருத்தர் இருக்கார். அவர் வாங்கிக்கிறேனு சொல்லும்போது கொடுத்தோம்னா நல்லா இருக்கும்மா. கொஞ்சம் யோசன பண்ணு. நா எதுவும் உன்ன கட்டாயப்படுத்தல."

அன்று காலையிலிருந்து அதைத்தான் பேசிக்கொண்டிருந்தான். அதைத்தாண்டி அவனுக்குப் பேச வேறு விஷயங்கள் இல்லையா என்று நினைக்கும்போது அச்சமாக இருந்தது. அவர் இறந்த பதினைந்து நாட்களுக்குள் வீட்டை விற்க வேண்டுமென பேசுவதை எப்படி எடுத்துக்கொள்வதெனக் குழப்பமாக இருந்தது. ஒருவர் இறந்தபின் அவர் அடையாளங்களை இழக்க நினைப்பது, அவரை முழுமையாகத் தன் நினைவுகளிலிருந்து அகற்ற நினைப்பதும் ஒன்றுதான். அதற்காகவே காத்திருப்பதற்கு ஒப்பானது இந்தச் செயல். சுமைகளற்ற வாழ்க்கையை வாழ நினைப்பது ஒருவகையான சுயநலவாத செயல்தான் என நினைத்தாள்.

பிள்ளைகள் வேகமாகத் தங்களுக்குள் முடிவுகளை எட்ட நினைத்தார்கள். அப்பா இல்லாதபோது எடுக்கப்பட்டு இருக்கும் முடிவில் ஒரு அலாதியான அதிகாரம் வந்துவிட்டதாக நினைத்தாள். பல நேரங்களில் தன்னிடம் சில விஷயங்களைக் கூற யோசிக்கிறார்கள். பிள்ளைகள் இந்த விஷயத்தில் ஒற்றுமையாக இருப்பதை இதற்கு முன் அவள் பாத்ததில்லை. சின்னவன் ஹரி மட்டும் கொஞ்சம் தயங்கினான். மற்ற மூவருக்கும் தயக்கம் எதுவும் இருந்ததாகத் தெரியவில்லை. உரிமை எடுத்துக்கொண்டு பேசினார்கள். "அம்மா நீ கையெழுத்து மட்டும் போடு, மத்தத நாங்கள் பாத்துகிறோம்" என்றாள் பவித்ரா.

அடுத்தத் தெருவில் இருந்த கோபால் சந்த் என்பவர்தான் வீட்டை வாங்க இருந்தவர். சென்னையில் இருக்கும் பெரிய ஸ்சுவீட் கடை அவருடையது. எல்லா பகுதியிலும் அவரது கிளைகள். இந்தப் பகுதியிலும் அவருக்குக் கிளை இருக்கிறது. தன் ஸ்சுவிட் கடை ஊழியர்கள் தங்குவதற்காக இந்த வீட்டை வாங்க நினைத்தார். நாட்களில் பல மணிநேரம் நால்வரும் அவருடன் பேசினார்கள். ஏற்ற இறக்கத்துடன் இருந்த வீட்டின் விலை ஒரு இடத்தில் இருவருக்குப் படிந்தது. பேப்பரில் ஒன்றுமாக உண்மையான விலை ஒன்றுமாக இருந்தது. எந்தக் காலத்திலும்

அப்படி அவர் செய்ததில்லை. ஒரு சிறு பணப்பரிமாற்றம்கூட நேரடியாகத்தான் செய்தார். இப்படி செய்பவர்களை அரசிடம் காட்டிக்கொடுக்க தன் வாழ்நாளில் முழுபகுதியையும் செலவழித்தார் ராமமூர்த்தி. அரசுக்கு எதையும் மறைக்காமல் வாங்கப்பட்ட நிலம், நேர்மையாக கட்டப்பட்ட வீடான இதை மகன்களும் மகள்களும் அரசு வரி கட்ட பயந்து பொய் கணக்கில் வாங்குவது எத்தனை முரண். அவள் சுத்தமாக விரும்பவில்லை. அவர்களிடம் சொன்னபோது,

"அம்மா அது அந்தக் காலம்மா. இப்ப அப்படியெல்லாம் வாங்க முடியாது. முழுபணத்தையும் போட்டு வாங்கினா வாங்கினவரே ஒத்துக்கமாட்டாரு, இரண்டு பேருக்குமே இன்கம்டாக்ஸ் பிரச்சனை வரும்" என்றாள் பெரியவள் பவித்ரா.

சின்னவனின் அமெரிக்க வீட்டில் தான் தங்கப்போவதையோ அல்லது பெரியவனின் மும்பை வீட்டில் தங்கப்போவதையோ நினைத்து இப்போதே அவளுக்குப் பயம் வந்தது. வெளிஉலகை காணப்போகிறேன் என்கிற நினைப்பைவிட அந்த வாழ்க்கை எப்படியானதாக இருக்கும் என்கிற பயம்தான் அதிகமாக இருந்தது. மகள்களின் வீட்டில் தங்க முடியாது, அவர்களின் மாப்பிள்ளைகளின் குடும்பங்கள் அவர்களுடன் இருக்கின்றன.

சலிப்பூட்டும் வகையில் பவித்ரா வீட்டில் ஒரு நாளும், பிரபாவதி வீட்டில் ஒரு நாளும் இருந்துவிட்டுச் சின்னவன் ஹரி குடும்பத்தோடு அமெரிக்கா கிளம்பினாள் அலமேலு. கணவன் இறந்து ஒரு வருடத்திற்கு வெளியே செல்லக்கூடாது என்கிற நடைமுறையை உடைத்துதான் வெளியே செல்ல வேண்டியிருந்தது. "தண்ணீருக்குத் தோஷம் இல்லம்மா தண்ணீ தாண்டித்தானே போறோம் தப்பில்லை" என்று சமாதானம் கூறினான் ஹரி. கடைசியாக வீட்டை ஒருமுறை பார்த்துவிட்டு அவள் கிளம்பும்போது சிறுவாழ்க்கையை விட்டுவிட்டு விலகுவது வருத்தமாக இருந்தது.

32

"டேய் ஸ்ரேயேஷ், இங்க வா" என்றான் கூடத்தில் சோபாவில் அமர்ந்திருந்த அருண். "என்ன" என்ற குரல் மட்டுமே உள்ளறையிலிருந்து வெளிப்பட்டது. அவன் எழுந்து வரவில்லை. பத்தொன்பது வயது இளைஞனுக்குக் கொடுக்க வேண்டிய மரியாதையை அருண் கொடுக்க வில்லை என நினைத்தான். முதலில் ஒன்றிரண்டு இடங்களில்தான் பச்சைக் குத்தியிருந்தான் ஸ்ரேயேஷ். நேற்று திடீரென உடலில் அவனது நிஜத்தோல் தெரியாதளவிற்குப் பல பாகங்களில் பச்சைக் குத்தி வந்ததைப் பார்த்த அருண் சற்று அதிர்ந்து அவனை நோக்கினான். முகத்தில் காதுக்கும் கண்ணுக்கும் இடைப்பட்ட பகுதிகளில் வரைந்திருந்த டிசைன்கள் அவனை ஒரு போர்வீரனைப்போல காட்சிப்படுத்தியது. அவன் புருவத்தில், காதுகளில் அவன் சிறு வளையங்களை மாட்டியிருந்ததைச் சங்கடமாகப் பார்த்தான் அருண்.

"இங்க வரமாட்டியா" என்றான் அருண்.

தொப்பென டிப்பாய் மீது ஒரு பொருள் போடப்படும் ஒலியும், அதைக் காலால் தட்டி நகர்த்தும் ஒலியும், சலிப்புடன் வெளிப்படும் அவன் மூச்சுக் காற்று ஒலியும் வெளியே அமர்ந்திருந்த அருணுக்கும் ஜெயராமனுக்கும் கேட்டது. "வாட்" அவன் வந்து நின்றபோது அவன் கால்கள் தொடைவரை தெரிந்தன. அதன் மேல் வெள்ளைச் சிறிய கால்சிராய் அணிந்திருப்பது தெரிந்தது. அவன் அப்பா என்று சொல்வதை விட்டிருந்தான். சில மாதங்களாகவே அவன் அப்படி அழைப்பதில்லை.

ஸ்ரேயேஷ் அவன் நண்பர்களுடனும் பெண் நண்பர்களுடனும் ஆங்கிலம்தான் பேசுகிறான். அது அருணுக்கும் ஜெயராமனுக்கும் புரியாத ஆங்கிலமாக இருந்தது. கருப்பு அமெரிக்கர்களின் உடைந்த

ஆங்கிலம் அது என்று அருணின் நண்பர் ஒருவர் சொன்னார். அவன் நண்பர்கள் பலரும் அவனைப்போலவே அமெரிக்க உடைப் பிரியர்கள். அவன் பெண்நண்பர்கள் அணிந்திருந்த காதணிகளும், தலை சாயங்களும் விசித்திரமாக இருந்தன.

"என்னன்னு சொல்லுங்க எனக்கு நேரமாகுது" என்றதும், தலை தூக்கிப் பார்த்தனர். உடலில் பல பாகங்களில் இருந்த பச்சை பெண்ணின் முகங்களும் சில விசித்திர மண்டை ஓட்டை ஒத்திருந்த முகமும்தான் கண்களுக்குத் தெரிந்தது. மொத்தமாகப் பார்க்கும்போது உடலில் ஒட்டிய பாசியோடு குளத்திலிருந்து வெளி வந்தவன் போலிருந்தான் ஸ்ரேயேஷ்.

அப்பாவைப் பக்கத்தில் வைத்துக்கொண்டு முழுஉடல் ஸ்ரேயேஷைப் பார்க்க வெட்கமாக இருந்தது அருணுக்கு. வேறுபக்கம் அவசரமாகத் திரும்பிக்கொண்டான் அருண். மனதில் மண்டிய அருவருப்புடன் திரும்பி அவனைப் பார்த்து "என்னடா இது கோலம்" என்றான் அருண். அவன் சட்டையில்லா உடம்பில் மயிர் படர்ந்த மார்பின் இரு காம்பில் துளையிடப்பட்டு சிறுஅழகிய ஆணி சொறுகப்பட்டிருந்தது. கூராக்கப்பட்ட சிறுதாடியுடன் சுருள்களாக்கப்பட்ட தலைமுடியைச் சிலுப்பி "வாட்" என்றான். அப்படி அவன் கேட்கும்போது அவன் முகத்தில் தெரிந்த அருவருப்பு வேறு யாரோ அவனைவிட ஒரு கீழான மனிதனாக நினைப்பது அப்பட்டமாகத் தெரிந்தது.

அதற்குப்பின் அவனுடன் பேசிய உரையாடல்கள் அனைத்திற்கும் ஆங்கிலத்தில் தான் பதிலளித்தான். அது அவனது விரும்பம் என்று சொல்லும்போது அந்த விஷயத்தில் அருண் தலையிடுவதே சரியில்லை என்பதைப்போல பேசியது ஜெயராமனுக்குப் புரிந்தது.

பேசப்பேச முழுமையாக ஸ்ரேயேஷ் அவர்களை விட்டு விலகுவது போலிருந்தது. இதற்கானச் சந்தர்ப்பத்தை எதிர்நோக்கியிருந்தான் என நினைத்தார் ஜெயராமன். அருண் பொறுமையிழப்பதும், ஸ்ரேயேஷ் வேகம் கொள்வதும் ஏதோ ஒருவகையில் திருப்தியாக இருப்பதாகத் தோன்றியது. இருவர் சண்டையிடும்போது அதை ஒரு மகிழ்வாக விரித்துக்கொள்கிறது மனம்.

மிகுந்த கோபத்துடன் தன் அறைக்குச் சென்று படீரென்று கதவைச் சாத்தினான் அருண். அருணை வெற்றிக் கொண்ட நிறைவு ஸ்ரேயேஷ் முகத்தில் எழுந்ததைக் கவனித்தார் ஜெயராமன். அருணின் இந்தச் செய்கைக் குறித்து எந்தச் சலனமும் அவனிடன் தோன்றவில்லை.

ஸ்ரேயேஷ் தன் அறைக்குச் சென்று ராக் வகை பாடல்களை ஒலிக்க விட்டு ஆடத்தொடங்கினான். சரியாகச் சாத்தப்படாத கதவின் சிறுஇடைவெளியாக அவனின் ஆட்டத்தைக் காணும்போது அவன் மகிழ்ச்சியில் இருப்பதாகத் தெரிந்தது. இவனிடம் அவன் அம்மா எதுவும் பேசுவதில்லை. எந்த விஷயம் குறித்தும் சமீபமாக அவனிடம் பேசுவதில்லை, உணவு தயாராக இருக்கிறது, காபி தயார் போன்றவைகள்கூட அவனிடம் சொல்வதில்லை.

வாலிப பருவத்திற்குரிய அமைதியுடன் இருக்கிறான் என்று நினைத்தபோதெல்லாம், அவனது பெண் தோழியான ஜானட்டுடன் பல மணிநேரம் தொடர்ந்து ஃபோனிலும் நேரிலும் பேசுவது நினைவிற்கு வந்தது. உண்மையில் ஸ்ரேயேஷ் மிகுந்த ஹாஸ்ய தன்மைகொண்ட சிறுவன்தான். ஆனால் அவனது அப்பாவும் அம்மாவும் தொடர்ந்து படிப்பு, வேலை, பணம் சம்பாதித்தல் போன்றவைகளை மட்டுமே பேசுவதும், எதையாவது அவன் கேட்கும் சமயத்தில் அவர்கள் நீண்ட அறிவுரைகளை வழங்குவதில் ஆர்வமாகவும், ஒரு குறிப்பிட்ட எல்லையில் மட்டுமே வாழக்கையை அமைக்கவேண்டும் என அறிவுறுத்துவதும் அவனுக்குக் கோபத்தை உண்டுபண்ணுகிறது என நினைத்தார்.

அவர்களிடமிருந்து விலகுவதும் முரண்படுவதும் அவன் இயல்பில் ஒன்றாக மாறிப்போனதை அருணும் கவிதாவும் உணரவில்லை. உலகின் பல்வேறு சாத்தியங்களைப் பயன்படுத்தவேண்டும் என்கிற ஆர்வத்தை இயல்பாக்கிக் கொண்டான் ஸ்ரேயேஷ். புதிய பயணம், புதிய கல்வி, புதிய வேலை என்று எல்லாவற்றிலும் புதியவைகளை எதிர்ப் பார்த்தான். அவனுக்குத் தெரியும், தன் எல்லைகள் தன்னை வேறு இடத்திற்கு அழைத்துச்செல்கிறது என்று. ஆனால் ஒரு விஷயத்தின்மீது தீவிரத் தன்மையை ஒருநாளும் அவன் எடுக்க முனைவதில்லை. ஒவ்வொரு நாளும் அதன் இயல்பில் கரைய வேண்டுமென எண்ணுகிறான். ஒவ்வொரு கணத்தையும் கடக்கும்போது அதை கூர்ந்துகவனிக்க நினைத்தான். தன் மேல் விழும் பனித்துளியை ரசிப்பதுபோல. எல்லோருக்கும் பிடிக்கும் ஒன்று என்பதனாலேயே அது அவனுக்குப் பிடிக்காமல் போனது. கடும் இருள் அவனுக்குப் பிடித்திருந்தது, கடும் பனியும், வெம்மையும் பிடித்திருந்தது.

படிப்பு, வேலை, பணம், என எது குறித்தும் அவன் ஆர்வம் இல்லாமல் இருப்பது ஒருவகை மோஸ்தராகத் தன்னை வடிவமைத்துக்கொள்ளத்தான். அவை குறித்து அவன் சிந்திக்கவும் வேண்டுமென்றே மறுக்கிறான். அவன் அதில் தன்னை ஈடுபடுத்திக்கொள்ள முடியும் என்றுகூட அவரால் நினைக்க

முடியவில்லை. கேளிக்கை அவன் வாழ்க்கையாக ஆனது. அதில் அவன் திளைப்பதும் அவற்றிற்குள்ளேயே தன்னை வெவ்வேறு இடங்களாக மாற்றிக்கொள்வதுமாக இருந்தான்.

ஸ்ரேயேஷின் நேர்த்தியற்ற உடைகள், கலைந்த சிகை, உடலில் பல இடங்களில் பச்சை, பணத்தை இஷ்டத்திற்கு விரயமாக்கும் குணம் எதுவும் அருணுக்குப் பிடிக்கவில்லை என்பது அவன் கண்களில் தெரிந்தது. கவிதாவிடம் முதலில் சொன்னான் அருண்.

"இல்ல கவிதா. நாம ஊருக்குப் போயிடலாம். எனக்கு என்னவோ இங்க இருக்க முடியாதுன்னு தோணுது."

"வேல என்ன பண்ணுவீங்க."

"ம். சம்பாரிச்சது போதும். நா கிளம்பறேன் நீ என்ன பண்ணுவியோ தெரியாது."

மிகுந்த ஆர்வத்துடன் இங்கு வந்த அருணை நினைத்துக் கொண்டார் ஜெயராமன். கால்களில் சக்கரத்தைக் கட்டியது போல் ஓடினான். பேச நேரமற்று இருப்பது போன்ற பாவனையைச் செய்தவன் இன்று முழுதாக மற்றவர்களின் யோசனையைக் கேட்கும் நிலைக்கு வந்துவிட்டான். எதிர்பாராதது நிகழும்போது தான் அதுவரைக் கொண்டிருந்த எதிர்ப்பார்ப்பை மாற்றிக் கொள்ள வேண்டியிருக்கிறது. இதுவரை முடிவை அருண் எடுத்தது அவனது உள்ளிருக்கும் ஆற்றலின் வழியே செய்தது. இன்று அவன் செய்வது வெளியிலிருக்கும் ஒரு பெரும் நசிவின் வழியே செய்வது. ஒவ்வொரு நாளும் அவன் கொண்டிருந்த கனவுகளின் உற்சாகம் செயல்பட தூண்டியது. இன்று நிகழ்வின் பயத்தில் செயலிழக்க செய்கிறது.

சிந்திக்க நேரங்கூட இல்லாமல் உழைத்தவனுக்கு இன்று அதிக நேரம் சிந்திக்கும் நேரமாக அமைந்தது. இதுவரை அவன் செய்த உழைப்பின் பயன் எதுவுமில்லை என்று நினைக்க ஆரம்பித்துவிட்டான். தன் கண்களைச் சந்திக்க நேரும்போ தெல்லாம் சிறுகலக்கம் அவன் கண்களில் நிழலாடுவதைக் கண்டார்.

ஜெயராமன் வீட்டில் இருக்கும் சமயங்களில் ஜன்னல் உட்பட எல்லா கதவுகளையும் அகல திறந்து வைத்தார். ஏசியை அணைத்துவிட்டு முழு வெளிச்சமும் தெரிய வீட்டை திறந்து வைத்தாலும் ஸ்ரேயேஷின் அறைக்குள் அவரால் நுழைய முடிவதில்லை. ஜெயராமன் ஆக்கிரமித்திருந்தக் கூடத்தையும் மகனின் அறையும் மகளின் அறையும் அருணுக்கு அன்னியமாக போனது.

33

முதல்வேலையாக அருண் தன் காரை விற்றான். திருவான்மியூரில் உள்ள ஒரு பயன்படுத்தப்பட்ட கார்களின் நிறுவனத்திற்கு கொடுத்து அவர்கள் கொடுத்த பணத்தைப் பேரம் பேசாமல் வாங்கிக்கொண்டான். மகளிடம் தனியே பேசி அவள் அவ்வருடம் முடித்த பன்னிரண்டாம் வகுப்புக்குப் பின் அவள் நினைத்திருந்த படிப்பை தம் சொந்த ஊரில் தொடங்கவேண்டும் என கேட்டுக்கொண்டான். அவளுக்கு ஆங்கில இலக்கியம் பிடித்திருந்தது. அதை படிக்க மயிலாடுதுறைதான் சிறந்தது என்று புரிய வைத்தான். அவனே இதை இத்தனை வேகமாகச் செய்வான் என நினைக்கவில்லை. அவனும் கவிதாவும் ஸ்ரேயாவுடன் தங்களுக்குத் தேவையானப் பொருட்களை மட்டும் எடுத்துக் கொண்டு கிளம்பினார்கள். பிரியத்துடன் வாங்கிய பொருட்களெல்லாம் இப்போது அவர்களுக்குத் தேவையற்றவையாக ஆனது வியப்பாக இருந்தது ஜெயராமனுக்கு. அதற்கான மாற்றுப் பொருள் அங்கேயே கிடைக்கும் என அவர்கள் நினைப்பது ஜெயராமன் வியப்புடன் கவனித்தார்.

"என்னப்பா இப்படி திடீர்ன்னு ஊருக்கு கிளம்பறேன்னு சொல்ற, அந்த வீட்டுல நீ நினைக்குற வசதி இருக்காதே" என்றார் ஜெயராமன். அப்படி கேட்கும்போது கிண்டலாக வேறு சிலவற்றைச் சேர்க்க வேண்டுமென ஆசையாக இருந்தது. அவர் கேட்டதே கிண்டல் தொனியில்தான் இருந்தது.

அருண் என்றுமில்லாத அமைதியுடன் பதிலளித்தான். "இல்லப்பா, நா சம்பாரிச்சது போதும் தோணுது. நீங்க வாரீங்க தானே?"

ஒருநிமிடம் எதையோ யோசித்துக் கொண்டிருந்தார். என்ன பதிலளிப்பது என்று தெரிந்துதான் இருந்தது. ஆனால் அதைச் சொல்ல

அவருக்குப் பிடிக்கவில்லை. எதையாவது சொல்லி அவனின் கோபத்தைக் கிளற வேண்டும் என்கிற வெறிதான் இருந்தது.

“இப்ப எனக்கு மாயவரம் விட சென்னைதான் பிடிச்சிருக்கு.”

“கொஞ்ச நாளைக்கு முன்னாடிகூட நா ஊருக்கு போவணும்னு சொல்லிகிட்டு இருந்தீங்க.”

“இல்ல இப்ப நா மாத்திக்கிட்டேன்.”

“இல்லப்பா உங்களுக்குப் பிடிக்குமேன்னுதான் கேட்டேன்.”

“உனக்குக்கூடதான் இப்ப இந்த ஊரு பிடிக்காமப் போயிடுச்சு.”

பேசாமல் இருந்தான் அருண். “ஸ்ரேயாஷ் எதவேனா சாப்பிடுவான். உங்களுக்குச் சாப்பாடு பிரச்சனை இருக்குமேன்னு கேட்டேன்” மெதுவாக ஆரம்பித்தான்.

“என்னய கூட்டிக்கிட்டு வரும்போது வேண்டா வெறுப்பாதான் கூட்டிக்கிட்டு வந்தே. அதுவும் உன் பொண்டாட்டி, பாதி நாளைக்கு என்னையே சமச்சுக்கச் சொல்லிட்டா, அப்புறம் என்ன இப்போ”

அவரிடமிருந்து இப்படியான வார்த்தைகளை அருண் எதிர்ப்பார்க்கவில்லை. தோல்வியடைந்த மனதிற்கு எதாவது ஒரு நல்லவை நிகழவேண்டுமென அருண் எதிர்ப்பார்ப்பு அமைந்திருந்தது. சொல்பேச்சு கேட்காமல் இருபத்திமூன்று வயதில் வீட்டிலிருந்து கிளம்பிய காலைப் பொழுதுதான் அவர் நினைவில் எழுந்தது. கொந்தளிப்பு மனநிலையை சமன் செய்ய அதிக பிரயத்தனப்பட்டது கண்டு அவன் புன்னகை செய்தான் அன்று. தனக்குப்பின் தன் சிறு நிறுவனத்தை அவன் பார்த்துக்கொள்ளவேண்டும் என்னும் எதிர்ப்பார்ப்பை அவன் நகைப்புடன் எதிர்கொண்டான். சில சமாதானங்களை அன்று அவன் சொல்லியிருக்கலாம். அல்லது கொஞ்சநாள் இருந்து விட்டு வருகிறேன் என்றாவது சொல்லியிருக்கலாம்.

ஊர் சென்று அவன் கடையைக் கவனிக்க நினைக்கலாம். ஆனால் அதை வாடகைக்கு விட்டுவிட்டார்கள். அதில் வரும் பணத்தைத்தான் பேங்கில் தனியாக சேமித்துவருகிறான் தம்பி. அப்பாவும் தாத்தாவும் சேர்ந்து உழைத்த உழைப்பின் பயன் அந்தக் கடை. பேரும் புகழும் அவர்களின் இன்முகத்தாலும் நேர்மையாலும் வந்தவை. தாத்தாவின் ஒளிமிகுந்த அழகிய முகத்துடன் நின்றிருக்கும் தோற்றம் அந்தக் கடையோடே சேர்ந்துவருவது என நினைத்துக்கொள்வார் ஜெயராமன். கடையின் உள்ளே வலது பக்கத்தில் இருக்கும் சீகான் கடிகாரம்

கடையின் பழமையை எதிரொளித்துக்கொண்டேயிருக்கும். இன்று அது எங்கே இருக்கிறது என்று தெரியவில்லை.

எதுவும் நடக்கவில்லை என்பதுபோல முகத்துடன் மூவரும் இருந்தார்கள். பேக்கர்ஸ் மூவர்ஸிடம் தேவையானப் பொருட்களை அனுப்பிவிட்டு, கையில் சில பெட்டிகளுடன் அருண், கவிதா, ஸ்ரேயா ஒரு டாக்ஸியில் கிளம்பும்போது வெளியே வந்து ஜெயராமன் வழியனுப்பினார். ஸ்ரேயாஷ் வராதது அவர்களுக்கு சிறுநிறைவாக இருந்தது.

அவர்கள் போனபின் மியூசியம்போல அமைதியாக மாறிப்போனது வீடு. அலங்காரப் பொருட்கள் எதையும் அவர்கள் எடுத்துச் செல்லவில்லை. எடுத்துச் செல்ல விரும்பவில்லை. ஷோகேஸில் இருந்த அழகுப் பொருட்கள் கவிதா வாங்கிச் சேர்த்தவை அப்படியே அங்கு இருந்தன. அருண் தன் அறையில் புத்தக அலமாரி ஒன்று செய்திருந்தான். அதில் அவன் வாங்கி குவித்த பலமுறை மீண்டும்மீண்டும் படித்து திளைத்தப் புத்தகங்கள் அப்படியே இருந்தன. இவை பயனற்றப் பொருட்களாக மாறிப்போனது எதிர்பாராதது.

மனிதர்களுக்குத் தேவையான அத்தியாவசியப் பொருட்கள் மிகவும் குறைவுதான் எனத் தோன்றியது ஜெயராமனுக்கு. பொருட்களை எடுத்ததுமே வீடு திரும்பி வேறு திசைக்கு மாற்றிக் கொண்டுவிட்டது போலிருந்தது. கிழக்குவாசலாக இருந்த வீடு இப்போது மேற்குவாசலாக மாறிவிட்டதுபோல. கூடத்தில் இருந்த டீபாய் இருக்கைகளை எடுத்து ஒரு அறையில் போட்டதும், கூடம் தலைகீழாக மாறிவிட்டது போலிருந்தது.

யாருமற்ற வீட்டில் யாரோ இருக்கிறார்கள் என்ற உணர்வு. ஒவ்வொரு நாளும் யாரோ வீட்டிற்கு வரஇருக்கிறார்கள் என்கிற நினைப்பு கூடவே எழுந்தபடி இருந்தது. ஸ்ரேயாஷ் மட்டும் பாடல் இசைப்பது, நடனமாடுவது, என்று இல்லத்தைப் பழைய நிலைக்கு கொண்டுவர முயற்சித்தான். தினமும் சமைத்தார் ஜெயராமன். சமையலில் எதாவது செய்வதென உற்சாகம் கொண்டார். சுவை இருக்கிறதோ இல்லையோ அதில் ஒரு ஆர்வம் வந்துவிட்டிருந்தது. அவர் செய்வதை அவன் பொதுவாகச் சாப்பிடுவதில்லை. வீட்டிற்குக் கொண்டுவந்து கொடுக்கும் ஆர்டர்களைச் செய்து உண்டு கொண்டிருந்தான்.

ஒருநாள் ஸ்ரேயேஷ் அவன் தோழியை வீட்டிற்கு அழைத்து வந்தான். அவளே வந்து அவரிடம் தன்னை அறிமுகப்படுத்திக் கொண்டாள். சைனீஷ் முகம், வடகிழக்குப் பகுதியைச் சேர்ந்தவள். அவள் தன்னுடைய பெயர் ஆஷ்னா என்றாள். நேர்த்தியாக உடையணிந்து சற்று குழந்தைத்தனம்கொண்ட

சிறுவன் போலிருந்தாள். அவளுக்குப் பச்சை குத்திக்கொள்வதில் ஆர்வமிருக்குமென நினைத்தார். கழுத்தின் முன்பக்கம் ஓரிடத்தில் மட்டும் பச்சைக் குத்தியிருந்தாள். அவர்களுக்குள் என்ன உறவு என்று ஒளிவுமறைவு இல்லாமல் இருந்தது. ஜெயராமனை ஒரு பெரிய இடைஞ்சலாக இருவரும் நினைக்கவில்லை. அவனும் அவளும் சேர்ந்தே உணவு உண்டார்கள், ஒரே அறையில் இருந்தார்கள். இரவு முழுவதும் விளக்கு எரிய விளையாட்டு, இசை, படிப்பு என்று எதையாவது செய்துகொண்டிருந்தார்கள். டென்னிஸ் விளையாட வெளியே ஒரு க்ளப்புக்குச் சென்றார்கள். அவன் முடிஅலங்கார நிபுணனாக இருந்தான். அவள் முக அலங்கார நிபுணனாக இருந்தாள். அவர்கள் பணத்தேவையை ஈடுசெய்வதற்கு அது போதுமானதாக இருந்தது.

காலையில்தான் தூங்க ஆரம்பிப்பார்கள். மதிய சமயத்தில் எழுந்து வருவார்கள். மாலை அவர்களுக்குக் கொண்டாட்டமாக வும் வேலைநேரமாகவும் இருந்தது. நேர்த்தியாக உடையணிந்து வெளியே சென்றார்கள்.

அவளது அம்மா, அப்பா, சகோதரர், சகோதரிகளைப் பற்றி கேட்பது அநாகரிகமாக இருக்குமோ என ஏனோ நினைத்தார். அவளின் படிப்பு, பொழுதுபோக்குகள் போன்றவற்றைக் கேட்டார். "நீ என்ன படித்திருக்கிறாய்" என்று ஒருநாள் கேட்டார். அதுவரை அவளிடம் எதாவது பேசவேண்டும் நினைத்திருந்தது நினைவிற்கு வந்தது. "ஓ, யெஸ், நான் ஆங்கில இலக்கியத்தை இளநிலைவரை முடித்திருக்கிறேன்" என்றாள் ஆஷ்னா ஆங்கிலத்தில்.

அவள் குட்டையான வெந்நிற கால்கள் தெரியும்படியாக சிவப்புநிற சிறிய டிராயர் அணிந்திருந்தாள். சிவப்பு மஞ்சள் பூக்கள் தூவியதுபோல இருந்த கைகளற்ற இளம்பச்சை மேலாடை அணிந்திருந்தாள். கால் மேல் கால் போட்டு கைகளை விரித்தபடி பேசினாள். ஒரு பெரியவர் முன் எப்படி அமரவேண்டும் என்கிற பிரக்ஞை எதுவுமில்லை. ஆனால் மரியாதையாகவே பேசினாள். அதேவேளையில் தன் மரியாதையையும் உறுதி செய்துகொண்டாள்.

உருண்டையான முகம், செம்பழுப்பு போன்ற ஏதோ ஒருவகை வண்ணம் பூசப்பட்ட தலைமுடி, அவள் ஸ்ரேயாஷைத் திருமணம் செய்யக்கூடும் அல்லது செய்யாமலும் வாழலாம் அல்லது பிரியவும் செய்யலாம். அவளுக்கு எந்தவித புறவிஷயங் களின் அழுத்தமின்றி அதில் முழுமையானச் சுதந்திரம் இருப்பதாகவே தோன்றியது. தன் மனைவி சுகுணாவையும் மருமகள் கவிதாவையும் நினைத்துப் பார்த்தார்.

சுகுணாவிற்கு எது செய்தாலும் தன் கணவர் சொன்னது என்று சொல்பவள், கவிதா எது செய்தாலும் தானே முடிவெடுத்தது, ஆனால் அது அருணுக்குத் தெரியும் என்றே காட்டிக்கொள்வாள். ஆஷ்னா முழுமையானச் சுதந்திரத்துடன் இருந்தாள். அவளே எதையும் பேசினாள். அவளே வாழ்க்கைக் குறித்தும் சமூகம் குறித்தும் சிந்தித்துப் பேசுகிறாள். அவளுக்குத் தன் இருப்பு, நிலை குறித்து எந்த சந்தேகமுமில்லை. வெட்கப்பட அல்லது பிறகு யோசிக்க என்று எதுவும் இல்லை. இன்றைய தினத்தில் வாழ்கிறாள். ஸ்ரேயாஷும் அப்படிதான். திடீரென யோசித்து நடுஇரவில் வெளியே சென்று சுற்றினார்கள். குறிப்பாக அருணுக்கு இருந்த பணம், எதிர்காலம் குறித்த எந்த பயமுமில்லை. லட்சியவாத வாழ்க்கைக் கொண்டிருந்த அருணுக்கு இம்மாதிரியான விஷயங்கள் பிடிக்காமல் போனதில் ஆச்சரியமில்லை.

அவர்கள் ஒருவர் விஷயத்தில் மற்றொருவர் தலையிடுவதில்லை. இருவருக்கும் ஒருவிஷயத்தில் ஒற்றுமை இருக்கிறதென்றால் அது அமெரிக்கா சென்று செட்டில் ஆவதுதான்.

O O O

பதினாறாம்நாள் காரிய முடிவில், ஐயர் பேசி முடித்ததும், குலசேகரன் ராமமூர்த்தியுடனான தன் நட்பு குறித்துப் பேசினார். உறவுகளும், நண்பர்களும் கூடிநின்று இறந்தவருக்குச் சாந்தியளிக்கும் நிகழ்வு. தெருவாசிகள், நண்பர்கள் அந்நிகழ்வில் கூடியிருந்தது சாதாரண நிகழ்வாக எடுத்துக்கொள்ள முடியவில்லை. தயக்கத்துடன்தான் பேச ஆரம்பித்தார் குலசேகரன். வாழ்க்கையில் காந்தி, சூழலியல், அவரது சுயபரிசோதனைப் பற்றி பேசிக்கொண்டிருந்தவர் உடைந்து அழுதார். கண்களில் கண்ணீர் வழிந்து வட்டவடிவ நீர்குட்டைகள்போல அவர் சட்டையை நனைத்திருந்தது. குலசேகரனின் மனைவி அவரையே பார்த்துக் கொண்டிருந்தாள். புதிய மனிதரைப் பார்க்கும் ஆச்சரியம். இதுநாள்வரை அவள் அறிந்திராத மனிதராக இருந்திருப்பார்.

“வாழ்க்கையில எது சந்தோஷம் தெரியுமா? தனக்கு பிடிச்சமானத ஒவ்வொரு நாளும் சந்தோஷமா செய்யிறது தான். தன் வாழ்க்கையில எத அடைஞ்சாரோ இல்லையோ ஒருநாளும் சோகத்த அவர் அடைஞ்சதில்ல. டி.வி. ராமமூர்த்தி அய்யா அவர்கள ன்னுதான் நாங்க கூப்பிடுவோம். இன்னிக்கு என்ன சாப்டிங்க, இன்னிக்கு என்ன படிச்சிங்க, இன்னிக்கு எங்க பயணம் அப்படின்னு கேட்கிற ஒவ்வொரு சமயமும் அவர் முகத்துல ஒரு புன்னகையோட பதில் சொல்லுவாரு, ஒருநாளும் யார் மேலேயும் கோவப்பட்டதில்ல, ஆனா அரசு அதிகாரிங்க, வேலையாட்கள் வேலை செய்யலேன்னா கோவப்படுவாரு. உதவின்னு வந்த

ஒருத்தர ஒருநாளும் கைவிட்டதில்லை. அரசு சம்பந்தமாவோ இல்ல தனிப்பட்ட விஷயமாவோ எதுக்குமே யாராயிருந்தாலும் இந்தப்பகுதியில அவரத் தேடிதான் வருவாங்க."

நிமிர்ந்து அமர்ந்துகொண்டார். பின் சிந்தனையில் ஆழ்ந்தவர் போல குனிந்து அமர்ந்திருந்த பாயில் இருந்த கோரையைத் தொட்டு நிமிட்டிவிட்டு பேச ஆரம்பித்தார்.

"நேர்மையா இருக்கிறது ஒரு தவம்ங்க, அது அவ்வளவு சீக்கிரம் எல்லோருக்கும் அமைஞ்சிறாது. தான் ஆசைகள நிறைவேத்தி, பொண்டாட்டி புள்ளைகளின் ஆசைகள நிறைவேக்கிறது எல்லாம் நேர்மையை விட்டுட்டுதான் செய்ய முடியுது."

"உயிரிகள் தனக்கு எது தேவையோ அதை மட்டும்தான் எடுத்துக்குது, ஆனா சில உயிரிதான் மத்தவங்களுக்கு எது தேவையின்னு பார்த்து அத செய்யுது. அப்படி வாழ்க்கை முழுதும் தவமா வாழ்ந்த ஒருத்தருக்கு நாம கைமாறா எதுவுமே செய்யல, அவரோட போராட்டத்துக்குக் கூட நின்னோமா. நாம இருக்குற இடத்தை வளக்குற புள்ள மாதிரி பாத்துக்க வேண்டியிருக்கு. எப்படி குடும்பத்துல ஒரு விசேசமுன்னு வந்துட்டா இழுத்துப் போட்டு வேலைய செய்யிறோமோ அப்படிதான். இருக்குற ஏரியாவுல இருக்குறப் பிரச்சனைக்கு வேலை செய்றவங்க எத்தன பேரு. எல்லோரையும் குடும்பமா நினைக்கிற ஒருத்தரால மட்டுமேதான் அத செய்ய முடியும்."

"குறிப்பா பிரதிபலனைப் பார்த்து எதையும் செய்யல. தனக்கு எது சரின்னு பட்டுதோ அத செஞ்சாரு. இந்த நகர்ல, இப்படி தூய்மையா இருக்குறதுலயும், சாக்கட தண்ணி கரெக்டா வெளிபோறதுலயும், கரண்ட் சரியா வர்றதுலயும், ரோடு போடுறதுலேயும், எல்லாத்துலயும் அவர் பங்கு இருக்கு. மத்த நகர்ல பாருங்க இன்னும் அடிப்படையானப் பல விஷயங்கள் வராம இருக்குறது தெரியும். இந்தியாவுல பிரச்சனையே அதுதான். உரிமையை நாம் புரிஞ்சுகிறதும் இல்ல, அதை சரியா நிறைவேத்துறதும் இல்ல."

பேசி முடித்தபோது அவர் கண்கள் சிவப்பேறியிருந்தன. அவருக்கே சின்னக் கூச்சமாக இருந்தது. சிறு புன்னகையின் மூலம் அதை மறைக்க நினைத்தார்.

"அரசு அதிகாரிக்குரிய கம்பீரத்தோட இருந்தாரு, அதுல கனிவு இருந்துச்சு, அன்பு இருந்துச்சு, பிறரை மதிக்கிற குணமும் இருந்துச்சு, இந்தத் தெருவுல இந்த நகர்ல யாருக்கும் பிரச்சனைனா அவர்தான் முன்னாடி வந்து நிப்பாரு, அவரைத் தேடி வர்ற மக்களோட பிரச்சனைக்குத் தீர்வு கிடைக்கிறவரைக்கும்

விட மாட்டாரு. ஆனா நாம அவரை எவ்வளவு புரிஞ்சுக் கிட்டோமோ தெரியாது ஆனா அவரு நம்பள நல்லாவே புரிஞ்சு வெச்சிருந்தாரு."

மற்றவர்களுக்குச் சொல்வதற்கு எதாவது இருந்தது. ராமமூர்த்தியின் புன்னகையே அவர்களுக்குப் போதுமானதாக இருந்தது. ஜெயராமன் எதுவும் பேசவில்லை. பேசிய நிறைவுடன் இருந்தார்.

ராமமூர்த்தி வீட்டைச் சுற்றிச்சுற்றி வந்தார் ஜெயராமன். கலைரசனையோடு அழகாகக் கட்டப்பட்டிருந்தது வீடு. சுற்றி அரிதானச் செடிகளும் மரங்களும். அவற்றைப் பராமரிப்பது எளிதானது அல்ல. அந்தப் பகுதிவாசிகள், நதியாவட்டைப் பூவிலிருந்து வாழையிலைவரையும், முருங்கைக்காய் முதல் மாம்பழம்வரையும் பறித்துச்சென்றார்கள். அவரே எல்லோரை யும் பறித்துச் செல்ல அழைப்பார். நிலம் விற்கப்பட்டப்பின் அந்த நிலத்தில் முதலில் அழிக்கப்பட இருப்பது மரங்கள்தான்.

சூழல் எதிர்பார்த்ததைவிட வேறுமாதிரி அமைந்தது. சுடுகாட்டுச் சுவரும், பாலத்தின் சுவரும் நகரைக் குறிப்பாகத் தெருவை முழுமையாக மறைத்தது. ராமமூர்த்தி இல்லாததால் வேகமாக காலமாற்றம் நிகழ்வது போன்றிருந்தது. ஒருவேளை ராமமூர்த்தி இருந்திருந்தால் என்ன செய்திருப்பார். வேறு புதிய வழிகளைக் கண்டடைந்திருப்பார். அவருக்குத் தெரிந்த வழிகளில் பிரச்சினைகளைத் திசை திருப்பியிருப்பார்.

கடைசியாக ஜெயராமன் மட்டும் ஒன்றைக் குறிப்பிட்டு பேசினார். "இந்த வீட்ட விக்க வேண்டாம், ஒரு மியூசியம் மாதிரி வெச்சுட்டா நல்லா இருக்கும். லைப்ரரி மாதிரிகூட வெச்சுக்கலாம். இந்த மரம் செடிகள் எல்லோருக்கும் பயன் படும்படியாக இங்கேயே இருந்துட்டுப் போகட்டும்."

ப்ரசன்னா, கல்பனாதேவி போன்றவர்கள் வேறுசில வார்த்தை களைப் பேசி, ஒரு பொதுக்கூட்டம் போல நிறைவடைந்து வெளியேறினார்கள் மக்கள்.

34

ஒரு குறிப்பிட்டக் கால இடைவெளிகளில் பிளாட்டில் இருந்த ஆட்கள் மாறிக் கொண்டிருந்தார்கள், சிலர் விற்றுவிட்டு வேறு புதிய வீட்டை வாங்கிச் சென்றார்கள். சிலர் வாடகைக்கு விட்டுவிட்டு வெளியேறினார்கள். ஆனாலும் எந்தக் குடித்தனக்காரர்களும் மற்றவர்களுடன் நெருங்கிய நட்பை பேணுவதில்லை. இதேபோல் அருணும் கவிதாவும் ஒருநாள் இந்த வீட்டைவிட்டு வெளியேறுவார்கள் என நினைத்ததில்லை. இந்த நகரம் பிடித்தளவிற்கு ஸ்ரேயேஷின் செய்கைகள்தாம் பிடிக்காமல் போனது என நினைத்தார் ஜெயராமன்.

வேங்கடரமண தெருவிலிருந்து மனிதர்கள் கொஞ்சம்கொஞ்சமாக விலகி வேறு தெருவில் அல்லது புதிய நகர்களுக்குச் செல்ல தொடங்கி விட்டார்கள். ரமணிகுளம், சாகர், நியூலேண்ட், யஜூர் போன்ற பிளாட்களைத் தவிர மற்றவைகள் பாலம் கட்டும் போது அடிபட்டுப் போயின. ஜெயபாலின் முயற்சியால் வாய்காலுக்கு அந்தப் பக்கம் ஒரு சர்ச் உருவாகியிருந்தது. அங்கிருந்த அடித்தட்டு மக்களுக்காக மிகவேகமாக வளர்ந்தது சர்ச். அதன் பின்னால் வேங்கடரமண தெருவை ஒட்டி அமைந்தது சர்ச்சின் சுடுகாடு.

உயர்ந்த மதில் சுவர்கள் மயானத்தை முழுமையாக மறைத்திருந்தாலும் அதன் அமானுஷ்யம் இருப்பை உணர்த்தியபடி இருந்தது. இரவில் அதன் அமைதி அங்கே பலர் இருக்கிறார்கள் என்று தோற்றம் கொண்டது. மதில் சுவர் பிரதானமாக வேங்கடரமண தெருவை அடைத்து அதன் நீட்சி இருபக்கத் தெருவில் நீண்டு சென்றது.

வீடு, நிலம் வாங்க வருபவர்களிடம் புரோக்கர்கள் அந்தத் தெருவைத் தவிர்த்து வேறு தெருக்களில் உள்ள

பிளாட்டுகளைக் காட்டினார்கள். வரையப்பட்ட மேப்களில் சுடுகாடு என்று குறிப்பிடாமல் தரிசு நிலம் என்று குறித்தார்கள்.

அங்கிருந்த வீடுகள் பழையத் தோற்றம் கொள்வதைக் கவனித்தபடி இருந்தார் ஜெயராமன். வீடுகளுக்கு இடையே இருக்கும் இடைவெளியும் அதிகரிப்பது போன்றிருந்தது. பல வீடுகள் கவனிப்பாரற்றுப் போயின. மனிதர்களிடையே தொடர்புகள் குறைந்தன. தெருக்களில் குப்பைகள் காளான்களின் வளர்ச்சிபோல பெருக, வாசல் பெருக்குதல் இல்லாது போனதால் புழுதிகள் வேகம் கூடியது. அடித்தொண்டைவரை புழுதியின் ஊடுருவல் இருந்தது. வாய்க்காலை ஒட்டி கட்டியிருந்த ஜெயபால் வீட்டை காலி செய்து இடித்ததும் பெரிய மதில் சுவர் உயர்ந்து தெருவின் முடிவை சொல்லிவிட்டதுபோலிருந்தது.

மேலே சென்ற பாலத்தின் வளைவும், அமைதியான சுடுகாடும் தெருவின் அடையாளமாக மாறியது. அரைகிலோ மீட்டர் தள்ளி இருந்த சின்னசாமி நகர் வேகமான வளர்ச்சிக்கு இந்நகரின் வீழ்ச்சியும் ஒரு காரணம். சிலை உருவாகிவரும்போது உதிரும் பிசுறுகளைப் போல ஒரு பெருநகரம் தன் வளர்ச்சியில் சிலவற்றை உதிர்க்கவும் செய்கிறது. தேவையற்றவைகள் என்று கருதுபவைகளை எளிதில் புறந்தள்ளப்படுகிறது. அவற்றால் என்ன பயன் என்பது மட்டுமே கணக்கில் வருகிறது. எல்லா தேவைகளையும் எந்த மாற்றங்கள் நிகழ்த்துகிறதோ அதுவே நிலை பெறுகிறது. மாற்றங்கள் குறித்து கவலைகள் எதுவும் இருப்பதில்லை, பயன் குறித்தப் பேச்சுகள் மட்டும் தொடரும்.

வேண்டா பொருட்கள் கொட்டும் இடமாக வீட்டில் ஒரு இடம் இருப்பதுபோல தெருவிற்குக் குப்பைகளைக் கொட்டும் இடம் ஒன்று இருந்தது. எத்தனைப் புதிய வழிகளில் வேறு இடம் மாற்ற நிர்வாகம் எதுவும் முயற்சித்தாலும் சிலநாட்களில் மீண்டும் அதே இடம் உருவாகிவிடுகிறது. ஒரு சிறுநகர் அல்லது தெரு வளர்கிறது என்பதை இந்தக் குப்பைகளைக்கொண்டு அறிந்து கொண்டுவிடமுடியும் என ராமமூர்த்திச் சொன்னதை ஜெயராமன் நினைத்துக்கொண்டார்.

காலைநடைக்கு ஜெயராமன் தன்னை பழக்கப்படுத்திக் கொண்டார். தினமும் நடைப்பயிற்சியில் நாளும் மாறும் நிலத்தைக் கண்டுக்கொண்டிருந்தார் ஜெயராமன். ஒவ்வொரு நாளும் புதிய பகுதிகளுக்குள் நடந்தார். நிலம் ஒரு தீராத விருப்பமாக மாறிவிட்டிருக்கிறது மனிதருக்கு. எங்கும் சென்றும், எதை பிரிந்தும், எதை இழந்தும், நிலத்தை இழக்க விரும்புவ தில்லை. நிலத்தில், காடு, வனம், பாலைவனம், மலை, என்று

உருவாகி வந்தபடி இருக்கிறது. நிலத்தில் எதையும் போடலாம். அனைத்தையும் ஜீரணிக்கிறது. அது எதையும் இழக்கத் தயாராக இருக்கிறது. எதையும் உருவெடுக்கத் துணை புரிகிறது. நிலமின்றி உயிர்கள் இல்லை. நிலத்தை வெறுப்பவர்கள் எல்லோருமே சாமியார்கள்தாம், நிலத்தை விரும்புகிறவர்கள் சம்சாரிகள். லௌகீக வாழ்க்கைக்கு நிலம் ஒரு பெரிய சொத்து. நிலத்தை அடையாதவன், சொந்தமாக்கிக்கொள்ளாதவன், வாழ தகுதி யற்றவன் இந்த சமூகத்தில்.

புதிய தெருக்கள் உருவாகும்போது கரடுமுரடானத் தெருக்குள் முதலில் நேராகின்றன. தயக்கத்துடன் மனிதர்கள் தெருக்களில் நடக்க, புதிய பொழிவை தெரு புழுதியுடன் ஆரம்பிக்கிறது. நாய்களைத் தவிர மற்ற விலங்குகள், பறவைகளின் வருகை சட்டென நின்றுபோகிறது. புதிய மனிதர்களைக் காணும் சந்தேகப் பார்வை இருப்பதில்லை. நிறைய மனிதர்கள் தெருவில் நடக்கிறார்கள் என்றால், அந்தத் தெரு வளர்ச்சியடையத் தொடங்கிவிட்டதென பொருள். குடியிருப்புக்கு மேஸ்திரி, கொத்தனார், பிளம்பர், எலக்ட்ரிஷியன் போன்ற தொழில்சார் வல்லுநர்களின் வருகை நிற்கும்போது தெரு அமைதியடைந்து விடுகிறது.

பல நேரங்களில் தெரு பார்க்கில் இருந்த ஒரு வேப்ப மரத்தின் கீழ் அமர்ந்திருந்தார். அங்கு சிறு மேடையிருந்தது, அதில் அமர்ந்து ஆழ்ந்த யோசனையில் இருந்தார். காலை நேரத்தில் தியானத்தில் அங்கு அமர்ந்திருந்தார்.

ஜெயராமன் நாள் முழுவதும் அலைந்தபடி இருந்தார். கெண்டைக்கால் வலியெடுக்க நடக்கமுடியாமல் போனாலும் நடந்தார். விந்திவிந்தி நடந்தபோதும் நடையை விட மனம் வரவில்லை. இரவிற்கு வீட்டிற்கு வந்துவிடுவார். தனியாக ஒரு சிறு வீடு வாடகைக்கு எடுத்துத் தங்கியிருந்தார். வீட்டில் இருக்கும் நேரத்தைவிட வெளியில் அதிக நேரமிருந்தார். அவர் சமைப்பதும் உணவருந்துவதும் மிகக்குறைவான நேரங்கள்தாம் வீட்டில் இருந்தார். மற்ற நேரங்களில் அனுமன் கோயிலில் வாசம். அங்கு நடக்கும் வைபவங்களில் கலந்துக்கொண்டார். எப்போது பிரசாதம் கிடைக்கும் என்கிற செய்தி அவர் நினைவில் இருந்தது. வராத சமயங்களில் குருக்கள் பாலகிருஷ்ணன் அவருக்கென்று தனியாக எடுத்துவைத்தார்.

சிலநேரங்களில் சாலையைத்தாண்டி கடற்கரைக்குச் செல்வதுண்டு. அங்கிருந்த மீனவர்களின் வேடிக்கையான நையாண்டி கொச்சை வார்த்தைகளைக் கேட்கும் சமயங்களில் இளமைக்குத் திரும்பிவிட்டோமா என்று தோன்றும்.

நகர் தன்னை உருமாற்றிக்கொண்டேயிருக்கிறது. தன் கிராமத்தில் இருந்த சிறுமாற்றங்கள்கூட மனிதர்களுக்குப் புரிந்தபடி இருந்தது. ஒவ்வொருவரும் வரும் மாற்றங்களுக்கு எதிர்வினையாற்றினார்கள். பெருநகரத்தில் மனிதர்களுக்குத் தெரியாமலே மாற்றங்கள் ஏற்படுகின்றன. அவை குறித்த எந்த சலனமும் மனதில் ஏற்படுவதில்லை. கோமதி நாயகம் தெருவில் ஒரு காலி நிலம் ஒரு பெரிய கட்டிடமாக மூன்றே மாதத்தில் உயர்ந்து நின்றது. அதன் வளர்ச்சி வேகம் குறித்து மக்களிடம் பேச்சுகள் எழவேயில்லை. அதே தெருவில் பழையவீடு இடித்து தரைமட்டமானபோது அது குறித்தும் யாரும் பேசவில்லை. ஜெயராமனுக்கு ஊரில் இருக்கும் நட்பு வட்டத்தில் இந்த விஷயங்களைப் பற்றி பேசினால் பேச்சில் சுவாரஸ்யமும் வேடிக்கையும் நிகழுமென நினைப்பார். இங்கு போர் அடிக்கும் பேச்சு பெருசுக்கு வேற வேலை இல்லையோ என நினைத்து ஓடிப்போனதாக நினைத்தார்.

மெல்லச் சூழல் மாறுவதை அவர் அவதானிப்பில் கண்டுக் கொண்டதை மற்றவர்களுக்குப் பகிர முடியாமல் தவித்தார். அவர் தெரு வேகமாக சிதிலமடைவதைக் கவனித்தார். பக்கத்தில் இருந்த மற்ற பிளாட்டுகள் முழுவதுமாக விற்பனைக்கு வந்தன. சில பிளாட்டுகள் அப்படியே கைவிடப்பட்டன. முக்கியமாக கல்லறையின் ஒரு சிறிய வாசல் இந்தப் பக்கம் வைத்ததுமே இதெல்லாம் நடக்கத் தொடங்கியது.

மனிதர்களுக்குத் தொடர்ந்து புதியவைகள் தேவையாக இருக்கின்றன. புதியவைகள் கைவராத போது தான் தேங்கி விட்டதாக நினைத்து பயந்து சாகிறார்கள். புதிய படிப்புகளைத் தன் பிள்ளைகள் படிக்கவேண்டுமென நினைப்பதுபோல, புதிய செல்போன் வந்தால் அதை முதலில் வாங்கிவிட வேண்டுமென நினைப்பதுபோல, புதிய டிவி, புதிய நகை, புதிய உடைகள் என்று எல்லாமே புதிதாக இருக்கவேண்டி வாழ்நாளில் போராடுகிறார்கள். பழைய வீடு என்பது ஒருவகை நோய்போல நினைத்து அதை நிவர்த்தி செய்ய எப்படியாவது புதிய வீட்டிற்குச் சென்றார்கள். பிளாட்டை விற்றுவிட்டு அவர்கள் சென்றபோது அந்த இடத்தில் புதியவர்கள் வர பயந்தார்கள் அல்லது வாடகைக்கு விடப்பட்டது. குறிப்பாக மிகக்குறைந்த வாடகைக்கு. ஒரு கட்டத்தில் அருண் வீட்டைக் காலி செய்தார்.

35

ஊருக்குச் சென்றுவந்த சிறு இடைவெளிக்குப் பின் வந்த காலைநடையில் புதிதாக மாற்றம் ஒன்றைக் கண்டார் ஜெயராமன். புழுதிகள் அடங்கித் தெளிவு பெற்றிருந்த வேங்கடரமண தெருவில் வரைந்ததுபோன்று புதிதாக குடிசை ஒன்று இரு பிளாட்டுகளுக்கு நடுவில் வனையப்பட்டிருந்தது. குளிர்ந்தச் சூழலை அந்தக் குடில் உருவாக்கி யிருந்தது. பின்னப்பட்ட பழுத்தத் தென்னங்கீற்றால் அடுக்கடுக்காகத் தொழில்தெரிந்த மனிதனால் மட்டுமே கட்ட முடிந்தக் கூரை. இங்கு இப்படியான மனிதர்கள் கிடைப்பது அரிதேயென நினைத்துக் கொண்டார்.

நிலத்தில் ஊனப்பட்ட நீளமானக் கம்புகளில் சிறுதுளைகள் கொண்ட பச்சை வண்ண நைலான் துணிமறைவு சுற்றி வந்தது. உள்ளே பாத்திகள் சிறுஇடைவெளிகளில் அடுத்தடுத்து நீண்டு சென்றன. நிலத்தில் புதிதாகப் பதிந்திருந்த மனிதர்களின் குழிவான சில காலடிகளின் அழகு அவரை ஆச்சரியங்கொள்ள வைத்தது. யாரோ எதையோ செய்வதன் அடையாளம். தன் பரபரப்பை அவசரப்பட்டு அடக்கிக் கொண்டார். சுற்றி வந்து சிறு மரச்சட்டத் திறப்பு இருந்த பகுதியின் வழியே உள்ளே சென்றார். நீர் வெளியேறும் வகைக்குச் சற்று சரிவாக அமைந்திருந்தது நிலம். காய்ந்த மண் இல்லாது ஈரப்பதம் கொண்ட மண்ணைக் காண, மனம் முழுவதும் பறவையின் சிறகசைப்பு ஒலிகள் எழுந்தன. சிறுபூச்சிகள், புழுக்கள் மண் முழுவதும் நிறைந்திருப்பது போன்ற கற்பனையில் மனம் கொள்ளும் மகிழ்ச்சியில் நின்றிருந்தார்.

காற்று இளஞ்சூடாக இருந்தது. அதன் சோகையான வருடல்களால் முகத்தில் வெம்மை கூடியது. சற்றுநேரத்தில் குளிர்காற்று சூழ்ந்தடித்தது. தன்முன்னே சிறுசெடிகளின் நர்சரி அணிவகுப்பு

ஒன்று இருந்தது. அதில் சில புதிய வகை மரங்கள் செடிகளும் இருந்தன. முக்கியமாக இந்திய வகை மரம்செடிகள்.

கொஞ்ச தூரம் நடந்ததுமே காற்று தன்னைப் பின் தொடர்வது போன்ற உணர்வு. பின்னால் இளைஞன் ஒருவன் வந்துகொண்டிருந்தான். கால்சிராயும் பச்சை வண்ண டி சர்ட்டும் அணிந்து அழுக்குப் படியாமல் இருக்க கையில் உறையும் அணிந்திருந்தான்.

புதிய வாசனைக் கொண்ட இடத்தில் நிற்பது புது இடத்திற்கு வந்துவிட்டதைப் போன்றிருந்தது. மண் கிளரும் பொருளைக் கைகளில் வைத்திருந்த அவன் வணக்கம் அய்யா என்றான்.

"வணக்கம் தம்பி. இங்க புதுசா வந்திருக்கீங்களா?"

"ம்ம்... ஆமா அப்படி வெச்சுக்கலாம்."

"இல்ல புதுசா கம்பு ஊனிவெச்சுருக்கீங்கலே."

"ஆமா நானும் இன்னும் நாலு நண்பர்களும் சேர்ந்து இந்த இடத்த வாங்கியிருக்கோம்."

"அப்படியா. எதுக்கு?"

"சின்னதா தோட்டம் போட்டு விவசாயம் செய்யலாம்னு."

அவனைக் கூர்ந்து கவனித்தார். சிறிய கண்கள், கூரிய மூக்கு, மீசையற்ற முகம், பார்க்க வசதியானப் பையனாகத் தெரிந்தார்.

"விவசாயம்னா."

"முதல்ல சின்னதா தோட்டம் போடப்போறோம் அப்புறம் காய்கறிகள், சின்ன வகை பழங்கள் பயிரிடலாம்னு ஒரு ஐடியா."

அவனையே பார்த்துக்கொண்டிருந்தார். அவன் கண்களில் தேஜஸ் கூடியிருந்தது. "வாங்க உள்ளே போயி பேசுவோம்" அழைத்தான். அவன் நடக்கப் பின்னாலே அவரும் நடந்தார். குடிசையின் பக்கவாட்டில் சிறு மேஜை முன் மர முக்காலிகளில் நால்வர் அமர்ந்திருந்தனர். ஒரு சிறு முக்காலியை எடுத்துப் போட்டு உட்காருங்க அய்யா என்றான்.

அனைவரின் கைகளிலும் ஏதோ ஒரு பொருள் இருந்தது. நிழலில் சற்று இளைப்பாறுகிறார்கள். வேலையை மீண்டும் தொடங்க இருக்கிறார்கள்.

"எல்லோரும் என்ன பண்ணிக்கிட்டு இருக்கீங்க."

ஒருவரையொருவர் பார்த்துக்கொண்டபின் "நாங்க இங்க ஐடி கம்பெனியில வேல பார்த்தோம். அந்தக் கூவம் வாய்க்காலுக்கு அந்தப்பக்கம் இருக்குல்ல ஒரு பெரிய கட்டிடம் அதுலதாம் வேலை. எதாவது புதுசா பண்ணுவோமேன்னு தோணுச்சு அதாம்" என்றான் ஒருவன்.

மற்றொருவன், "முதல்ல அங்க கிராமத்துல வாங்கலாம்னு பார்த்தோம், இங்கேயே கொஞ்சம் குறைச்சலா கிடைச்சுது வாங்கிட்டோம். அதோ அதுவரைக்கும் நமக்குத்தான்."

அவன் சுட்டிக்காட்டிய தூரம் மிக அதிகம்தான் "இதுல வேற என்ன பண்ணப்போறீங்க."

கேள்விகளால் சலிப்படையக்கூடுமென பயந்தார். இளங்கன்றின் துள்ளல்கள் தெரிந்த உடலசைவோடு அவர்கள் பதில்கள் வெளிப்பட்டதாக நினைத்தார்.

"முதல்ல இங்க ஒரு குளம் வெட்ட போறோம். இங்க முன்னாடி ஒரு குளம் இருந்திருக்கு. பல ரெக்கார்ட்சில அதுக்குப் பேரு ரமணிக்குளம்னு பேரு போட்டிருக்காங்க. அப்புறம் வாழை, சவுக்கு, பேரிச்சை மாதிரியான மரங்கள நடப்போறோம். என்ன நந்தா சரிதானே" என்றான்.

கண்கள் மின்ன அவன் சொல்வதைக் கேட்டுக்கொண் டிருந்தார். உடலில் சிறுமின்னல்கள் உருவாகித் தன்னை அவை மின்சக்தியால் பிரகாசிப்பதுபோல உணர்ந்தார்.

"தம்பி நீங்க ராமமூர்த்தி அய்யாவ பத்தி கேள்விப் பட்டிருக்கீங்களா."

"ஓ அவரைக் கேள்விப்பட்டிருக்கோம். உங்களுக்கும் தெரியுமா?"

"அவருகூட நா பேசியிருக்கேன் தம்பி."

மற்றொரு இளைஞன் "நீங்கக் கொடுத்துவெச்ச ஆளு தாத்தா, அவருகூடல்லாம் பழகியிருக்கீங்க" என்றான். பேச்சுகள் நீண்டு சென்றன.

"நீங்க என்ன பண்றீங்க தாத்தா."

தாத்தா என்று உரிமையாக அழைத்தது பிடித்திருந்தது. "நா மயிலாடுதுறையில எங்கப்பா சித்தப்பா ஆரம்பிச்ச காபி கடைய தொடர்ந்து செஞ்சோம். என் பையன் வேலைக்கு வந்தோன்னோ நானும் வந்தேன். இப்போ அவன் ஊரில்லயும் நா இங்கேயும் இருக்கோம். ஏன் உங்க வேல பிடிக்கலையா, எதுக்கு இங்க வந்தீங்க."

“எதாவது புதுசா செய்யணும்னுதான் தாத்தா, முதல்ல ரமணிகுளம் பாதுகாப்பு குழு அப்படின்னு ஒரு அமைப்பா ஆரம்பிக்கிறோம்.”

“புதுசா நானும் செய்யணும்னு நினைக்கிறேன் தம்பிகளா என்னையும் உங்கசுட சேத்துப்பீங்களா?”

“கண்டிப்பா தாத்தா, அந்த அமைப்புக்கு நிறைய பேர் தேவை, நீங்க சேர்ந்துக்கங்க, உங்க வழிகாட்டுதல்ல நல்லா தொடங்குவோம்.”

“நாம முதல்ல அந்தக் குளத்த வெட்டுவோம் என்ன சொல்றீங்க, அது வளர்ந்தோன்ன நிலம் நல்லா பண்பட்டிடும்.”

“நீங்கத் திரும்பி ஊருக்கு எப்ப போவீங்க.”

“இல்ல, திரும்பி போகமாட்டேன். இங்கதான் இருப்பேன்.”

நிறைய நேரம் பேசிக்கொண்டிருந்தார். இளைஞர்களுடன் அதுவும் நேர்மறையான எண்ணங்கள் கொண்ட இவர்களுடன் பேசும்போது ஒரு புத்துணர்ச்சி வந்துவிடுகிறது.

எப்போது அமைதியாகத் தோன்றும் யாருமற்ற வீடு, இன்று மிகுந்த உற்சாகத்துடன் வீடுமுழுதும் நிரம்பி வழியும் மனிதர்களைக் கொண்டிருப்பதைப் போன்றிருந்தது. தனக்குதானே பேசிக்கொண்டார். புதிதாக வாடகைக்கு எடுத்திருக்கும் வீடு அது.

எளிதாகத் தங்களை இணைத்துக் கொள்வதில் மிகுந்த ஆர்வம் கொண்டவர்களாக இருந்தார்கள். நிறைய விவாதித்தார்கள். புதிய விஷயம் ஒன்று தோன்றும்போது அதற்கான ஆலோசனையை ஜெயராமனிடம் கேட்டார்கள். அதில் எந்த அகங்காரமும் இல்லை. நாளெல்லாம் உற்சாகம்தான். சிரிப்பு, வாய்விட்டு சிரிப்பு என்று ஒவ்வொரு நாளும் நிகழ்ந்தது.

புழுதி நிறைந்த நகர்பகுதி ஒரு பெருமழையால் அழகாகத் துலக்கம் பெறுவதுமாக இருந்தது நகர். மனிதர்கள் அவரிடம் அவர்களாகவே வந்து பேசினார்கள். அவற்றிற்குக் காரணம் அவரது முகத்தில் இருந்த சிரிப்புதான். அவர் குழந்தையாக ஆகிவிட்டதாக நினைத்த ஒருநாளில் ராமமூர்த்திக் கூறிய ஒரு அறிவுரை நினைவிற்கு வந்தது. நிறைவு வரும் நாளில் அல்லது மனதில் பெரிய மாற்றத்தைக் கண்டுக்கொண்ட நாட்களில் தினம் அது குறித்து எழுதத் தொடங்குங்கள் என்றது. சமீபத்திய நாட்கள் ரமணிகுளமும் வாழைத் தோட்டமும் உருக்கொள்ளும் நாட்களில் இளந்தளிர்களும் சிறிய குருத்துக்களும் எப்படி நல்ல மனநிலையை உண்டு பண்ணுகிறது என்று நினைத்து மகிழ்ந்தபடி இருந்தார்.

ராமமூர்த்திபோல் மண்ணில் விழுந்துதான் இனி சாகப்போவதை நினைத்து மகிழ்ந்தார். அன்றிரவு அவர் எழுத தொடங்கினார். ஒவ்வொரு வார்த்தையாக எழுதத் தொடங்க அது மண்ணில் விதையை முட்டி வளரும் சிறுமுளைபோல இருந்தது. சொற்கள் அவர் மனதில் இருந்த வார்த்தைகளைத் தேர்வு செய்தது. ஆழ்ந்து தூங்கி எழுந்த சமயத்திலும் எழுதத் தொடங்கினார். அவரை அறியாமலே பல சமயங்களில் கண்ணீர் உவந்தார். அந்த குறிப்புகளுக்கும் ரமணிகுளம் என்று பெயரிட்டிருந்தார் ஜெயராமன்.